പേർഷ്യൻ നാടോടിക്കഥകൾ

INSIGHT PUBLICA ®

INSIGHT PUBLICA
Kozhikode, Kerala, India
www.insightpublica.com
e-mail: insightpublica@gmail.com
Persian Nadodikadhakal
(Malayalam)
Translated by P.K.N. Panicker
Book Design: kjvj@insight
First Edition: December 2021
This Edition: August 2022

ISBN 978-93-5517-179-5
Printed and Published by
Insightinpublica Printers & Publishers Pvt. Ltd.

പേർഷ്യൻ നാടോടിക്കഥകൾ

പുനരാഖ്യാനം:

പി.കെ.എൻ. പണിക്കർ

INSIGHT PUBLICA ®

1935-ൽ കവിയൂരിൽ ജനനം. കവിയൂർ എൻ. എസ്. എസ്. ഹൈസ്കൂൾ, ചങ്ങനാശ്ശേരി എൻ.എസ്.എസ് കോളേജ്, ബനാറസ് ഹിന്ദു യൂണിവേഴ്സിറ്റി (കെമിക്കൽ എൻജിനീയറിംഗ്) എന്നിവിടങ്ങളിൽ വിദ്യാഭ്യാസം. ഇന്ത്യൻ ഇൻസ്റ്റിറ്റ്യൂട്ട് ഓഫ് കെമിക്കൽ എൻജിനീയേഴ്സിന്റെ പ്രസിഡന്റായിരുന്നു. മദിരാശി കേരള സമാജത്തിന്റെയും കെമിക്കൽ ഇൻഡസ്ട്രീസ് അസോസിയേഷന്റെയും.

കൃതികൾ - ഇംഗ്ലീഷ്: Our Earth, Our Environment, Swami Vivekananda, Random Reflections (Poems), Insight (Poems), Ultimate Triumph (Poems) without Borders (Poems), Selected Poems of A. Ayyappan, Selected Poems of Vailoppilli Sreedhara Menon, Selected Poems of Akkitham, Selected Poems of 'P', Selected Poems of Vishnunarayanan Namboodiri, Selected Poems of Sugathakumari, Luminescence of Silence - by Sebastian and 25 poems of A. Ayyappan. (All English Translations).

കൃതികൾ - മലയാളം: ആൽക്കഹോൾ, ലോഹങ്ങളുടെ ലോകം, പല മുഖങ്ങൾ (ഏകാങ്കങ്ങൾ), സ്വപ്നങ്ങൽ (കവിത), അതിരുകൾക്കപ്പുറം(കവിത), ആഫ്രിക്കൻ നാടോടിക്കഥകൾ, ഏഷ്യൻ ആഫ്രിക്കൻ നാടോടിക്കഥകൾ, അമേരിക്കൻ നാടോടിക്കഥകൾ, കൊറിയൻ നാടോടിക്കഥകൾ, ആഫ്രിക്കൻ ഏഷ്യൻ നാടോടിക്കഥകൾ, അമേരിക്കൻ ഭൂഖണ്ഡത്തിൽ നിന്ന് 16 നാടോടിക്കഥകൾ, ഏഷ്യൻ നാടോടിക്കഥകൾ, ജപ്പാനീസ് നാടോടിക്കഥകൾ, ചൈനീസ് നാടോടിക്കഥകൾ, ഐറിഷ് നാടോടിക്കഥകൾ, ഓസ്ട്രേലിയൻ നാടോടിക്കഥകൾ, സ്പാനിഷ് നാടോടിക്കഥകൾ, സ്കോട്ടിഷ് നാടോടിക്കഥകൾ

E-mail: pknpanicker@gmail.com

പി.കെ.എൻ പണിക്കർ

ആമുഖം

ഓരോ സമൂഹത്തിന്റെയും വിവിധ കാലഘട്ടങ്ങളിൽ ഉണ്ടായിട്ടുള്ള സംസ്കാരിക വളർച്ചയുടേയും ചരിത്രപരമായോ സാമൂഹികമായോ ഉണ്ടായ സംഘർഷങ്ങളുടേയും സംഘട്ടനങ്ങളുടെയും, അതാത് ജനസമൂഹത്തിന്റെ പ്രകൃതിയോടും മറ്റ് ജീവജാലങ്ങളോടും ഉണ്ടായിരുന്ന ബന്ധങ്ങളുടേയും മുഖമുദ്രകളാണ് നാടോടിക്കഥകൾ എന്ന് പറയാം. എല്ലാ ദേശങ്ങളിലും അവരവരുടെ തനിമ നിറഞ്ഞ ധാരാളം കഥകൾ പ്രചാരത്തിലുണ്ട്. ഇത്തരം കഥകൾ ശേഖരിച്ച് മറ്റു ഭാഷകളിലേക്ക് ഭാഷാന്തരം ചെയ്ത് പ്രസിദ്ധീകരിക്കുന്നത് സംസ്കാരങ്ങളുടെ വളർച്ചയ്ക്കും പരസ്പര പൂരണത്തിനും പ്രയോജനപ്പെടുന്നു. ഇംഗ്ലീഷ് ഭാഷയിലാണ് മറ്റ് ഭാഷകളിൽ നിന്നും സ്വീകരിക്കപ്പെട്ട നാടോടിക്കഥകൾ ധാരാളമായി ഉള്ളത്. പരിഷ്ക്രിതരായിക്കഴിഞ്ഞിട്ടില്ലാത്ത ജനസമൂഹങ്ങളുമായി ബന്ധപ്പെട്ട് ഇത്തരം കഥകൾ - പ്രത്യേകിച്ചും വാമൊഴികളിൽക്കൂടി മാത്രം പ്രചാരത്തിലുണ്ടായിരുന്ന ധാരാളം കഥകൾ - ശേഖരിക്കുവാനും ഇംഗ്ലീഷിലേക്ക് പരിഭാഷപ്പെടുത്തി പ്രസിദ്ധീകരിക്കുവാനും ഇംഗ്ലീഷ് ഭാഷാ പ്രേമികൾക്ക് കഴിഞ്ഞിട്ടുണ്ട്.

ഈ സമാഹാരത്തിൽ ഉൾപ്പെടുത്തിയിട്ടുള്ള എല്ലാ കഥകളും പേർഷ്യയിൽ നിന്നുള്ളവയാണ്. കഥകളുടെ പാഠഭേദങ്ങൾ മറ്റ് യൂറോപ്യൻ പ്രദേശങ്ങളിലും ഭാഷകളിലും കണ്ടെന്ന് വരാം. ഇതിലുള്ള കഥകൾ ഇംഗ്ലീഷിൽ നിന്നും മലയാളത്തിലേക്ക് പുനരാഖ്യാനം ചെയ്യപ്പെട്ടവയാണ്. നമ്മുടെ വായനക്കാർക്ക്, പ്രത്യേകിച്ചും കുട്ടികൾക്ക് ആസ്വാദ്യകരമാകുന്ന രീതിയിൽ ചെറിയ പാഠഭേദങ്ങൾ വരുത്തിക്കൊണ്ടും ഒരു

സംഭാഷണരീതി അവലംബിച്ചുകൊണ്ടും തയ്യാറാക്കിയ ഒരു പുനരാഖ്യാനമാണ് നിങ്ങളുടെ മുമ്പിൽ സമർപ്പിക്കുന്നത്.

ഇതിനു മുമ്പ് വിവിധ ഭൂഖണ്ഡങ്ങളിൽ നിന്നുള്ള 167 കഥകൾ 15 വാല്യങ്ങളിലായി വിവിധ പ്രസാധകർ മുഖേന മലയാളത്തിൽ പ്രസിദ്ധീകരിക്കാൻ കഴിഞ്ഞു എന്നതിലും അവയ്ക്ക് വായനക്കാരിൽ നിന്നും കിട്ടിയ സ്വീകരണം തൃപ്തികരമായിരുന്നു എന്നതിലും സന്തോഷമുണ്ട്.

പുനരാഖ്യാനം ചെയ്ത കഥകൾ വായിച്ച് കേൾക്കുകയും നമ്മുടെ കുട്ടികളുടെ സംസ്കാരത്തിനും അഭിരുചിക്കും ഇണങ്ങുന്ന ചില പാഠഭേദങ്ങൾ നിർദേശിക്കുകയും ചെയ്ത് എല്ലാവിധ സഹകരണങ്ങളും നൽകിയ ഭാര്യയും സ്നേഹിതയുമായ ലീലാനരേന്ദ്രനോടുള്ള കടപ്പാട് രേഖപ്പെടുത്തുന്നു.

ഈ സമാഹാരം നല്ല നിലയിൽ പ്രസിദ്ധീകരിക്കാൻ സൻമനസ്സു കാണിച്ച ഇന്റസൈറ്റ് പബ്ലിക്കയ്ക്കും എന്റെ കടപ്പാട് രേഖപ്പെടുത്തുന്നു.

ഈ സമാഹാരം മലയാളഭാഷയ്ക്ക് ഒരു മുതൽക്കൂട്ടായി അംഗീകരിക്കപ്പെടുമെങ്കിൽ എന്റെ ശ്രമം വിജയിച്ചു എന്ന് അഭിമാനിക്കുകയും ഇതേ രീതിയിൽ കുറേ കഥകൾക്കൂടി മലയാലത്തിലേക്ക് പുനരാഖ്യാനം ചെയ്ത് പ്രസിദ്ധീകരിക്കാനുള്ള എന്റെ ശ്രമം തുടരുകയും ചെയ്യും.

പി.കെ.എൻ. പണിക്കർ

പേർഷ്യ

തെക്കു പടിഞ്ഞാറൻ ഏഷ്യ എന്ന് വിശേഷിപ്പിക്കാവുന്ന പേർഷ്യ ഇന്നത്തെ ഇറാനിന്റെ ഭാഗമായിരുന്നു എന്ന് പറയാം. പണ്ട്, പല ശതാബ്ദങ്ങൾക്ക് മുൻപ് പേർസിസ് (പേർഷ്യ) എന്ന പേരിൽ അറിയപ്പെട്ടിരുന്ന സ്ഥലങ്ങളിലെ ആദിമനിവാസികൾ കുറേശ്ശയായി ആ പേര് ഇറാൻ എന്ന് രൂപാന്തരപ്പെടുത്തി. ഇറാൻ എന്നു പറഞ്ഞാൽ ആര്യൻമാരുടെ നാട് എന്നർത്ഥം. 1935 ലാണ് ഔദ്യോഗികമായി ഇറാൻ എന്നപേര് അംഗീകരിക്കപ്പെട്ടത്. ഈ പുസ്തകത്തിൽ പേർഷ്യയെന്നും ഇറാനെന്നും മാറിമാറി പ്രസ്താവിക്കുന്നത് ഒരേ നാടിനെയാണെന്ന് മനസിലാക്കണം.

ചരിത്രത്തിൽ സ്ഥാനം പിടിച്ചിട്ടുള്ള മഹാനായ അലക്സാണ്ടർ, ജെംഗിഷ്ഖാൻ, സെനഫോൺ, ഹീരോഡോട്ടസ്, സയിറസ്, ടോളമി, ഡാരിയസ് ഒന്നാമൻ, അബ്ബാസ് ഒന്നാമൻ മുതലായവരെല്ലാം ഇറാനിൽ (പേർഷ്യയിൽ) നിന്നുള്ളവരായിരുന്നു. ഇറാനിയൻ സംസ്കാരത്തെ വളരെയധികം സ്വാധീനിച്ചിട്ടുള്ളത് ഇന്ത്യൻ ഉപഭൂഖണ്ഡത്തിൽ നിന്നുള്ള ഇൻഡോ ആര്യന്മാരും മെസപ്പൊട്ടോമിയയിൽ നിന്നുള്ളവരുമാണ്. അതുപോലെ നമ്മുടെ സംസ്കൃതവും പേർഷ്യൻഭാഷയും തമ്മിലും അഭേദ്യമായ ബന്ധമുണ്ട്.

ആദ്ധ്യാത്മിക ചിന്തകളുമായി ബന്ധപ്പെട്ട ഏതൊരു പഠനത്തിലും സുതാരാഷ്ട്രരെ മറക്കാനാവില്ല; അദ്ദേഹത്തിന്റെ നാമധേയത്തിൽ ഒരു കാലത്ത് വ്യാപകമായി അംഗീകരിക്കപ്പെട്ട ഒരു മതമായിരുന്നു സൊരാഷ്ട്രീയനിസം. ഏതാണ്ട് B.C (Bef ore Christ - ക്രിസ്തുവിന് മുമ്പ്) ആറാം ശതകത്തിൽ സൊരാഷ്ട്രന്റെ കാഴ്ചപ്പാടുകളും ആദ്ധ്യാത്മിക

സിദ്ധാന്തങ്ങളും ഉൾക്കൊണ്ടുകൊണ്ട് രൂപപ്പെട്ട മതം ഹിന്ദുമതവുമായി വളരെയേറെ ബന്ധപ്പെട്ടതാണെന്ന് കരുതപ്പെടുന്നു; ബുദ്ധമതവും, ജൈനമതവും സിക്കുമതവും പോലെ. പക്ഷേ പശ്ചിമ,ഏഷ്യയിൽ ഇസ്ലാം മതം കൂടുതലായി പ്രചരിക്കപ്പെട്ടപ്പോൾ ഇറാനിൽ ബഹു ഭൂരിപക്ഷം ആളുകളും പുതിയ മതം സ്വീകരിക്കാൻ പല കാരണങ്ങൾ കൊണ്ടും നിർബന്ധിതരായി. എങ്കിലും ഇസ്ലാം സ്വീകാര്യമല്ലായിരുന്ന വരിൽ നല്ലൊരു പങ്ക് ആളുകൾ ഇന്ത്യയിലേക്ക് അഭയാർത്ഥികളായി കുടിയേറുകയും ചെയ്തു. A.D 630 -നും 660-നും (അതായത് ഏതാണ്ട് 1360-1390 വർഷങ്ങൾക്കു മുമ്പ്) ഇടയ്ക്കാണ് ആ കുടിയേറ്റം നടന്നത് - കൂടുതലാളുകളും ഗുജറാത്തിലാണ് താമസമാക്കിയത്. പിന്നീട് ബോംബെയിലും.

അങ്ങിനെ ഇവിടെയെത്തിയ പാർസികൾഇന്ത്യയുടെ ജനസംഖ്യയിൽ വളരെ ചെറിയ വിഭാഗമാണെങ്കിലും നമ്മുടെ നാടിന്റെ വളർച്ചയ്ക്ക് പല വിധത്തിലും, വിവിധ തുറകളിൽ തുടക്കം കുറിച്ചു സഹായിച്ചവരാണ് അവരിൽ പലരും എന്ന് ഓർക്കേണ്ടതുണ്ട്; അവർ ഇന്ത്യ അവരുടെ സ്വന്തം നാടാണെന്ന് അംഗീകരിച്ചു - സ്നേഹിച്ചു എന്ന സത്യവും. അവരിൽ മുൻപന്തിയിലുണ്ടായിരുന്ന ചിലരുടെ പേരുകൾ കൊടുക്കുന്നു.

വ്യക്തികളുടെ പേര്	തുടക്കം കുറിച്ചത് സ്ഥാപനം/സംരംഭം	വർഷം
അർദേഷിർ ഗോദ്റേജ് -പിറോർഷാ ബുർജോർജ് -	ഗോദ്റേജ്കമ്പനി	1897
ബിറാമ്ജി ജീജിഭോയ് -	ബി.ജെ.മെഡിക്കൽ കോളേജ് (അഹമ്മദബാദ്)	1871
ജാം സേത്ജി ടാറ്റാ -	ടാറ്റാകമ്പനികളുടെ തുടക്കം. പല തുണി നിർമ്മാണ കമ്പനികളും തുടങ്ങി. ഒരു സ്റ്റീൽ കമ്പനിയെക്കുറിച്ച് സ്വപ്നം കണ്ടു.	1870
സർ ദൊറാബ്ജി ടാറ്റ.	ടാറ്റാ സ്റ്റീൽ കമ്പനി മറ്റു ടാറ്റാ ഗ്രൂപ്പ് കമ്പനികളും	1904

ബി.പി. വാഡിയ	ഇന്ത്യയിലെ തൊഴിലാളി പ്രസ്ഥാനത്തിന് ആരംഭം കുറിക്കുന്നതിൽ മുൻകൈ എടുത്തു. ഇൻഡ്യയിലെ ആദ്യത്തെ തൊഴിലാളി യൂണിയനായി 1918. ഏപ്രിൽ 27-ാം തിയ്യതി തുടക്കം കുറിച്ച മദ്രാസ് ടെക്സ്റ്റെയിൽ വർക്കേഴ്സ് യൂണിയൻ (The Madras Textile Workers union) തൊഴിലാളികളുടെ അഭ്യർത്ഥന പ്രകാരംശ്രീ വാഡിയ അതിന്റെ ആദ്യത്തെ പ്രസിഡന്റായി	1910-1930 കാല ഘട്ടം
ഹോമി ജഹാംഗീർ	ഭാഭഇന്ത്യൻ ആണവ ഗവേഷണ കേന്ദ്രത്തിന്റെ ആദ്യത്തെ ചെയർമാൻ	1940 - 50 കാലഘട്ടം
റത്തൻ ടാറ്റ	ടാറ്റാ കമ്പനികളുടെ കൂട്ടതലായ വളർച്ച -കമ്പനികളെ ലോകോത്തര കമ്പനി കളുടെ നിലവാരത്തിലേക്ക് ഉയർത്തി- ഇന്ത്യയിൽ തന്നെ രൂപകൽപന ചെയ്ത കാറുകൾ കുറഞ്ഞവിലയ്ക്ക് വിപണിയിൽ ഇറക്കി. അദ്ദേഹം ഇപ്പോഴും ടാറ്റാ കമ്പനികൾക്ക് നതൃത്വം കൊടുത്തുകൊണ്ടിരിക്കുന്നു.	
ദാദാഭായി നവറോജി	ഇന്ത്യൻ സ്വാതന്ത്ര്യം എന്ന ആശയം ആദ്യമായി ഉറക്കെ പ്രസ്താവിച്ച വ്യക്തി.	1885 -1900 കാലഘട്ടം
സർ ഫിറോഷ് മേത്ത	ഇന്ത്യൻ നാഷണൽ കോൺഗ്രസ്സിന്റെ സ്ഥാപകരിൽ ഒരാൾ അദ്ദേഹം ആ രാഷ്ട്രീയ പ്രസ്ഥാനത്തിന്റെ പ്രസിഡന്റായി മൂന്നു പ്രാവശ്യം തിരഞ്ഞെടുക്കപ്പെട്ടു.	1885
ഹോമി നസ്സർ വഞ്ചി സേത്ന	കെമിക്കൽ എംജിനിയരും ഇന്ത്യയുടെ ആദ്യത്തെ അണവായുധം രൂപപ്പെ ടുത്തുന്നതിൽ പ്രധാന പങ്കുവഹിച്ച ശാസ്ത്രജ്ഞനും.	1974
ജെ. ആർ.ഡി. ടാറ്റാ.	ഇന്ത്യയുടെ ആദ്യത്തെ വിമാന സർവ്വീസ് (Air India) ടങ്ങി വെച്ചയാൾ ആദ്യത്തെ പേര് ടാറ്റ എയർ സർവീസ്.	

ഡോക്ടർ സൈറസ് പൂനവ്വാല	സെറം ഇൻസ്റ്റിട്യൂട്ട് ഓഫ് ഇന്ത്യ (Serum Institute of India) തുടക്കം കുറിച്ചവ്യക്തി .ഈ സ്ഥാപനമാണ് കോവിഡ് -19 (Covid 19) എന്ന മഹാമാരിക്കെതിരെ പ്രതിരോധശക്തിയുള്ള മരുന്നുകളുടെ നിർമ്മാണത്തിൽ മുൻപന്തിയിൽ നിന്ന് ഇൻഡ്യക്ക് പേരും പെരുമയും ഉണ്ടാക്കിത്തന്നത്	2020

പട്ടിക നീട്ടുന്നില്ല. പാർസികളുടെ എണ്ണം ഇന്ത്യയിൽ ഇന്ന് (2020 - യിൽ) ഏതാണ്ട് 60,000 -നും താഴെ മാത്രമാണ്.

കഥകൾ

നിധികിട്ടിയ ആട്ടിടയൻ 15

അബ്ബാസ് രാജാവും ഒരു പാവപ്പെട്ട അമ്മയും 18

റൊട്ടി ഉണ്ടാക്കുന്നവനും നന്ദിയുള്ള മത്സ്യങ്ങളും 26

നാല്പത് കള്ളന്മാർ 33

ഫയിസും പെരിഭാര്യയും 54

പ്രാർത്ഥനാ നിരതനായ റൊട്ടിക്കാരൻ 61

ഒരു ക്ഷുരകന്റെ കക്ഷി കണ്ട സ്വപ്നം 68

ഭാഗ്യം പ്രവചിക്കുന്നവൻ 73

എലിയും പൂച്ചയും 87

അബ്ദുൽകരിം എന്ന കർഷകനും രാജാവിന്റെ നിധിയും 99

കർഷകന്റെ മകനും മന്ത്രവാദിയും 111

നിധികിട്ടിയ ആട്ടിടയൻ

ഇത് രണ്ട് ആട്ടിടയൻമാരുടെ കഥയാണ്. അവർ ദിവസക്കൂലിക്ക് ജോലി എടുത്ത് അതിൽ നിന്ന് കിട്ടിയിരുന്നതുകൊണ്ട് ജീവിതം നടത്തിയിരുന്നു. പലപ്പോഴും തുറസ്സായ മൈതാനങ്ങളിൽ അവരുടെ യജമാനൻമാരുടെ ആട്ടിൻകൂട്ടത്തെ മേയാൻ കൊണ്ടു പോകുമായി രുന്നു. അങ്ങിനെ ഒരു ദിവസം അവരിൽ ഒരാൾ മൈതാനത്തിന്റെ ഓരമായി തണലുണ്ടായിരുന്ന സ്ഥലത്ത് കിടന്നുറങ്ങുകയായിരുന്നു. മറ്റെയാൾ ഉറങ്ങുന്ന കൂട്ടുകാരന്റെയടുത്ത് ആടുകളേയും നോക്കി ഇരുന്നു.

അങ്ങിനെയിരിക്കുമ്പോൾ കണ്ട ഒരു പ്രത്യേക കാഴ്ച എന്താണെന്നറി യേണ്ടേ ? ഉറങ്ങിക്കിടന്ന കൂട്ടുകാരന്റെ മൂക്കിൽ നിന്ന് പച്ച നിറത്തിലുള്ള ഒരീച്ച വെളിയിൽ വന്ന് അവിടെയൊക്കെ പറന്നു നടക്കുന്നതായിരു ന്നു ആ കാഴ്ച. മാത്രമല്ല അയാൾ നേരത്തെ ഒന്നോ രണ്ടോ ആടുകളെ കറന്ന് കിട്ടിയ പാലിൽ അല്പം നാരങ്ങ നീരൊഴിച്ച് പാല് പിരിപ്പിച്ച് ഉണ്ടാക്കിയ ചീസ് എടുത്തുവെച്ചിരുന്നു- അതിനു പുറത്ത് ഒരു കത്തിയും. പറന്നു നടന്ന ഈച്ച പിന്നീട് പറന്നുചെന്ന് ആകത്തിയുടെ മുകളിൽ ഇരുന്നു. കുറേ നേരം കത്തിയുടെ മുകളിൽ ഇരുന്നതിനുശേഷം പറന്നു ചെന്ന് ഒരല്പം ദൂരെയായി കിടന്നിരുന്ന മൂന്ന് വലിയ പാറാങ്കല്ലുകളിൽ ഒന്നിന്റെ പുറത്ത് ഇരുന്നു. പിന്നീടത് മൂന്നു കല്ലുകളിൽ നടുക്ക് കിടന്ന തിന്റെ പുറത്തു സ്ഥാനം പിടിച്ചു. അത് ആ കല്ലിന്റെ പുറത്ത് കുറേനേരം അങ്ങോട്ടുമിങ്ങോട്ടും നടന്നുകൊണ്ടേയിരുന്നു. ആട്ടിടയൻ ആ സമയമെ ല്ലാം ഈച്ചയേ ശ്രദ്ധിച്ച് നോക്കിക്കൊണ്ട് ഇരുന്നുപോയതുകാരണം ചുറ്റും നടന്നൊതൊന്നും അത്ര ശ്രദ്ധിച്ചില്ല.

പക്ഷേ പെട്ടെന്നാണ് അയാൾ കണ്ടത്; തന്റെ ആട്ടിൻകൂട്ടത്തെ ഏതോ വന്യമൃഗങ്ങൾ തുരത്തി ഓടിച്ചിരിക്കുന്നു. ഒന്നോ രണ്ടോ ആടുകളെ കൊന്ന് തിന്നുകയും ചെയ്തിരുന്നു. ആടുകൾ അയാളുടെ യജമാനന്റേതായിരുന്നു എന്ന് പ്രത്യേകം പറയേണ്ടതില്ലല്ലോ. അവ നഷ്ടപ്പെട്ടാൽ യജമാനൻ എങ്ങിനെ പ്രതികരിക്കുമെന്ന് അയാൾക്ക് നന്നായി അറിയാമായിരുന്നു. ആ ഭയത്തിൽ അയാൾ ഉറക്കെ വിളിച്ചു.

'ഏ. കൂട്ടുകാരാ. നീയിങ്ങനെ ഉറങ്ങിയാലോ. നമ്മുടെ ആടുകളെല്ലാം ഓടിപ്പോയിരിക്കുന്നു. ഉറക്കം മതിയാക്കി എഴുന്നേൽക്ക്.'

'എടാ കൂട്ടുകാരാ. നീ എന്നെ ഉറക്കത്തിൽ ബുദ്ധിമുട്ടിക്കാതിരിക്ക്. ഞാനൊരു നല്ല സ്വപ്നം കണ്ടുകൊണ്ടിരിക്കുകയായിരുന്നു. നോക്ക് ഇവിടെ കിടക്കുന്ന ഈ കല്ലിന്റെ പുറത്തിരുന്ന് ഒരൊന്നാന്തരം സ്വപ്നം കണ്ടുകൊണ്ടിരുന്ന എന്നെ നീ വിളിച്ചുണർത്താൻ ശ്രമിച്ചത് ഒട്ടും ശരിയായില്ല. കേട്ടോ.'

അതുകേട്ട ആട്ടിടയന് ഒരു കാര്യം ബോദ്ധ്യമായി- കല്ലിന്റെ പുറത്തിരുന്ന ഈച്ച സ്നേഹിതന്റെ ആത്മാവായിരുന്നു എന്ന സത്യം. അയാൾ അല്പം ആലോചിച്ചതിനുശേഷം വീണ്ടും വിളിച്ചു.

'ചെങ്ങാതി, നീ ഉറക്കത്തിൽ സ്വപ്നം കാണുകയായിരുന്നു എന്നല്ലേ പറഞ്ഞത്. നീ എത്രവേണമെങ്കിലും ഉറങ്ങിക്കൊ. പക്ഷേ നീ കാണുന്ന സ്വപ്നം എന്താണെന്ന് അല്പം ഉച്ചത്തിൽ പറഞ്ഞാൽ എനിക്കുംകൂടി കേൾക്കാമല്ലോ. എന്താ പറയുകയില്ലേ, കൂട്ടുകാര.'

'ശരി. പറയാം.'

'എന്നാൽ പറഞ്ഞോ. ഞാൻ കേട്ടുകൊണ്ട് നിന്റെയരികിൽ ഇവിടെത്തന്നെ ഇരിക്കാം.'

'എങ്കിൽ കേട്ടോ ചെങ്ങാതി. ഞാൻ നടന്ന് ഒരു ഇരുമ്പു പാലത്തിൽ എത്തി. പാലത്തിന്റെ മുകളിൽ കൂടി ഞാൻ നടന്നു. അപ്പോൾ പാലത്തിനടിയിൽ അടി കാണാനാകാത്ത ഒരു ഗർത്തമായിരുന്നു. മാത്രമല്ല, താഴെയുണ്ടായിരുന്നത് വെളുത്ത നിറത്തിലുള്ള ഒരു തരം ജലമായിരുന്നു. ഞാൻ സാവധാനം ആ പാലത്തിൽക്കൂടി നടന്ന് മറുകരയെത്തിയതിനുശേഷം അവിടെനിന്നു പറന്ന് ഒരു മലമുകളിൽ ഇരുന്നു. അവിടെ എനിക്കു താഴെ പൊട്ടിയ കല്ലുകളും മറ്റുമായിരുന്നു. പിന്നീട് ഞാനാ കുന്നിൻ പുറത്തുനിന്നും മറ്റൊരു കുന്നിന്റെ മുകളിൽ ചെന്നിരുന്നു.ആ കുന്നിന്റെ അടിയിൽ ഒരു വലിയ നിധി ഉണ്ടായിരുന്നു; ധാരാളം സ്വർണ്ണ നാണയങ്ങളും മറ്റും കൂട്ടിയിട്ടിരുന്ന ഒരു നിധി. പക്ഷേ പിന്നീട് അങ്ങോട്ടു എന്തെങ്കിലും കാണുന്നതിനു മുമ്പ് നീ എന്നെ ഉണർത്തിയില്ലേ ? കഷ്ടം.'

'അറിയാതെ പറ്റിപോയതല്ലേ. ക്ഷമിക്ക്. ഇനി ഞാൻ നിന്നെ ഉപദ്ര വിക്കുകയേയില്ല. നീ ഉറങ്ങിക്കോ.' അയാൾ അല്പം നിർത്തിയിട്ട് അല്പം കുറഞ്ഞ ശബ്ദത്തിൽ വീണ്ടും പറഞ്ഞു.

'ഞാനിപ്പോൾ പോകുന്നു. ഉണർന്നു കഴിഞ്ഞ് നീ യജമാനന്റെയ ടുക്കൽ പോയി എന്റെയും കൂടി ഇന്നത്തേ കൂലി വാങ്ങിക്കോ. എന്റെ കൂലിയും കൂടി നീ എടുത്തോ." അത്രയും പറഞ്ഞിട്ട് ആ ആട്ടിടയൻ ഈച്ചയിരുന്ന കല്ലിന്റെ അടുക്കൽ എത്തി. അപ്പോഴേക്കും ഈച്ച പറന്നുപോയിരുന്നു. അയാൾ നല്ല ഭാരമുണ്ടായിരുന്ന ആ കല്ല് കഷ്ടപ്പെട്ട് ഉരുട്ടിമാറ്റി. പ്രതീക്ഷിച്ചതുപോലെ കല്ലിനടിയിൽ നാല് കുടങ്ങളുണ്ടാ യിരുന്നു- സ്വർണ്ണ നാണയങ്ങളും ആഭരണങ്ങളും മറ്റും നിറച്ച നാല് കുടങ്ങൾ. അയാൾ നാല് കുടങ്ങളും എടുത്തുകൊണ്ട് സ്വന്തം വീട്ടിലേക്ക് പുറപ്പെട്ടു. വീട്ടിലെത്തിയശേഷം അയാൾ ആരും കാണാത്ത വിധം കുടങ്ങൾ ഒളിപ്പിച്ച് വെച്ചു. ആ വിവരങ്ങളൊന്നും അയാൾ ആരോടും പറഞ്ഞതുമില്ല. മാത്രമല്ല തന്റെ കൂട്ടുകാരനെ പിന്നീട് കാണാൻ ശ്രമി ക്കുകയും ചെയ്തില്ല. ജോലിക്കൊന്നും പോകാതെ കയ്യിൽ കിട്ടിയ നിധി കാത്തു സൂക്ഷിച്ച് അയാൾ പിന്നീടുള്ള കാലമത്രയും സുഖമായി ജീവിച്ചു.

അബ്ബാസ് രാജാവും ഒരു പാവപ്പെട്ട അമ്മയും

ഇത് പണ്ടു പണ്ട് പേർഷ്യയിൽ ഉണ്ടായിരുന്ന ഒരു രാജാവിന്റെയും അദ്ദേഹത്തിന്റെ നീതി നടപ്പ് രീതിയേയും പ്രതിപാദിക്കുന്ന ഒരു കഥയാണ്. ഷാ അബ്ബാസ് (പേർഷ്യൻ ഭാഷയിൽ ഷാ എന്നാൽ രാജാവ് എന്നർത്ഥം.) തന്റെ നാട്ടിൽ ജനങ്ങൾ എങ്ങനെ ജീവിക്കുന്നു എന്നറിയാൻ, അവരുടെ കഷ്ടപ്പാടുകൾ എന്തൊക്കെയെന്ന് നേരിട്ടറിയാൻ, നീതി നടത്തിപ്പ് കൃത്യമായും സത്യസന്ധമായും നടക്കുന്നുണ്ടോ എന്നും നേരിട്ട് അറിയാൻ അദ്ദേഹം വേഷപ്രച്ഛന്നനായി രാജ്യത്തിന്റെ പല ഭാഗത്തും ഇടയ്ക്കിടയ്ക്ക് പോകുന്ന പതിവുണ്ടായിരുന്നു. അത്തരം ഒരവസരത്തിൽ നടന്ന ഒരു സംഭവമാണ് ഇത്.

അന്നൊരു ദിവസം ഷാ അബ്ബാസ് ഒരു ഗ്രാമത്തിൽ ഒരു സൂഫി സന്ന്യാസിയുടെ വേഷത്തിൽ സഞ്ചരിച്ചുകൊണ്ടിരുന്ന സമയത്ത് ഒരു ചെറിയ കുടിലിൽ നിന്നും രണ്ടു മൂന്നു കുട്ടികളുടെ കരച്ചിൽ കേട്ടു.

“അമ്മേ, വിശന്നിട്ടുവയ്യാ. കഴിക്കാനെന്തെങ്കിലും താ അമ്മേ.” അവർ അങ്ങിനെ പറഞ്ഞുകൊണ്ട് വാവിട്ട് കരഞ്ഞു കൊണ്ടിരുന്നു.

അതിനുമറുപടിയെന്നോണം,

“മക്കളെ കഴിക്കാൻ തരാൻ ഇവിടെ ഒന്നുമില്ലല്ലൊ. ഞാനെന്തുചെയ്യാനാ. ഇങ്ങനെ നമ്മളെയൊക്കെ പട്ടിണിക്കിട്ട് കൊല്ലാതെ അങ്ങു കൊന്നു കള ദൈവമേ എന്ന് പ്രാർത്ഥിക്കാനല്ലാതെ ഈ അമ്മയ്ക്ക് വേറേ ഒന്നും ചെയ്യാൻ കഴിയുന്നില്ലല്ലോ മക്കളേ.”

"വെശന്നിട്ട വയ്യായ്യേ. അമ്മേ എന്തെങ്കിലും താ."

കരച്ചിൽകേട്ട് ഷാ എന്താണ് സത്യാവസ്ഥ എന്ന് തിരക്കാനായി ആ കുടിലിലേക്ക് കയറിച്ചെന്നു. സൂഫി സന്ന്യാസി വേഷത്തിൽ കയറിച്ചെന്ന അദ്ദേഹത്തിന്റെ തോളിൽ ഒരു സഞ്ചിയും ഒരു ഭിക്ഷാപാത്രവും, ഭിക്ഷാ പാത്രം നിറച്ച് പേർഷ്യൻ ആഷും (പയറു വർഗങ്ങൾ ഇട്ട് ഉണ്ടാക്കിയ ഒരു തരം കഞ്ഞി) ഉണ്ടായിരുന്നു.

വീട്ടിലേക്ക് കയറിച്ചെന്ന സന്ന്യാസിയെക്കണ്ട് ആ സ്ത്രീ എഴുന്നേറ്റ് നിന്നു.

"നിങ്ങളെന്തിനാ ഇങ്ങിനെ ഉറക്കെ കരയുന്നത്. എന്തു സംഭവിച്ചു."

"സ്വാമി. മക്കളുരണ്ടും പട്ടിണിയാ. അവർക്കുകൊടുക്കാൻ ഈ വീട്ടിൽ ഒന്നും ഇല്ല. കയ്യിൽ പണമില്ലാത്തതുകൊണ്ട് ഒന്നും വാങ്ങാനും കഴിയു ന്നില്ല. കരയുകയല്ലാതെ എന്നെക്കൊണ്ട് മറ്റെന്തു ചെയ്യാൻ കഴിയും."

"സാരമില്ല. ദാ ഇതിനകത്തുള്ള ഭക്ഷണം കുട്ടികൾക്ക് കൊടുക്കു. നിങ്ങളും കഴിക്കു."

കിട്ടിയ ഭക്ഷണം ആർത്തിയോടെ കഴിക്കുന്നതും നോക്കി ഷാ അവിടെത്തന്നെ ഇരുന്നു. അവർ ഭക്ഷണം കഴിച്ചു കഴിഞ്ഞപ്പോൾ ഷാ പോകാനായി എഴുന്നേറ്റു. പക്ഷേ പോകുന്നതിനു മുൻപേ ഷാ ആ സ്ത്രീയെ അടുക്കൽ വിളിച്ച് തന്റെ കയ്യിലുണ്ടായിരുന്ന ഒരു മോതിരം വിരളിൽ നിന്ന് ഊരിയെടുത്ത് അവർക്കു കൊടുത്തിട്ട് പറഞ്ഞു.

"നിങ്ങൾ ഒന്നുകൊണ്ടും വിഷമിക്കേണ്ട. ഇനി ഒരിക്കലും നിങ്ങൾ പട്ടിണി കിടക്കേണ്ടി വരില്ല. ഇതാ. ഈ മോതിരം വാങ്ങിക്കൊള്ളൂ. നാളെ അടുത്തുള്ള റൊട്ടിക്കടയിൽ ഈ മോതിരം കൊടുത്തിട്ട് കടയുടെ മുതലാളിയോട് ഇത് നിങ്ങളുടെതാണെന്നും ഇത് എടുത്തിട്ട് പകരം നിങ്ങൾക്ക് എന്നും ആവശ്യത്തിന് ആഹാരം നൽകണമെന്നും പറയുക. നിങ്ങളുടെ മക്കൾ പ്രായപൂർത്തിയായി സ്വന്തമായി ജോലി ചെയ്ത് സമ്പാദിക്കാൻ തുടങ്ങുന്നതുവരെ നിങ്ങൾക്ക് ഭക്ഷണം തരാൻ വേണ്ടത്ര പണം ഈ മോതിരം വിറ്റാൽ കിട്ടുമെന്നും പറയുക. അങ്ങിനെ ഇനി നിങ്ങൾക്ക് എന്നും വേണ്ടത്ര ഭക്ഷണം തരാൻ അയാൾ കടപ്പെ ട്ടവനായിരിക്കും.

"ശരി. ഇനി ഞാൻ പോകട്ടെ."

ഷാ അത്രയും പറഞ്ഞിട്ട് അവിടെ നിന്നും നടന്ന് മറഞ്ഞു.

അടുത്ത ദിവസം ആ സ്ത്രീ വളരെ സന്തോഷത്തോടെ മോതിരവും കൊണ്ട് അടുത്തുള്ള റൊട്ടിക്കടയിൽ പോയി.കട ഉടമസ്ഥന്റെ കയ്യിൽ

മോതിരം കൊടുത്തിട്ട് സന്ന്യാസി പറഞ്ഞ വിവരങ്ങൾ അയാളോടു പറഞ്ഞു. അയാൾ മോതിരം തിരിച്ചു മറച്ചു നോക്കി പരിശോധിച്ചു. മോതിരം നല്ല വിലമതിപ്പുള്ളതാണെന്ന് അയാൾക്കും ബോധ്യമായി. അയാൾ ആ സ്ത്രീയോട് ചോദിച്ചു.

"ഹേ. നിങ്ങൾക്കീ മോതിരം എവിടെ നിന്ന് കിട്ടി. എങ്ങിനെ കിട്ടി. സത്യം പറ."

"മോതിരം എനിക്കൊരു സന്ന്യാസി തന്നതാണ്. ഇപ്പോൾ ഇതെനിക്ക് സ്വന്തമാണ്."

"നിങ്ങൾ കള്ളം പറയുകയാണ്. ഇത് നിങ്ങൾ എവിടെ നിന്നോ മോഷ്ടിച്ചതാണ്. സത്യം പറ."

"സത്യമായും ഇതെനിക്ക് ഒരു സന്ന്യാസി സ്വമനസ്സോടെ തന്നതാ."

"ഇല്ല. നിങ്ങൾ കള്ളം പറയുകയാണ്. നിങ്ങളെക്കൊണ്ട് സത്യം പറയിപ്പിക്കാമോ എന്ന് നോക്കട്ടെ."

അയാൾ ആ സ്ത്രീയെ ബലമായി പിടിച്ചുകൊണ്ട് ആഗ്രാമത്തിലെ ദറോഗയുടെ (പോലീസ് ഓഫീസർ) അടുത്ത് കൊണ്ടു പോയി. അയാൾ പോലീസ് ഉദ്യോഗസ്ഥനോട് പറഞ്ഞു.

"ഹുസൂർ, ഈ സ്ത്രീ ഇന്നലെ എന്റെ വീട്ടിൽ നിന്നും ഈ മോതിരം മോഷ്ടിച്ചു. എന്നിട്ട് ഇന്ന് ഈമോതിരവുമായി എന്റെ കടയിൽ വന്ന് ഇത് അവരുടേതാണെന്നും ഞാനതിന്റെ വിലയ്ക്ക് അവർക്ക് ഭക്ഷണ സാധനങ്ങൾ കൊടുക്കണമെന്നും പറഞ്ഞ് വഴക്കിടുന്നു. അതുകൊണ്ട് ഞാനവരെ പിടിച്ചു കൊണ്ടുവന്ന് അങ്ങയുടെ മുമ്പിൽ നിർത്തുകയാണ്. എന്താണ് ചെയ്യേണ്ടതെന്ന് അങ്ങുതന്നെ തീരുമാനിച്ചാലും." പോലീസ് ഉദ്യോഗസ്ഥൻ കൂടുതലൊന്നും അന്വേഷിക്കാതെ തന്റെ കീഴ്ജീവനക്കാരോട് ആ സ്ത്രീയെ കസ്റ്റഡിയിൽ എടുക്കാൻ ഉത്തരവിട്ടു. പിന്നീട് ശിക്ഷ വിധിച്ചു. ആസ്ത്രീയുടെ കാതുകളുടെ കീഴ്ഭാഗം (കീഴ്ക്കാതുകൾ) മുറിച്ചുകളയുക.

പോലീസ് ഉദ്യോഗസ്ഥന്റെ ഉത്തരവ് കൃത്യമായും പാലിച്ചു. പിന്നീട് കടയുടമസ്ഥൻ മോതിരവുമായി അയാളുടെ കുടിലിലേക്കും. ആ സ്ത്രീ കരഞ്ഞുകൊണ്ട് അവരുടെ കുടിലിലേയ്ക്കു മടങ്ങി. കുടിലിലെത്തിയ സ്ത്രീ അവിടെയിരുന്ന് ഇടയ്ക്കിടയ്ക്ക് ഉച്ചത്തിൽ കരഞ്ഞു- ആ സന്ന്യാസിയേയും തനിക്കും തന്റെ കുഞ്ഞുങ്ങൾക്കും ആ വിധി ഉണ്ടാക്കിയ ദൈവത്തിനേയും ശപിച്ചുകൊണ്ട് ആർത്തു വിളിച്ചു.

"ഹേ. ദൈവമേ. അങ്ങിത്ര ദുഷ്ടനായതെന്തിനാ. എന്നെയും എന്റെ മക്കളേയും ഇങ്ങിനെ പട്ടിണിക്കിടുന്നതെന്തിനാ. ഇന്നലെ

ദൈവത്തെപോലെ തോന്നിക്കുന്ന ഇവിടെ വന്നയാൾ മോഷ്ടിച്ച മോതിരം എനിക്ക് തന്നിട്ട് പോയി. അയാളെക്കൊണ്ട് നല്ല വാക്കുപറയിച്ച് ആ മോതിരം എനിക്ക് തരീച്ചതെന്തിനാ. നീ എന്നെ എല്ലാവരും കള്ളിയെന്ന് വിളിച്ച പരിഹസിക്കുന്നതു കേട്ട്സന്തോഷിക്കാമെന്ന് കരുതിയോ.നോക്ക്. ചെവി മുറിച്ച വേദന ഇനിയും പോയിട്ടില്ല, നീ ഇത്ര ദു:ഷ്ടനായതെന്തിനാ. ഞാനെന്നും നിനക്ക് മെഴുകുതിരി കൊളുത്തി പ്രാർത്ഥിച്ചിരുന്നില്ലേ ? എന്നിട്ടും എന്നെയിങ്ങിനെ കഷ്ടപ്പെടുത്തുന്നതെന്തിനാ. ദൈവമേ. "

അടുത്ത ദിവസം കാലത്തെ ഷാ തന്റെ സന്ന്യാസി വേഷത്തിൽ വീണ്ടും ആ സ്ത്രീയുടെ കുടിലിന്റെ മുമ്പിൽ എത്തി. തലേ ദിവസം താനവർക്ക് നൽകിയ മോതിരം അവർക്ക് പ്രയോജനപ്പെട്ടോ എന്നറിയുക എന്നതും അദ്ദേഹത്തിന്റെ സന്ദർശനോദ്ദേശമായിരുന്നു. പക്ഷേ അദ്ദേഹം പ്രതീക്ഷിച്ചതിന് വിരുദ്ധമായി കുടിലിൽനിന്നും സന്തോഷവാക്കുകൾക്കു പകരം കരച്ചിലും ശാപവചനങ്ങളുമാണ് കേട്ടത്.

"ആ ദുഷ്ടൻ കപട സന്ന്യാസി. അയാളെന്തിനാ ആ മോഷ്ടിച്ച മോതിരം എനിക്കു തന്നത്. അയാളെ ആരെങ്കിലും ഇങ്ങോട്ട് വിളിച്ചോ. ഇല്ലല്ലോ. ദുഷ്ടൻ. ഇങ്ങോട്ട് കയറിവന്ന് മോതിരം തന്നിട്ട് എനിക്കെന്തു കിട്ടി. ചെവി മുറിച്ചത് മിച്ചം. പിന്നെ കള്ളിയെന്ന പേരും. ദൈവമേ. ആ മഹാപാപിക്ക് ഗുണം പിടിക്കരുതേ. ഇല്ല. പിടിക്കത്തില്ല. എനിക്കറിയാം. സന്ന്യാസിപോലുംസന്ന്യാസി; കള്ള സന്ന്യാസി."

ആ ശകാര വാക്കുകളും ശാപവചനങ്ങളും കേട്ടുകൊണ്ട് സന്ന്യാസി വേഷത്തിൽ ഷാ അബ്ബാസ് ആ കുടിലിലേക്ക് കയറിച്ചെന്നു.

"സഹോദരി. എന്തിനാ ഇങ്ങിനെ കരയുന്നത്. ഒച്ചയുണ്ടാക്കുന്നത്. പറയൂ. നമുക്ക് എല്ലാത്തിനും വഴിയുണ്ടാക്കാം."

"ഓ. താനൊന്നും പറയേണ്ട. എന്തിനാ ഇന്നും ഇങ്ങോട്ട് എത്തിയത്? സന്ന്യാസി പോലും,സന്ന്യാസി."

"സഹോദരി. ഇങ്ങിനെ കരയാതെ. പുലമ്പുന്നതു നിർത്തി എന്നോട് എല്ലാം വ്യക്തമായി തുറന്നു പറയൂ. ഞാൻ നിങ്ങളെ സഹായിക്കാനാണ് - സഹായിക്കാൻ തന്നെയാണ് വന്നത്. എന്നെ വിശ്വസിക്കൂ, ഇത് സത്യം."

ആ സ്ത്രീ പുലമ്പിക്കൊണ്ടിരുന്നതിനിടയിലും തലേന്നാൾ നടന്ന കാര്യങ്ങളെല്ലാം വിശദമായി പറഞ്ഞു. എല്ലാം കേട്ട ശേഷം സന്ന്യാസി അവരോട് പറഞ്ഞു.

“സഹോദരി. എങ്ങിനെയോ പ്രതീക്ഷിക്കാത്ത ഒരു തെറ്റ് നടന്നു. പക്ഷേ എന്നെ വിശ്വസിക്കൂ. ഇനിമേൽ നിങ്ങൾക്ക് ഇങ്ങിനെ കഷ്ടപ്പെടേണ്ടി വരില്ല. ദയവായി സഹോദരി എന്റെ കൂടെ ഒരിടം വരെ വരണം.”

“അപ്പോൾ എന്റെ മക്കളോ.”

“സഹോദരിയുടെ കൂടെ വരട്ടെ. ഒട്ടും ഭയമില്ലാതെ എന്റെ കൂടെ വരൂ.”

സന്ന്യാസി കുടിലിന് വെളിയിലേക്ക് ഇറങ്ങി. കൂടെ ആ സ്ത്രീയും അവരുടെ രണ്ട് മക്കളും. കുറേ ദൂരം നടന്ന് അവരെത്തിച്ചേർന്നത് രാജകൊട്ടാരത്തിന്റെ വാതിൽക്കലാണ്. അത് മനസ്സിലാക്കി ആ സ്ത്രീ ചോദിച്ചു.

“ഹേ സന്ന്യാസി. നിങ്ങൾ ഞങ്ങളെ എങ്ങോട്ടാണ് കൂട്ടിക്കൊണ്ടു വന്നത്. ഇത് രാജകൊട്ടാരമാണല്ലോ. അല്ലേ. എന്താ. ഇനിയും കൂടിയ ശിക്ഷ വല്ലതും വാങ്ങിത്തരാനാണോ നിങ്ങളുടെ പദ്ധതി. “

“സഹോദരീ. ഞാൻ പറഞ്ഞില്ലേ, ഒട്ടും ഭയപ്പെടേണ്ടതില്ലെന്ന്. മാത്രമല്ല ഇനിമേൽ നിങ്ങളുടെ കഷ്ടപ്പാടുകളെല്ലാം മാറുകയും ചെയ്യും. “

“ങ്ങാ. കണ്ടറിയണം.”

അപ്പോഴേക്കും കൊട്ടാരവാതിൽക്കൽ നിന്നിരുന്ന രാജഭടന്മാർ പ്രച്ഛന്ന വേഷധാരിയായ ഷായെ തിരിച്ചറിഞ്ഞ് ഓടിയെത്തി.

ഷാ അബ്ബാസ് സിൽബന്ധികളിൽ ഒരാളെ വിളിച്ച് നിർദേശിച്ചു.

“ഈ സ്ത്രീയെ നിങ്ങൾ റാണിയുടെ കൊട്ടാരത്തിലേക്ക് (ഹാരം) കൂട്ടിക്കൊണ്ടു പോകുക. അവിടെ ഇവർക്കുവേണ്ട എല്ലാ സൗകര്യങ്ങളും ഒരുക്കിക്കൊടുക്കുകയും വേണം. മാത്രമല്ല, ഇവരുടെ ചെവിയിലെ മുറിവുകൾ ഉണങ്ങാൻ വേണ്ട ചികിത്സയും ഒരുക്കണം. “

സിൽബന്ധി സ്ത്രീയേയും കുട്ടികളെയും കൂട്ടിക്കൊണ്ട് ഹാരത്തിലേക്ക് പോയി. പിന്നീട് ഷാ മറ്റൊരാളെ വിളിച്ച് കൊട്ടാരത്തിലേക്ക് വേണ്ട ആഭരണങ്ങൾ പരമ്പരാഗതമായി നിർമ്മിക്കുന്ന സ്വർണപണിക്കാരനെ കൂട്ടിക്കൊണ്ടുവരുവാൻ നിർദേശിച്ചു. മറ്റൊരാളെ ആ സ്ത്രീയുടെ ഗ്രാമത്തിൽ പോയി അവിടുത്തെ പോലീസ് അധികാരിയേയും റൊട്ടിക്കട ഉടമസ്ഥനേയും കൂട്ടിക്കൊണ്ടു വരുവാൻ ആജ്ഞാപിച്ചു. റൊട്ടിക്കടക്കാരനോട് തലേന്ന് അയാൾക്ക് ആ സ്ത്രീയിൽനിന്നും കിട്ടിയ മോതിരവും കൊണ്ടുവരാൻ നിർദേശിക്കണമെന്നും പറഞ്ഞു. അന്നുതന്നെ അല്പം വൈകി ഒരു കൃത്യസമയത്ത് രാജസഭ വിളിച്ചുകൂട്ടാൻ വേണ്ട നിർദേശങ്ങളും നൽകി.

രാജസഭ കൂടാൻ ഉദ്ദേശിച്ചിരുന്ന സമയമായപ്പോഴേക്കും ഷാ തന്റെ രാജകീയമായ ഔദ്യോഗിക വസ്ത്രങ്ങൾ അണിഞ്ഞ് സഭാമണ്ഡപത്തിൽ എത്തി. സഭയിൽ താനുദ്ദേശിച്ച പോലീസ് ഉദ്യോഗസ്ഥനും റൊട്ടിക്കട ക്കാരനും, തലേദിവസം മോഷണക്കുറ്റത്തിന് ശിക്ഷിക്കപ്പെട്ട സ്ത്രീയും, സ്വർണപ്പണിക്കാരനും ഉണ്ടെന്ന് ഉറപ്പുവരുത്തിയതിനുശേഷം ഷാ സഭയിലുണ്ടായിരുന്ന എല്ലാവരേയും അഭിസംബോധന ചെയ്തു പറഞ്ഞു.

"ഇന്നലെ ഒരു മോഷണക്കുറ്റത്തിനായി ഇതാ ഈ നിൽക്കുന്ന സ്ത്രീ ശിക്ഷിക്കപ്പെട്ടിരിക്കുന്നു. എങ്കിലും വാസ്തവം എന്താണെന്നതിനെക്കുറി ച്ച് ഒരു പുനർവിചാരണ ആവശ്യമാണെന്ന് തോന്നിയതുകൊണ്ടാണ് ഞാൻ നിങ്ങളെയെല്ലാം വിളിച്ചു വരുത്തിയത്. ഇനി മോഷണക്കുറ്റ ത്തിന് ശിക്ഷ നൽകിയ നമ്മുടെ പോലീസ് ഉദ്യോഗസ്ഥൻ തന്നെ നടന്ന സംഭവങ്ങൾ കൂടുതൽ വിശദമായി നിങ്ങളോട് പറയും."

പിന്നീട് പോലീസ് ഉദ്യോഗസ്ഥൻ നടന്നതെല്ലാം തികഞ്ഞ സത്യ സന്ധതയോടെ പറഞ്ഞു. അവസാനം,

"അങ്ങിനെ മോഷണം നടത്തിയ ഈ സ്ത്രീയ്ക്ക് തക്കതായ ശിക്ഷ നൽകിയ ഞാൻ എന്റെ കടമ വേണ്ടവണ്ണം നിർവഹിച്ചു - നീതി നടപ്പാ ക്കുന്നതിൽ ഒട്ടും ദാക്ഷിണ്യം കാണിക്കാതെ തന്നെ നിർവഹിച്ചു.," എന്ന പ്രസ്താവനയും കൂട്ടിച്ചേർത്തു.

പിന്നീട് ഷാ റൊട്ടിക്കാരനോട് ചോദിച്ചു.

"മോഷ്ടിക്കപ്പെട്ടുവെന്ന് നിങ്ങൾ പറഞ്ഞ മോതിരം കൊണ്ടു വരണ മെന്ന് പറഞ്ഞിരുന്നല്ലോ. കൊണ്ടു വന്നിട്ടുണ്ടോ.?"

"ഉണ്ട്. ഹുസൂർ."

"ശരി. ആ മോതിരം ഈ സ്വർണപ്പണിക്കാരന്റെ കയ്യിൽ കൊടുക്കൂ."

പിന്നീട് അദ്ദേഹം സ്വർണപ്പണിക്കാരനോട് പറഞ്ഞു.

"ആ മോതിരം വാങ്ങി പരിശോധിച്ചതിനുശേഷം, അതിനെക്കുറിച്ച് നിങ്ങൾക്ക് അറിയാവുന്ന വിവരങ്ങൾ സത്യസന്ധമായി ഈ സഭയേ അറിയിക്കൂ. പക്ഷേ നിങ്ങൾ ആർക്കുവേണ്ടി ആ മോതിരം ഉണ്ടാക്കി എന്നു മാത്രം പറയണ്ട. അത് ഞാൻ പിന്നീട് ചോദിച്ചുകൊള്ളാം."

സ്വർണപ്പണിക്കാരൻ മോതിരം പരിശോധിച്ചിട്ട് പറഞ്ഞു.

"ഈ മോതിരം ഞാൻ പണിതതാണ്. ജോഡിയായി ഒരേമാതിരി രണ്ട് മോതിരങ്ങൾ പണിതു - അതിൽ ഒന്നാണ് ഇത്. "

പിന്നീട് ഷാ റൊട്ടിക്കടക്കാരനോട് ചോദിച്ചു.

“സ്വർണപ്പണിക്കാരൻ പറഞ്ഞതുപോലെ ജോഡിയായി പണിത മോതിരങ്ങളിൽ ഒന്നാണ് ഇതെങ്കിൽ ഇതിന്റെ ജോഡി നിങ്ങളുടെ പക്കൽ ഉണ്ടായിരിക്കണം. അല്ലെങ്കിൽ അതെവിടെയെന്ന് താങ്കൾക്ക് അറിയാമായിരിക്കണം.ഇല്ലേ. ഇനി അങ്ങിനെയല്ലെങ്കിൽ ഇത് നിങ്ങൾക്ക് തന്ന ആളിന് അതിനെക്കുറിച്ച് അറിയാമായിരിക്കണം. അതുകൊണ്ട് സത്യസന്ധമായി ഈ മോതിരം നിങ്ങൽക്ക് എപ്പോൾ, ആരിൽ നിന്ന് എങ്ങിനെ കിട്ടി എന്ന് പറയുന്നതിൽ വിഷമമില്ലല്ലൊ. പറയൂ. എല്ലാവരും കേൾക്കട്ടെ. “

മറ്റ് മാർഗങ്ങളൊന്നുമില്ലാതെ അയാൾ നടന്ന സത്യങ്ങളെല്ലാം ഏറ്റുപറഞ്ഞ് രാജാവിനോടു മാപ്പപേക്ഷിച്ചു.

പിന്നീട് ഷാ തന്റെ പക്കലുണ്ടായിരുന്ന ജോഡിമോതിരവും പണിക്കാരന്റെ കയ്യിലുണ്ടായിരുന്ന മോതിരവും ഒന്നിച്ച് സഭയിലുണ്ടായിരുന്നവർക്ക് പരിശോധിക്കാൻ അവസരം നൽകി. പിന്നീട് അദ്ദേഹം പറഞ്ഞു.

“ഇന്നലെ പ്രച്ഛന്നവേഷത്തിൽ, ഒരു സൂഫിസന്ന്യാസിയുടെ വേഷത്തിൽ ഗ്രാമങ്ങളിൽ ചുറ്റി നടന്ന ഞാൻ തന്നെയാണ് ഈ സ്ത്രീക്ക് ആ മോതിരം നൽകിയത്. നിങ്ങൾക്ക് രണ്ട് മോതിരങ്ങളും പരിശോധിച്ച് അഭിപ്രായം പറയാൻ അവകാശമുണ്ട്.”

സഭയിലുണ്ടായിരുന്നവർ മോതിരങ്ങൾ പരിശോധിച്ചിട്ട് ഉറക്കെ പറഞ്ഞു.

“രണ്ടും ഒരു പോലെയുണ്ട്. സ്വർണപ്പണിക്കാരൻ(തട്ടാൻ) പറഞ്ഞതുപോലെ ഇവ ജോഡിയായി ചെയ്തവയാണ്. സംശയമില്ല. ഞങ്ങൾ അങ്ങയെ പൂർണമായി വിശ്വസിക്കുന്നു.”

പിന്നീട് ഷാ എല്ലാവരും കേൾക്കാനായി പറഞ്ഞു.

“എങ്കിൽ കടയുടമസ്ഥൻ ചെയ്തത് ക്ഷമിക്കാനാകാത്ത തെറ്റാണ് - വഞ്ചനയും കാപട്യവുമാണ്. അതുകൊണ്ട് അയാളുടെ കട ഭരണകൂടം ഏറ്റെടുത്ത് ഈ സഹോദരിക്ക് അവർ സഹിച്ച കഷ്ടങ്ങൾക്കും അപമാനത്തിനും പ്രായശ്ചിത്തമായി നൽകുന്നു. ഇനി ഇവർക്കും ഇവരുടെ കുട്ടികൾക്കും ആ കട നന്നായി നടത്തി അതിൽ നിന്ന് കിട്ടുന്ന വരുമാനം കൊണ്ട് സന്തോഷമായി ജീവിക്കാം. കുട്ടികൾ പ്രായമായി സ്വന്തമായി സമ്പാദിക്കാൻ ശേഷിയുള്ളവരാകുന്നതുവരെ ഇതങ്ങിനെ തന്നെ തുടരും.

പിന്നീട് ഈ പോലീസ് ഉദ്യോഗസ്ഥൻ - ഇയാൾ ചെയ്തതും യാതൊരുവിധ മാപ്പും അർഹിക്കാത്ത കുറ്റമാണ്. ന്യായം നടപ്പാക്കാൻ ചുമതലപ്പെട്ട ഉദ്യാഗസ്ഥർതന്നെ യാതൊരന്വേഷണവും കൂടാതെ ഒരാളെ ശിക്ഷിക്കുക; കുറ്റം ആരോപിക്കപ്പെട്ട ആളിന് കുറ്റം ഉറപ്പാകു ന്നതുവരെ സംരക്ഷണം നൽകാൻ കടമപ്പെട്ട ഉദ്യോഗസ്ഥൻതന്നെ ആരോപണങ്ങളെക്കുറിച്ച് അന്വേഷിച്ചില്ലെന്ന് മാത്രമല്ല, കുറ്റം ആരോ പിക്കപ്പെട്ട ആളിന് പണമോ പിൻബലമോ ഇല്ലാതിരുന്നതുകൊണ്ട് അവരെ ക്രൂരമായി ശിക്ഷിച്ച ഒരുദ്യോഗസ്ഥനേ നമുക്കാവശ്യമുണ്ടോ. നിങ്ങൾ നിങ്ങളുടെ നിക്ഷ്പക്ഷമായ അഭിപ്രായം പറഞ്ഞുകൊള്ളുക. "

സഭയിൽ കൂടിയിരുന്നവർ ഒറ്റ സ്വരത്തിൽ പ്രതികരിച്ചു.

"വേണ്ട. വേണ്ടവേ വേണ്ട. അയാൾക്കു അങ്ങുതന്നെ കടുത്ത ശിക്ഷ നൽകിയാലും."

"ശരി. ഞാനീ ഉദ്യോഗസ്ഥനെ ഇന്നുതന്നെ ജോലിയിൽ നിന്നും പിരിച്ചുവിടുന്നു. മാത്രമല്ല, അയാൾക്ക് ഈ ഗ്രാമത്തിനു പുറത്ത് എവി ടെയെങ്കിലും പോയിതാമസിച്ച് തന്റെ തെറ്റുകൾ തിരുത്തി ജീവിക്കാൻ ഒരവസരം നൽകുന്നതിനൊപ്പം അയാൾ ഇനിമേൽ ഈ ഗ്രാമത്തിൽ പ്രവേശിക്കാൻ പാടില്ലെന്നും ഉത്തരവിടുന്നു. മാത്രമല്ല, ഈ സ്ത്രീയേയോ അവരുടെ മക്കളെയോ നേരിട്ടോ പരോക്ഷമായോ ഏതെങ്കിലും വിധത്തിൽ ഉപദ്രവിക്കുകയോ കഷ്ടപ്പെടുത്തുകയോ ചെയ്താൽ ശിക്ഷ മരണം തന്നെയായിരിക്കും എന്ന് ഓർമ്മപ്പെടുത്തുകയും ചെയ്യുന്നു. "

സഭയിൽ കൂടിയിരുന്നവർ ഒന്നടങ്കം രാജാവിനെ ഭക്തിപുരസരം വണങ്ങി, ഷാ അബ്ബാസ് നീണാൾ വാഴട്ടെ എന്ന് പറഞ്ഞ് പിരിഞ്ഞു. അങ്ങിനെ ആ സംഭവത്തിൽക്കൂടി ഷാ അബ്ബാസിന്റെ പേരും പ്രശസ്തി യും പൂർവ്വാധികം വർദ്ധിക്കുകയും ചെയ്തു.

റൊട്ടി ഉണ്ടാക്കുന്നവനും നന്ദിയുള്ള മത്സ്യങ്ങളും

പണ്ട് പണ്ട് പേർഷ്യയിൽ ജീവിച്ചിരുന്ന ഒരു റൊട്ടിക്കടക്കാരന്റെ (റൊട്ടി ഉണ്ടാക്കുന്നയാൾ എന്നുതന്നെ കരുതുക) ഒരനുഭവകഥയാണ് ഇത്. അദ്ദേഹത്തെ ഇനിയങ്ങോട്ട് റൊട്ടിക്കാരൻ എന്ന് നമുക്ക് സംബോധന ചെയ്യാം.

എന്നും കാലത്ത് മാവ് കുഴച്ച് റൊട്ടിയുണ്ടാക്കുമ്പോൾ അല്പാല്പം മാവും, കരിഞ്ഞുപോയ റൊട്ടിക്കഷ്ണങ്ങളും, അല്ലെങ്കിൽ തലേന്നുണ്ടാക്കിയതിൽ മിച്ചമിരുന്ന് കേട്ടുവരാൻ തുടങ്ങുന്ന റൊട്ടിക്കഷ്ണങ്ങളോ ഒക്കെ കളയേണ്ടതായിവരും. അത്തരം സാധനങ്ങൾ കടയിൽ ഉപയോഗിക്കാൻ കഴിയുകയില്ലെങ്കിലും മൃഗങ്ങൾക്കും മത്സ്യങ്ങൾക്കും, പറവകൾക്കുമൊക്കെ നല്ലൊരു ആഹാരവസ്തു തന്നെയാണ്. ദീനാനുകമ്പനായ റൊട്ടിക്കാരൻ അത്തരം ഭക്ഷണവസ്തുക്കൾ കുപ്പയിൽ വാരി എറിയുന്നതിനുപകരം ഭദ്രമായി ശേഖരിച്ച് എന്നും അടുത്തുള്ള നദിയിൽ ഒഴുക്കുമായിരുന്നു. നദിയിലുണ്ടായിരുന്ന അനേകം മത്സ്യങ്ങൾ കൂട്ടം കൂട്ടമായി ചെന്ന് ആ ഭക്ഷണം സന്തോഷത്തോടെ തിന്നുന്നത് കാണുന്നത് റൊട്ടിക്കാരന് സന്തോഷം നൽകിയിരുന്നു.അങ്ങിനെയിരിക്കുമ്പോൾ ഒരു ദിവസം ഒരു വ്യാപാരി അതുവഴി ചെന്നു. റൊട്ടിക്കാരനെ കണ്ട വ്യാപാരി സ്വയം പരിചയപ്പെടുത്തിയതിനുശേഷം റൊട്ടിക്കാരനോട് പറഞ്ഞു.

"സ്നേഹിതാ. എനിക്ക് എന്റെ ചില ജോലികൾക്കായി ഒരാളെ ആവശ്യമുണ്ട്. ഞാൻ വളരെ നല്ല ശമ്പളം കൊടുക്കാം."

"അങ്ങ് എന്താണ് ശമ്പളം കൊടുക്കുക."

“ആദ്യം ഞാൻ ജോലി എന്താണെന്ന് പറയാം. കേട്ടോളൂ. അതിനുശേഷം ശമ്പളം.”

“ഓ. ശരി.”

“എന്റെ കൂടെ ജോലിക്കു ചേർന്നു കഴിഞ്ഞാൽ ആദ്യത്തെ 40 ദിവസങ്ങൾ യാതൊരു ജോലിയും ഉണ്ടായിരിക്കുകയില്ല. നാല്പതാം ദിവസം രണ്ടു മണിക്കൂർ നേരം ഞാൻ പറയുന്നതുപോലെ ജോലി ചെയ്യണം. അത്രതന്നെ. അതിന് രണ്ടുമാസത്തെ ശമ്പളം മാസം നൂറ് തൂമാൻ (അന്നത്തെ പേർഷ്യൻ നാണയത്തിന്റെ പേര്) വേതനമായി നൽകുന്നതാണ്.”

“ഓ. ഇത് ഒരു നല്ല കാര്യമാണല്ലോ. ഇവിടെ ഒരു കട നടത്തിയിട്ടുപോലും അത്രയും സമ്പാദിക്കാൻ ആവുന്നില്ല. കട അടച്ചിട്ടിട്ട് ഞാൻ തന്നെ അങ്ങയോടൊപ്പം വരാം;അങ്ങയ്ക്ക് സമ്മതമാണെങ്കിൽ. “

“വളരെ സന്തോഷം. അങ്ങിനെയെങ്കിൽ ഇപ്പോൾതന്നെ എന്നോടൊപ്പം വന്നോളൂ.”

അങ്ങിനെ അവർ രണ്ടുപേരും യാത്രക്കാരന്റെ സങ്കേതത്തിലേക്ക് തിരിച്ചു. അവിടെയെത്തിയതിനുശേഷം റൊട്ടിക്കാരൻ പൂർണ വിശ്രമം എടുത്ത് നാല്പതുദിവസങ്ങൾ തള്ളിനീക്കി. നാല്പതാമത്തെ ദിവസം മദ്ധ്യാഹ്നത്തോടുകൂടി യാത്രക്കാരൻ റൊട്ടിക്കാരനെ വിളിച്ച് പറഞ്ഞു.

“തയ്യാറാകൂ. നമുക്ക് അല്പം ദൂരെ ഒരു സ്ഥലം വരെ പോകണം.”

പിന്നീട് യാത്രക്കാരൻ ഒരു പശുവിനെ വെട്ടി അതിന്റെ തുകൽ ഉരിഞ്ഞെടുത്തു. തുകൽ ഒരു സഞ്ചിപോലെ തുന്നിക്കെട്ടി. പശുവിന്റെ മാംസക്കഷ്ണങ്ങൾ ആ സഞ്ചിയിൽ ഇട്ടു. പിന്നീട് രണ്ടു മൂന്നു കോവർ കഴുതകളെ തയ്യാറാക്കി. അവയുടെ മുതുകിൽ കുറേ ചാക്കുകളും, പശുവിൻ തോലുകൊണ്ടുണ്ടാക്കിയ സഞ്ചിയും കയറ്റി താഴെപ്പോകാത്തവിധം ഭദ്രമായി വെച്ചു.

“ങ്ാ. വന്നോളൂ. ഈ കഴുതയിൽ ഒന്നിന്റെ പുറത്തുകയറി എന്നോടൊപ്പം വരണം. നാം നേരത്തേ പറഞ്ഞിരുന്ന ജോലിസ്ഥലത്തേക്ക് പോകുന്നു. എന്താ. റെഡിയല്ലേ.”

അങ്ങിനെ യാത്രക്കാരനും റൊട്ടിക്കാരനും ഓരോ കഴുതപ്പുറത്തും കൂടാതെ വേറെ രണ്ട് കഴുതകളും ഒന്നിച്ച് യാത്ര തിരിച്ചു. കുറേ ദൂരം യാത്ര ചെയ്ത് അവർ സമുദ്രതീരത്തിനടുത്ത് കുത്തനെയുള്ള ഒരുയർന്ന മലയുടെ മുകളിൽ എത്തി. രണ്ടുപേരും അവിടെ ഇറങ്ങി. ആ മലയുടെ അടുത്തു തന്നെ അതിനേക്കാളും ഉയരത്തിലുള്ള മറ്റു മലകളും ഉണ്ടായിരുന്നു.

പിന്നീട് യാത്രക്കാരൻ റൊട്ടിക്കാരന്റെ സഹായത്തോടെ അവിടെക്കിടന്ന കുറേ ഉണങ്ങിയ കമ്പുകളും മറ്റും കൂട്ടിയിട്ട് തീ കൊളുത്തി. യാത്രക്കാരൻ കൂടെ കൊണ്ടു ചെന്നിരുന്ന പശുത്തോൽ സഞ്ചിയിൽ നിന്ന് മാംസക്കഷ്ണങ്ങൾ പുറത്തെടുത്ത് തീയിലിട്ടു. പിന്നീട് റൊട്ടിക്കാരനെ വിളിച്ച് തുകൽസഞ്ചിയിൽ കയറുവാൻ പറഞ്ഞു. മറുത്തൊന്നും പറയാതെ റൊട്ടിക്കാരൻ ആ പശുത്തോൽ സഞ്ചിയിൽ കയറിയിരുന്നു. ഉടൻതന്നെ യാത്രക്കാരൻ റൊട്ടിക്കാരന് പുറത്തുവരാൻ കഴിയാത്ത വിധം സഞ്ചി ഭദ്രമായി കെട്ടി.

ആ സമയത്ത് അടുത്തുണ്ടായിരുന്ന ഉയരം കൂടിയ മലമുകളിൽ നിന്ന് ഒരു കഴുകൻ പറന്നുചെന്ന് ആ സഞ്ചി അതിന്റെ നഖങ്ങളിൽ കോർത്തു പിടിച്ചുകൊണ്ട് പറന്നുപോയി. കഴുകൻ മലമുകളിൽ തിരികെ ചെന്നതും സഞ്ചി കടിച്ചു കീറി. പെട്ടെന്നുതന്നെ റൊട്ടിക്കാരൻ സഞ്ചിയിൽ നിന്നും പുറത്തുചാടി. അയാളെക്കണ്ടതും കഴുകൻ പറന്ന് അല്പം മാറിയിരുന്നു. അപ്പോൾ അയാൾ പരിഭ്രമിച്ച്, ഭയന്ന് ഉച്ചത്തിൽ വിളിച്ചു ചോദിച്ചു.

“യജമാനനേ, ഹേ, സ്നേഹിതാ, ഞാനിവിടെ നിന്ന് എങ്ങിനെയാ രക്ഷപ്പെടുക. എന്താ വഴി. പറഞ്ഞു തരൂ. ഭയമാകുന്നു. വേഗം.”

“ഓ. അങ്ങിനെയോ. നീ ഒരു കാര്യം ചെയ്യ്. രക്ഷപെടാനുള്ള മാർഗം പറയാം. അതിനുമുൻപ് ചുറ്റും ഒന്ന് നോക്ക്. അവിടെ ധാരാളം വിലപിടിപ്പുള്ള പവിഴവും വജ്രവും മറ്റും കിടക്കുന്നുണ്ടാവും. ഇല്ലേ. നോക്ക്. “

“ഉണ്ട്.”

“നീ ഉടനെ തന്നെ എത്രയും വേഗം കഴിയുന്നത്ര വാരി താഴേക്ക്, ദാ ഞാൻ നിൽക്കുന്നിടത്തേക്ക് വീഴുന്നതുപോലെ എറിയുക. അങ്ങിനെ ഇട്ടതിനുശേഷം രക്ഷപെടാനുള്ള വഴി പറയാം.”

റൊട്ടിക്കാരൻ യാത്രക്കാരൻ നിർദ്ദേശിച്ചതുപോലെ ചെയ്തു. യാത്രക്കാരൻ കയ്യിൽ കിട്ടിയ പവിഴവും വജ്രവുമെല്ലാം കയ്യിലുണ്ടായിരുന്ന ചാക്കുകളിൽ വാരിനിറച്ചു. പിന്നീട് ചാക്കുകൾ കഴുതകളുടെ പുറത്ത് കെട്ടിവെച്ചു. ഒരു കഴുതപ്പുറത്തുകയറി മടക്കയാത്രയ്ക്ക് ഒരുങ്ങി. യാത്ര തിരിക്കുന്നതിനു മുൻപ് റൊട്ടിക്കാരനേ വിളിച്ചു പറഞ്ഞു.

“നിനക്ക് രക്ഷപെടാനുള്ള വഴിയല്ലേ അറിയേണ്ടത്. കേട്ടോ. നിനക്ക് രണ്ടു വഴികളുണ്ട്. ആദ്യത്തേത് നീ അവിടെത്തന്നെ നിൽക്കുക എന്നതാണ്. ചുറ്റും നോക്ക്. അവിടെ ഇതിന് മുൻപും മരിച്ചുവീണവരുടെ എല്ലുമ്പുകൂട്ടുകൾ കിടക്കുന്നുണ്ടാകും. നിനക്ക് കാണാൻ കഴിയുന്നില്ലേ. അതുപോലെ,അവിടെക്കിടന്ന് അവശനായിക്കഴിയുമ്പോൾ കഴുകൻമാർ നിന്നെ കൊന്നുതിന്ന് എല്ലുമ്പ് അവിടെ ഇടും. നിനക്കും മറ്റ

എല്ലുമ്പുക്കൂട്ടുകളുടെ കൂടെ ഇനിയങ്ങോട്ട് കഴിയാം. പിന്നെ രണ്ടാമത്തെ വഴി - നീ കുന്നിൻ ചെരുവിൽനിന്ന് താഴോട്ടു നോക്ക്. അവിടെ സമുദ്രമാണ്. മുകളിൽ നിന്ന് സമുദ്രത്തിലേയ്ക്ക് ചാടാം. അങ്ങിനെ ചാടിയാൽ സമുദ്രജലത്തിൽ മുങ്ങിമരിക്കാം. ഈ രണ്ടു വഴികളിൽ ഏതുവേണമെങ്കിലും നിനക്ക് തിരഞ്ഞെടുക്കാം. എന്താ. സന്തോഷമായില്ലേ. ഇനി നിനക്ക് നിന്റെ വഴി. എനിക്ക് എന്റെ വഴി. ഇനി ഞാൻ പോകട്ടെ സ്നേഹിതാ."

അത്രയും പറഞ്ഞ് അയാൾ തന്റെ കഴുതകളുമായി പുറപ്പെട്ടു. യാത്ര തിരിക്കുന്നതിനുമുൻപ് തിരിഞ്ഞു നോക്കി ഇത്രയും കൂടി പറയാൻ മറന്നില്ല.

"ഞാൻ പോകുന്നു സ്നേഹിതാ. എല്ലാ സേവനങ്ങൾക്കും തികഞ്ഞ നന്ദിയുണ്ട്. കേട്ടോ."

തികച്ചും നിരാശനായ റൊട്ടിക്കാരൻ ആലോചിച്ചു.എന്താണ് ചെയ്യുക. രണ്ടിൽ ഭേദം കടലിൽ ചാടുകയാണെന്ന് തീരുമാനിച്ച് അയാൾ കുന്നിന്റെ മുകളിൽ നിന്നും ചാടി. നല്ല കാലത്തിന് പാറകളിൽ ഒന്നിലും തട്ടാതെ അയാൾ വീണത് സമുദ്രജലത്തിലേക്കുതന്നെയായിരുന്നു. കടലിൽ ഉണ്ടായിരുന്ന ചില മത്സ്യങ്ങൾ അയാളെ തിരിച്ചറിഞ്ഞു. അവർ പരസ്പരം പറഞ്ഞു.

"ഇപ്പോൾ ഇവിടെ വീണ ഈ മനുഷ്യൻ നമുക്ക് പതിവായി തീറ്റ നൽകാറുള്ള റൊട്ടിക്കാരൻ തന്നെയാണ്. സംശയമില്ല. പാവം. എന്തു പറ്റിയെന്ന് അറിയില്ലല്ലോ."

"അതെയതെ. ഇദ്ദേഹം ഒരു നല്ല മനുഷ്യനാണ്. ചെങ്ങാതിമാരെ, ഇദ്ദേഹത്തിന് എന്തെങ്കിലും അപകടം പറ്റിയതായിരിക്കും. എങ്ങിനെയെങ്കിലും രക്ഷിക്കണം. നമ്മൾ ഇദ്ദേഹത്തെ രക്ഷിക്കണം."

"അതേ ചെങ്ങാതിമാരെ. ഇദ്ദേഹത്തെ നമ്മൾ എങ്ങിനെയെങ്കിലും രക്ഷിക്കണം. അത് നമ്മുടെ കടമയാണ്."

"അതെ. സംശയമില്ല. പക്ഷേ എങ്ങിനെ."

അവരെല്ലാം ഒന്നിച്ചുകൂടി ആലോചിച്ചു. വേഗം തന്നെ അവരിൽ ചിലർ ഒന്നിച്ചു കൂടി ഒരു ചെങ്ങാടം പോലെ കിടന്നു. രണ്ട് മൂന്ന് വലിയ മത്സ്യങ്ങൾ ചേർന്ന് റൊട്ടിക്കാരനെ അവരുടെ മൂക്കുകൾ കൊണ്ട് ഉന്തിത്തള്ളി ഒരു വിധത്തിൽ അവരുടെ ചെങ്ങാടത്തിന്റെ മുകളിലാക്കി - അതായത് വെള്ളത്തിന് മുകളിലായി കിടത്തി; ശ്വാസം വലിക്കാൻ കഴിയുന്ന വിധം പിന്നീട് അവർ ഒരു ചെങ്ങാടം നീങ്ങുന്നതുപോലെ സാവധാനം അയാളെയും വഹിച്ചുകൊണ്ട് തീരത്തേക്ക് നീങ്ങി. കരയടുത്തപ്പോൾ അവ അയാളെ അവിടെ വിട്ടിട്ട്, തങ്ങളാൽ കഴിയുന്ന

രീതിയിൽ അയാളെ രക്ഷിക്കാൻ കഴിഞ്ഞു എന്ന സന്തോഷത്തോടെ തിരികെ പോയി. അയാളും മത്സ്യങ്ങളോട് നന്ദി പറഞ്ഞ് സ്വന്തം വീട്ടിലേക്ക് മടങ്ങി.

കുറേ നാളുകൾ (ചില വർഷങ്ങൾ എന്നു തന്നെ പറയാം) ആ യാത്രക്കാരൻ വീണ്ടും ആപ്രദേശത്ത് എത്തി. റൊട്ടിക്കാരന് ആഗതനെ നിഷ്പ്രയാസം തിരിച്ചറിയാൻ കഴിഞ്ഞുവെങ്കിലും ഉടനെ അയാളുടെ മുന്നിൽ ചെന്നില്ല. മറിച്ച് തന്റെ വേഷമെല്ലാം മാറ്റി ഒരു പ്രച്ഛന്നവേഷധാരിയായി, പെട്ടെന്ന് തിരിച്ചറിയാത്ത വിധമാണ് അയാൾ യാത്രക്കാരന്റെ മുമ്പിൽ പ്രത്യക്ഷപ്പെട്ടത്. പുതിയ വേഷത്തിൽ യാത്രികന് റൊട്ടിക്കാരനെ തിരിച്ചറിയാൻ കഴിഞ്ഞില്ല. എന്നുതന്നെയല്ല പഴയ റൊട്ടിക്കാരൻ കുന്നിൻ മുകളിൽ മരിച്ചുപോയിരിക്കും എന്നും അയാൾ വിശ്വാസിച്ചിരുന്നു. അതുകൊണ്ട് അയാൾക്ക് യാതൊരുവിധ സംശയവും ഇല്ലായിരുന്നുതാനും.

യാത്രികൻ അവിടെയുണ്ടായിരുന്ന എല്ലാവരോടു മായി പണ്ടത്തേപ്പോലെതന്നെ തനിക്ക് ഒരു സേവകനെ ആവശ്യമുണ്ടെന്നും നല്ല ശമ്പളം കൊടുക്കാമെന്നും പറഞ്ഞു. റൊട്ടിക്കാരൻ ജോലി ചെയ്യാമെന്ന് സമ്മതിക്കുകയും യാത്രക്കാരനുമൊത്ത് പോകുകയും ചെയ്തു. പിന്നീട് എല്ലാം പണ്ടത്തേതുപോലെതന്നെ സംഭവിച്ചു.

പക്ഷേ കുന്നിൻ മുകളിൽ എത്തിയതിനുശേഷം പശുവിൻ തോലു കൊണ്ടുണ്ടാക്കിയ സഞ്ചിയിൽക്കയറാൻ യാത്രക്കാരൻ പറഞ്ഞപ്പോൾ റൊട്ടിക്കാരൻ പറഞ്ഞത് മറ്റൊന്നായിരുന്നു.

“ഹുസൂർ. ഇതിൽ എങ്ങിനെയാണ് കയറേണ്ടതെന്ന് എനിക്ക് പരിചയമില്ല. അതുകൊണ്ട് ദയവായി അങ്ങ് ഒരു പ്രവാശ്യം എനിക്കുകാണിച്ചുതന്നാൽ പിന്നീട് ഞാൻ നിഷ്പ്രയാസം കയറാം. ദയവുണ്ടാകണം.”

“ഓഹോ. അങ്ങിനെയോ. ഞാൻ കാണിക്കാം. പക്ഷേ അതുകഴിഞ്ഞാൽ നീ കയറിക്കൊള്ളണം.”

“തീർച്ചയായും. ഹുസൂർ. ഒരു പ്രാവശ്യം കാണിച്ചുതന്നാൽ മതി.”

യാത്രക്കാരൻ സഞ്ചിയിൽ കയറി.

“ദാ. ഇങ്ങിനെ. നോക്കിക്കൊ.”

“ശരി. ഹുസൂർ. ഞാൻ നോക്കുന്നുണ്ട്. യാത്രക്കാരൻ സഞ്ചിയിൽ കാലുകൾ രണ്ടും വെച്ചതും റൊട്ടിക്കാരൻ ഓടിചെന്ന് അയാളെ ബലം പ്രയോഗിച്ച് തുകൽ സഞ്ചക്കകെത്ത് മുറുക്കി കെട്ടി. അത്രയുമായപ്പോഴേക്കും പണ്ട് സംഭവിച്ചതുപോലെ തന്നെ ഒരു കഴുകൻ സഞ്ചിയുമായി ഉയരം കൂടിയ ഒരു മലമുകളിലേക്ക് പറന്നുപോയി.”

മലമുകളിൽ നിസ്സഹായനായി നിന്ന യാത്രക്കാരനോട് റൊട്ടിക്കാരൻ വിളിച്ചു പറഞ്ഞു.

"യജമാനനേ. ഒട്ടും വിഷമിക്കേണ്ട. ഞാൻ പണ്ടത്തെ റൊട്ടിക്കാരൻ തന്നെയാണ്. അവിടുത്തേക്ക് ഓർമ്മയുണ്ടായിരിക്കുമല്ലൊ. കഴിഞ്ഞ പ്രാവശ്യം അങ്ങെന്നെക്കൊണ്ട് പവിഴങ്ങളും രത്നങ്ങളും വജ്രങ്ങളുമൊക്കൊ താഴേക്ക് എറിയിച്ചില്ലേ. ഓർമ്മയുണ്ടല്ലോ. ഇല്ലേ. അതുപോലെ അങ്ങും ഇപ്പോൾ കുറേ ഇങ്ങോട്ട് എറിഞ്ഞാലും. അതിനുശേഷം ഞാനന്ന് അങ്ങയുടെ ഉപദേശപ്രകാരം താഴേക്ക് വരാനുള്ള വഴി കണ്ടുപിടിച്ചതുപോലെ അങ്ങേയ്ക്കും വഴി പറഞ്ഞുതരാം."

"ശരി. ശരി. ഞാനുടനെ കഴിയുന്നത്ര പവിഴങ്ങളും മറ്റും താഴേക്കെറിഞ്ഞുതരാം.അതിനുശേഷം നീ തിരികെയെത്താൻ കണ്ടുപിടിച്ച വഴി എനിക്കും പറഞ്ഞതാ. വേഗം."

അയാൾ ധൃതിയിൽ വിലപിടിപ്പുള്ള ആ സാധനങ്ങൾ വാരി താഴേക്ക് എറിഞ്ഞു. റൊട്ടിക്കാരൻ പെറുക്കിയെടുക്കാൻ കഴിഞ്ഞതെല്ലാം ചാക്കുകളിൽ നിറച്ചു. യാത്രികൻ ധൃതിയിൽ വിളിച്ചു പറഞ്ഞു.

"ഹേ. റൊട്ടിക്കാരാ. പോരേ. ധാരാളമായില്ല. ഇനി വേഗം നീ രക്ഷപ്പെടാൻ ഉപയോഗിച്ച വഴി എനിക്കും പറഞ്ഞുതാ. വേഗമാകട്ടെ."

"ഓ. അങ്ങേയ്ക്ക് രക്ഷപ്പെടാനുള്ള ശരിയായി വഴി അറിയണം, അല്ലേ. ഞാൻ പറഞ്ഞുതരാം. കേട്ടോളൂ."

"വേഗം. വേഗമാകട്ടെ."

"ഇതൊക്കെയൊന്ന് ചാക്കുകളിലാക്കി കുതിരപ്പുറത്ത് വെയ്ക്കട്ടെ. അതിനു ശേഷം ഞാൻ വഴികൾ പറഞ്ഞു തരാം. സംശയിക്കേണ്ട."

അല്പസമയത്തിനുശേഷം റൊട്ടിക്കാരൻ വിളിച്ചു പറഞ്ഞു.

"യജമാനനേ ഇനി ഞാൻ വഴികൾ പറഞ്ഞുതരാം. ശ്രദ്ധിച്ച് കേട്ടുകൊള്ളുക."

"ഞാൻ കേൾക്കുന്നുണ്ട്. വേഗം പറ."

"കഴിഞ്ഞ പ്രാവശ്യം അങ്ങെനിക്ക് രണ്ടുവഴികളാണ് പറഞ്ഞുതന്നത്. അല്ലേ."

"അതേയതെ. പക്ഷേ നീ രക്ഷപ്പെട്ട പുതിയ വഴി; അതു പറഞ്ഞുതാ."

"ഞാൻ പുതുതായി ഒരു വഴിയും കണ്ടുപിടിച്ചില്ല. അങ്ങ് പറഞ്ഞുതന്ന രണ്ടു വഴികൾ മാത്രം. ഒന്ന് - അവിടെത്തന്നെ കിടന്ന് കഴുകൻമാർക്ക് ഭക്ഷണമാകുക. വേണമെങ്കിൽ അങ്ങേയ്ക്ക് ആ വഴി സ്വീകരിക്കാം.

അല്ലെങ്കിൽ രണ്ടാമത്തെ വഴി. അവിടെ നിന്നും കടലിലേക്ക് ചാടുക. ഞാൻ സ്വീകരിച്ചത് രണ്ടാമത്തെ വഴിയായിരുന്നു. അങ്ങയ്ക്ക് ആ വഴിയും സ്വീകരിക്കാം. ഏതുവേണമെന്ന തീരുമാനം അങ്ങയുടെ അവകാശ മാണ്. അതിൽ ഞാനിടപെടുകയില്ല. ഇനി ഞാൻ പോകട്ടെ."

റൊട്ടിക്കാരൻ കഴുതകളേയും കൊണ്ട് സ്വന്തം ഗ്രാമത്തിലേക്ക് മടങ്ങി. തനിക്ക് കിട്ടിയ വിലപ്പെട്ട വസ്തുക്കൾ സൂക്ഷിച്ചുവെച്ച് സന്തോഷ മായി എല്ലാ സുഖ സൗകര്യങ്ങളോടുംകൂടി വളരെ ക്കാലം ജീവിച്ചു. പക്ഷേ, എല്ലാ സുഖസൗകര്യങ്ങളും ഉണ്ടായിരുന്നിട്ടും തന്റെ റൊട്ടിക്കട തുടർന്ന് നടത്തുന്നതിലും എന്നും കുറേ ഭക്ഷണസാധനങ്ങൾ കടലിലൊഴുക്കി തന്റെ സുഹൃത്തുക്കളായ മത്സ്യങ്ങളോടൊപ്പം കുറച്ച് സമയം ചിലവഴി ക്കാനും റൊട്ടിക്കാരൻ മറന്നില്ല. മാത്രമല്ല തനിക്ക് കിട്ടിയ സ്വത്തിന്റെ ഒരു ഭാഗം ദാനധർമ്മങ്ങൾക്കായി മാറ്റിവെച്ച് ചിലവഴിക്കുകയും ചെയ്തു.

യാത്രക്കാരന് എന്തുസംഭവിച്ചു എന്നല്ലേ. അയാളും രണ്ടാമത്തെ വഴിയാണ് സ്വീകരിച്ചത്. കടലിലേക്ക് ചാടിയ അയാൾ തിരമാലകളിൽ പെട്ട് ഒഴുകിപ്പോയി. ഒരു പക്ഷേ അയാളുടെ ശരീരം മീനുകൾക്കോ തിമിംഗലങ്ങൾക്കോ ആഹാരമായി എന്നും വരാം. അത്രതന്നെ.

നാല്പത് കള്ളന്മാർ

ഈ കഥ ഒരുപക്ഷേ നിങ്ങൾ ഇതിന് മുൻപും കേട്ടുകാണും. പണ്ട് പേർഷ്യയിൽ താമസിച്ചിരുന്ന രണ്ട് സഹോദരന്മാരുടെ കഥയാണ് ഇത്. കാസിമും ആലിബാബയും. കാസിം വിവാഹം കഴിച്ചത് ധനികയായ ഒരു പെൺകുട്ടിയെയാണ്. അതുകൊണ്ട് അവർ വളരെ വലിയ സ്വത്തുക്കാർക്ക് ചേർന്ന രീതിയിലാണ് ജീവിച്ചത് - എല്ലാവിധ ധാരാളിത്തങ്ങളും അനുഭവിച്ചുകൊണ്ട്. പക്ഷേ ആലിബാബബയുടെ കാര്യം അങ്ങിനെ ആയിരുന്നില്ല. അവർക്ക് ജീവിതാവശ്യങ്ങൾക്കായി കഷ്ടപ്പെട്ട് ജോലി ചെയ്യേണ്ടതായുണ്ടായിരുന്നു. ദിവസവും അടുത്തുള്ള വനത്തിൽ പോയി വിറക് വെട്ടിക്കൊണ്ടുചെന്ന് കിട്ടിയ വരുമാനം കൊണ്ടാണ് അവർക്കും അവരുടെ കുട്ടികൾക്കും വേണ്ട അന്നന്നത്തേ ആവശ്യങ്ങൾ നിറവേറ്റിയിരുന്നത്.

ഒരു ദിവസം അങ്ങിനെ കാട്ടിൽ വിറക് ശേഖരിച്ചുകൊണ്ടിരുന്ന സമയത്ത് ഒരു കൂട്ടം ആളുകൾ കുതിരപ്പുറത്ത് അതുവഴി വരുന്നതു ബാബ കണ്ടു. കുളമ്പടി കാരണം ഉണ്ടായ പൊടി കാരണം അവർ ബാബയെ കണ്ടില്ല. അതുപോലെ ബാബക്ക് അവരേയും വ്യക്തമായി കാണാൻ കഴിഞ്ഞില്ല. ഏതായാലും ബാബ ഒരു വലിയ മരത്തിന്റെ മറവിൽ നിന്നുകൊണ്ട് അവരെ ശ്രദ്ധിച്ചു.അവരെല്ലാവരും ബാബ നിന്നതിന് കുറച്ച് മുമ്പിലായി കുതിരകളെ നിർത്തി താഴെയിറങ്ങി. കുതിരകളെ അടുത്തുണ്ടായിരുന്ന മരങ്ങളിൽ കെട്ടിയിട്ടു. പിന്നീട് കുറച്ച് മുമ്പിലായി കുറ്റിച്ചെടികളുടെ മറവിലായി ഉണ്ടായിരുന്ന കുന്നുകളിൽ ഒരെണ്ണത്തിന്റെ മുമ്പിൽ

ചെന്നുനിന്നു. അവരിൽ പ്രധാനി എന്ന് തോന്നിച്ച ഒരാൾ (അയാൾ അവരുടെ ക്യാപ്റ്റൻ ആയിരിക്കണമെന്ന് ബാബ കരുതി) കുന്നിന്റെ മുമ്പിൽ നിന്ന് പറഞ്ഞു.

"തുറക്കു സീസെം "

(ഇംഗ്ലീഷിൽ open seasame ഓപ്പൺ സീസെം - സീസെം ഒരു ധാന്യത്തിന്റെ പേരാണ് - നമ്മുടെ എള്ള്). ബാബയ്ക്ക് ആ വാക്കുകൾ സ്പഷ്ടമായി കേൾക്കാൻ കഴിഞ്ഞു. മാത്രമല്ല അവരെത്ര പേരുണ്ടായിരുന്നുവെന്ന് എണ്ണുവാനും കഴിഞ്ഞു. ക്യാപ്റ്റൻ ഉൾപ്പെടെ അവർ നാല്പതു പേരായിരുന്നു. ആ വാക്കുകൾ പറഞ്ഞ ഉടനേ കുന്നിന്റെ മുൻപിൽ ഒരു കതക് തുറക്കുന്നത് ബാബ കണ്ടു. പിന്നീട് കാപ്റ്റന്റെ കൂടെ ഉണ്ടായിരുന്നവർ ഓരോരുത്തരായി തുറന്ന വാതിലിനകത്തേക്ക് പോയി. ഒടുവിൽ അകത്തേക്ക് കയറിയത് ക്യാപ്റ്റനായിരുന്നു. അയാൾ അകത്ത് കയറിയതും ഉറക്കെ പറഞ്ഞു.

"അടയ്ക്കു സീസെം" (shut seasame). അപ്പോൾ ഗുഹയുടെ വാതിൽ അടയുകയും ചെയ്തു.

ഉടനെയെങ്ങാനും താൻ മരത്തിന്റെ പുറകിൽ നിന്ന് പുറത്തു ചെന്നാൽ ആരെങ്കിലും കണ്ടാലോ എന്ന ഭയം കാരണം ബാബ അവിടെത്തന്നെ നിശ്ശബ്ദനായി ഇരുന്നു.

കുറച്ച് സമയം കഴിഞ്ഞപ്പോൾ വീണ്ടും ഗുഹയുടെ വാതിൽ തുറന്നു. അവരെല്ലാവരും ഓരോരുത്തരായി ഗുഹയ്ക്കു പുറത്തുവന്നതും അയാൾ വീണ്ടും

"അടയ്ക്കു സീസെം" എന്ന് പറയുന്നത് കേട്ടു. വാതിൽ അടഞ്ഞതും അവരെല്ലാം കുതിരകളുടെ പുറത്തുകയറി തിരികെ പോകുകയും ചെയ്തു.

കുറെ സമയംകൂടി കാത്തിരുന്നതിനുശേഷം ബാബ സാവധാനം ആ കുന്നിന്റെ വാതിലിനു മുമ്പിൽ എത്തി. ഒന്നു പരീക്ഷിക്കാനായി ബാബ വാതലിനുമുമ്പിൽ നിന്നുകൊണ്ട് പറഞ്ഞു.

"തുറക്കു സീസെം"

അതിശയമെന്ന് പറയാവുന്ന വിധം വാതിൽ തുറന്നു. ബാബ അല്പം ഭയത്തോടെയാണെങ്കിലും ഗുഹയ്ക്കകത്ത് കയറി. അതിനകത്ത് കണ്ട കാഴ്ച തികച്ചും അത്ഭുത ജനകമായ ഒന്നായിരുന്നു. കുന്നുകൾപോലെ അവിടെയുമിവിടെയുമെല്ലാം കൂട്ടിയിട്ടിരുന്ന വിലപിടിപ്പുള്ള സ്വർണ്ണ ആഭരണങ്ങളും, പവിഴങ്ങളും, വജ്രങ്ങളും മറ്റും മറ്റും. ഏതായാലും ബാബ ഉടനേതന്നെ ഗുഹയ്ക്ക് പുറത്തിറങ്ങി, ആ രഹസ്യ വാചകം ഉച്ചരിച്ചു.

"അടയ്ക്കൂ സീസെം"

ഗുഹയുടെ വാതിൽ അടഞ്ഞു. ബാബ സ്വന്തം വീട്ടിലേക്ക് തിരികെ പോകുകയും ചെയ്തു. വീട്ടിലെത്തിയതിനുശേഷം ബാബ ആലോചിച്ചു. അവർ ആരായിരിക്കും. എല്ലാ ലക്ഷണങ്ങളുംകൊണ്ട് അവർ കള്ളന്മാരോ കൊള്ളക്കാരോ ആണെന്ന് വിചാരിക്കുന്നതിൽ തെറ്റില്ല. എങ്കിൽ പിന്നെ അവരുടെ കൈയിലുള്ള സ്വത്തു മുഴുവനും അനധികൃതമായി സമ്പാദിച്ചതാകണം. അങ്ങിനെയെങ്കിൽ അനധികൃതമായി അവർ സമ്പാദിച്ച സ്വത്തിൽ ഒരു ചെറിയ പങ്ക് വളരെയധികം കഷ്ടപ്പെട്ടു ജീവിക്കുന്ന താൻ എന്തുകൊണ്ട് സ്വന്തമാക്കിക്കൂടാ - ഇങ്ങിനെ കഷ്ടപ്പെട്ട് ജീവിക്കുന്നതിനേക്കാൾ നല്ലത് അതല്ലേ. ബാബ രണ്ട് കഴുതകളെ സംഘടിപ്പിച്ചു; അവയുടെ പുറത്ത് കെട്ടിവെയ്ക്കാവുന്ന തരത്തിലുള്ള മൂന്നുനാല് വലിയ സഞ്ചികളും. കഴുതകളുമായി കള്ളൻമാർ വരാൻ സാധ്യതയില്ലെന്ന് കരുതിയ സമയം നോക്കി ഗുഹയുടെ മുമ്പിൽ എത്തി.

"തുറക്കൂ സീസെം"

ഗുഹ തുറന്നു. ബാബ കഴുതകളേയും കൊണ്ട് ഗുഹക്കകത്ത് കയറി. സഞ്ചികളിൽ അവിടെക്കിടന്ന സ്വർണ്ണനാണയങ്ങളും ആഭരണങ്ങളും മറ്റും വാരി നിറച്ചു. പിന്നീട് സഞ്ചികൾ കഴുതകളുടെ പുറത്ത് ഭദ്രമായി കെട്ടിവെച്ചു. കഴുതകളെയും കൊണ്ട് ഗുഹക്കുവെളിയിൽ ഇറങ്ങിയതിനുശേഷം ബാബ മാന്ത്രിക വാചകം ഉച്ചരിച്ചു.

"അടയ്ക്കൂ സീസെം"

ഗുഹ അടഞ്ഞതും ബാബ കഴുതകളേയും കൊണ്ട് വീട്ടിലേയ്ക്ക് മടങ്ങി. വീട്ടിലെത്തിയ ബാബ ആരും ശ്രദ്ധിക്കാത്ത വിധം സഞ്ചികൾ വീട്ടിനുള്ളിൽ എടുത്തുവെച്ചു. ഭാര്യയേ വിളിച്ച് എല്ലാ വിവരങ്ങളും പറഞ്ഞു. പിന്നീട് ബാബ പറഞ്ഞു.

"എടീ. ഭാര്യേ. ഈ വിവരമൊന്നും യാതൊരു കാരണവശാലും ആരോടും പറയരുത്. കേട്ടോ. വിവരങ്ങൾ മറ്റാരെങ്കിലുമറിഞ്ഞാൽ അത് വലിയ പ്രശ്നങ്ങൾ ഉണ്ടാക്കും. നമ്മുടെ ജീവൻതന്നെ അപകടത്തിലാകും. ഓർമ്മയിരിക്കട്ടെ."

"ഇല്ല. ഞാനാരോടും പറയുകയില്ല. സത്യം."

"എങ്കിൽ നമുക്ക് ഇതിൽ അല്പം സാധനങ്ങൾ താൽക്കാലിക ചിലവുകൾക്കായി എടുത്തു വെച്ചിട്ടു ബാക്കി നമ്മുടെ വീടിന്റെ പുറകുവശത്തായി ആരും കാണാതെ, ആർക്കും സംശയം ഉണ്ടാകാത്ത വിധം കുഴിച്ചിടാം."

"ശരി. പക്ഷേ അതിനുമുമ്പ് നമുക്ക് എത്രയുണ്ട് ഈ സ്വർണ്ണനാണയങ്ങൾ എന്ന് എണ്ണിനോക്കാം."

“ഏയ്. അതുവേണ്ട. ഇതെണ്ണിതീർക്കാൻ കുറേ സമയം എടുക്കും.”

“അല്ല. നമ്മളോരോന്നായി എണ്ണണ്ട. ഞാൻ കാസിം ചേട്ടന്റെ വീട്ടിൽ പോയി ധാന്യങ്ങൾ അളക്കാനുപയോഗിക്കുന്ന നാഴി എടുത്തു കൊണ്ടുവരാം. “അത്രയും പറഞ്ഞിട്ട് ബാബയുടെ ഭാര്യ തൊട്ടടുത്തുണ്ടായിരുന്ന കാസിമിന്റെ വീട്ടിലേക്ക് പോയി.

കാസിമിന്റെ വീട്ടിൽചെന്ന് അവർ ചോദിച്ചു.

“ജേഷ്ടത്തി. നിങ്ങൾ പയറും മറ്റും അളക്കാനുപയോഗിക്കുന്ന നാഴി ഒരല്പ സമയത്തേക്ക് ഒന്നുതരു. ങ്ങാ. ദാ. നാഴി ഇവിടെത്തന്നെയുണ്ടല്ലോ. ഞാനിതെടുത്തുകൊണ്ടുപോയിട്ട് ഉടനേ തന്നെ തിരികെ കൊണ്ടുത്തരാം, ചേച്ചീ.”

നാഴിയുമായി തിരികെയെത്തിയയുടനേതന്നെ ബാബയും ഭാര്യയും ചേർന്ന് സ്വർണനാണയങ്ങൾ അളന്ന് തിട്ടപ്പെടുത്തി. പിന്നീട് ബാബ അതെല്ലാം കുഴിച്ചിടാനുള്ള പ്രവർത്തി തുടങ്ങി. ബാബയുടെ ഭാര്യ കാസിമിന്റെ വീട്ടിലേക്ക് നാഴിയുമെടുത്ത് പോകുകയും ചെയ്തു. നാഴി കാസിമിന്റെ ഭാര്യയുടെ കയ്യിൽ കൊടുത്തിട്ട് പറഞ്ഞു.

“അത്രയേ വേണ്ടൂ, ജേഷ്ടത്തി. ഇതാ ഞാനിതിവിടെ തിരികെ വെയ്ക്കുന്നു.”

അവർ പിന്നീട് സ്വന്തം വീട്ടിലേക്ക് മടങ്ങി.

പക്ഷേ നിർധനരായ ബാബയ്ക്കും ഭാര്യയ്ക്കും നാഴികൊണ്ട് അളക്കേണ്ടത്ര എന്തായിരിക്കും കിട്ടിയത് എന്ന ജിജ്ഞാസ കാസിമിന്റെ ഭാര്യയുടെ മനസ്സിൽ ഉദിച്ചു. “എന്തായിരിക്കും അവർ നാഴിയുപയോഗിച്ച് അളന്നത്; അതൊന്ന് കണ്ടുപിടിക്കണമല്ലോ.” അങ്ങിനെ ആലോചിച്ചു. അവർ അവരുടെ സംശയം കാസിമിനോടും പറഞ്ഞു. കാസിമും ഭാര്യയുടെ സംശയം ന്യായമാണെന്ന് സമ്മതിച്ചു.

“ഏതായാലും ഞാൻ ഒന്നുമറിയാത്ത മട്ടിൽ, വെറുതേ കുശലം അന്വേഷിക്കാനെന്ന രീതിയിൽ ബാബയുടെ വീടുവരെ ഒന്ന് പോയിട്ടുവരാം.” അവർ ഭർത്താവിനോട് പറഞ്ഞിട്ട് നാഴിയുമെടുത്തുകൊണ്ട് ബാബയുടെ വീട്ടിലേക്ക് തിരിച്ചപ്പോഴാണ് അത് കണ്ണിൽ പെട്ടത്. നാഴിയുടെ അടിയിൽഒരു സ്വർണനാണയം ഒട്ടിപ്പിടിച്ചിരുന്നു.

“ഹേ. മനുഷ്യാ. ഇങ്ങോട്ടു വന്നേ ഇതൊന്നു നോക്ക്.”

അടുത്തുചെന്ന കാസിമിനെ നാഴിയുടെ അടിയിൽ ഒട്ടിപ്പിടിച്ചിരുന്ന സ്വർണനാണയം കാണിച്ചുകൊണ്ട് പറഞ്ഞു.

“എന്റെ ഭർത്താവേ. ഇപ്പോൾ നിങ്ങൾക്ക് മനസ്സിലായോ. നിങ്ങൾ ബാബയെക്കാൾ ധനികനാണെന്നല്ലെ നിങ്ങളുടെ വിചാരം. പക്ഷേ സത്യം അതല്ല. ബാബയും ഭാര്യയും നിങ്ങളെപ്പോലെ സ്വർണനാണയങ്ങൾ എണ്ണിയല്ല സൂക്ഷിക്കുന്നത്; അളന്നാണ്; അളന്ന്.”

“അത് നിനക്കെങ്ങിനെ മനസ്സിലായി.”

“അതോ. ഇതൊന്ന് നോക്ക്. അപ്പോൾ നിങ്ങൾക്ക് ഞാൻ പറയാതെതന്നെ മനസ്സാകും.” അതും പറഞ്ഞ് അവർ നാഴിയുടെ അടിയിൽ ഒട്ടിപ്പിടിച്ചിരുന്ന സ്വർണനാണയംകാണിച്ചുകൊണ്ട് പറഞ്ഞു.

“അല്പം മുമ്പെയാണ് ബാബയുടെ ഭാര്യ ഈ നാഴി എന്തോ അളക്കാനുണ്ടെന്ന് പറഞ്ഞ് ഇവിടെനിന്നും എടുത്തുകൊണ്ടുപോയത്. തിരികെ തന്നപ്പോൾ ഇതാ, ഈ നാണയം അതിന്റെ കീഴേ ഒട്ടിപ്പിടിച്ചിരിക്കുന്നു.”

“ഓ. അങ്ങിനെയോ. അപ്പോൾ നീ പറഞ്ഞത് ശരിയാകാൻ ഇടയുണ്ട്. പക്ഷേ അവന് അത്രയധികം സ്വർണനാണയങ്ങൾ എവിടുന്ന്കിട്ടി. അതൊന്നന്വേഷിക്കണമല്ലൊ.”

“അതേ. അവർക്ക് ഇത്ര സ്വത്ത് എവിടെ നിന്നു കിട്ടിയെന്നറിയണം.”

കാസിം ഉടനെതന്നേ ബാബയുടെ വീട്ടിലേക്ക് പോയി. ഒന്നും മറച്ചുവെയ്ക്കാതെ നേരെതന്നെ ചോദിച്ചു.

“ബാബ, നിനക്ക് ഇത്രയധികം സ്വർണനാണയങ്ങൾ എവിടെനിന്നു കിട്ടി. എനിക്കറിഞ്ഞേ മതിയാകൂ.

പിന്നീട് തന്റെ കൈയ്യിലുണ്ടായിരുന്ന സ്വർണനാണയം കാണിച്ചുകൊണ്ട് ആവർത്തിച്ചു.

“നാഴികൊണ്ട് അളക്കാനും മാത്രം സ്വർണനാണയങ്ങൾ നിന്റെ കയ്യിലുണ്ടെങ്കിൽ അതെങ്ങിനെ എവിടെ നിന്നു കിട്ടിയെന്ന് അറിഞ്ഞേ മതിയാകൂ.അതുകൊണ്ട് എല്ലാ സത്യവും എന്നോട് ഇപ്പോൾ പറയണം. “

തന്റെ ഭാര്യയുടെ ബുദ്ധിമോശം കൊണ്ട് കാസിം വിവരങ്ങളൊക്കെ അറിഞ്ഞു എന്ന് ബാബക്ക് മനസിലായി.അതുകൊണ്ട് ബാബ സത്യസന്ധമായിത്തന്നെ എല്ലാ വിവരങ്ങളും കാസിമിനോടട് പറഞ്ഞു.

“ശരിയാണ്. എനിക്ക് യാദൃശ്ചികമായി കുറച്ച് ധനം കിട്ടി. കൂടുതലും സ്വർണനാണയങ്ങളായിട്ട്. ഞാൻ എനിക്ക് കിട്ടിയതിന്റെ ഒരു പങ്ക് ചേട്ടനു തരാം.”

“അതേ നിനക്ക് ഏതോ ഒരു നിധി കിട്ടിയെന്ന് എനിക്കു മനസ്സിലായി. എനിക്ക് ഒരു പങ്ക് കിട്ടിയാൽ പോരാ. അത് എവിടെനിന്ന് എങ്ങിനെ കിട്ടിയെന്നറിയണം. ഇല്ലെങ്കിൽ ഞാനീവിവരം

നാട്ടുകാരെയെല്ലാം അറിയിക്കും. നമ്മുടെ രാജാവിനേയും. അതിന്റെ ഭവിഷ്യത്തുകൾ നിനക്ക് നന്നായി അറിയാമല്ലോ. നിനക്ക് കിട്ടിയതെല്ലാം അതുപോലെ നഷ്ടപ്പെടുമെന്ന് മാത്രമല്ല, നിധി കിട്ടിയ വിവരം രാജാവിനെ ഉടനെ അറിയിക്കാതിരുന്നതിന് തക്ക ശിക്ഷയും."

മറ്റ് പോംവഴികളില്ലാതിരുന്നതിനാൽ ബാബ എല്ലാ വിവരങ്ങളും സത്യസന്ധമായും കൃത്യമായും കാസിമിനോട് രഹസ്യവാചകങ്ങൾ ഉൾപ്പെടെ എല്ലാം പറഞ്ഞു.

അടുത്ത ദിവസം പ്രഭാതത്തിൽത്തന്നെ കാസിം അഞ്ചാറ് കഴുതകളോടൊപ്പം വേണ്ടത്ര സഞ്ചികളും എടുത്തുകൊണ്ട് വനത്തിലേക്ക് തിരിച്ചു. ഗുഹാമുഖത്തെത്തിയ കാസിം ഒട്ടും അമാന്തിക്കാതെ രഹസ്യ വാചകം പറഞ്ഞു.

"തുറക്കൂ സീസെം"

ഗുഹ തുറന്നയുടൻ കാസിം കഴുതകളുമായി ഗുഹക്കുള്ളിൽ കയറി. അവിടെക്കണ്ട കാഴ്ച കാസിമിന്റെ കണ്ണഞ്ചിപ്പിക്കുന്നതുതന്നെയായിരുന്നു. കാസിം കിട്ടിയതൊക്കെ വലിച്ചു വാരി തന്റെ സഞ്ചികളിൽ നിറയ്ക്കാൻ തുടങ്ങി. അപ്പോൾ കാസിമിനൊരു സംശയം - താൻ സഞ്ചികൾ നിറയ്ക്കുന്ന സമയത്ത് ആരെങ്കിലും ഗുഹാമുഖത്തുവന്ന് അകത്തുകയറിയാലോ; എന്തിന് അങ്ങിനെ ഒരവസരം ഉണ്ടാക്കണം. അയാൾ ഗുഹാമുഖത്തിന് മുമ്പിൽ നിന്ന് (ഗുഹക്കകത്ത്) പറഞ്ഞു.

"അടയൂ സീസെം"

ഗുഹയുടെ വാതിൽ പ്രതീക്ഷിച്ചതുപോലെ അടഞ്ഞു. കാസിം സഞ്ചികളെല്ലാം നിറച്ച് കഴുതകളുടെ പുറത്ത് കെട്ടിവെച്ചു. പിന്നീട് ഗുഹാമുഖത്തിന് നേരേനിന്ന് പറഞ്ഞു.

"തുറക്കൂ... ... "

കാസിമിന് രഹസ്യ വാചകത്തിൽ ഉപയോഗിക്കേണ്ട വാക്കിൽ ഒരോർമ്മപ്പിശക് സംഭവിച്ചു. എങ്കിലും അത് ഒരു ധാന്യത്തിന്റെ പേരാണെന്ന് ഓർത്തു. നല്ലതുപോലെ ആലോചിച്ചതിനുശേഷം കാസിം പറഞ്ഞു.

"തുറക്കൂ ബാർലി."

പക്ഷേ കതക് തുറന്നില്ല. ഓർമ്മയിൽ വന്ന എല്ലാ ധാന്യങ്ങളുടെയും പേരുകൾ പറഞ്ഞുനോക്കി. പ്രയോജനമുണ്ടായില്ല. കഷ്ടകാലത്തിന് സീസെം എന്ന പേരുമാത്രം നാവിൽ - ഓർമ്മയിൽ വന്നില്ല. കാസിം അങ്ങിനെ ആകെ പരിഭ്രമിച്ച് നിൽക്കുന്ന സമയത്ത് ഒന്നും ചെയ്യാതെ

തന്നെ ഗുഹാമുഖം തുറന്നു. അകത്തേക്ക് കയറിച്ചെന്നത് കൊള്ളക്കാർ തന്നെയായിരുന്നു. പുറത്തേക്ക് ഓടി രക്ഷപ്പെടാൻ ശ്രമിച്ച കാസിമിനെ അവർ പിടിച്ച് കെട്ടിയിട്ടു. അപ്പോഴേക്കും അവരുടെ ക്യാപ്റ്റനും ഗുഹയ്ക്കുള്ളിൽ എത്തി. ക്യാപ്റ്റൻ കാസിമിനെ ചോദ്യം ചെയ്തെങ്കിലും അയാൾ കൃത്യമായ മറുപടി ഒന്നും കൊടുത്തില്ല. തങ്ങളുടെ സങ്കേതവും അടയാള വാക്യവും (രഹസ്യ വാചകം) മനസ്സിലാക്കിയ കാസിമിനെ ജീവനോടെ വെച്ചിരിക്കുന്നത് തങ്ങൾക്ക് അപകടമാണെന്ന് ക്യാപ്റ്റന് നന്നായി അറിയാമായിരുന്നു. അതുകൊണ്ട് ഇനി രഹസ്യങ്ങളറിയാവുന്ന മറ്റാരാരെങ്കിലുമുണ്ടെങ്കിൽ അവർക്കും കൂടി ഒരു പാഠമാകുന്ന രീതിയിൽ ഒരു ശിക്ഷതന്നെ കാസിമിന് കൊടുക്കണമെന്ന് ക്യാപ്റ്റൻ തീർച്ചയാക്കി. അദ്ദേഹം തന്റെ സംഘത്തിലെ മറ്റുള്ളവരോട് പറഞ്ഞു.

"കൂട്ടരെ, നമ്മൾ ഇയാൾക്ക് നൽകുന്ന ശിക്ഷ ഇനി ഗുഹയിൽ നമ്മുടെ അനുവാദം ഇല്ലാതെ പ്രവേശിക്കുന്നവർക്ക് ഒരു പാഠമാകണം. അതുകൊണ്ട് ഇയാളെ വെട്ടിക്കൊന്ന് ശരീരം നാലു തുണ്ടുകളാക്കി ഈ ഗുഹയിൽത്തന്നെ നാല് കൊമ്പുകളിലായി കെട്ടിത്തൂക്കുക."

"ശരി. ഉടനേ ചെയ്യാം. ഈ ശിക്ഷ തന്നെയാണ് ശരി," എന്ന് പറഞ്ഞുകൊണ്ട് അവർ ക്യാപ്റ്റന്റെ തീരുമാനം നടപ്പിലാക്കി. പിന്നീട് അവരെല്ലാം ഗുഹക്ക് പുറത്തേക്ക് പോകുകയും ചെയ്തു.

രാത്രിയായിട്ടും കാസിം വീട്ടിൽ തിരിച്ചെത്താതിരുന്നത് കാസിമിന്റെ ഭാര്യയെ ഭയവിഹ്വലയാക്കി. അവർ കരഞ്ഞുകൊണ്ട് ബാബയുടെ വീട്ടിലെത്തി.

"ബാബ, നിന്റെ ചേട്ടൻ പോയിട്ട് ഇതുവരെ തിരിച്ചെത്തിയില്ല. എനിക്ക് പേടിയാകുന്നു. അങ്ങേർക്ക് വല്ല അപകടവും പറ്റിയിരിക്കും. എന്താ ചെയ്യുകയെന്ന് അറിയുന്നില്ലല്ലൊ."

ബാബ അവരെ സമാധാനിപ്പിച്ചുകൊണ്ട് പറഞ്ഞു.

"ചേട്ടത്തി വിഷമിക്കണ്ട. ചേട്ടന് ഒന്നും പറ്റിയിട്ടുണ്ടാകുകയില്ല. തീർച്ച. ഏതായാലും ഞാൻ പോയി അന്വേഷിച്ചിട്ട് വരാം. ചേട്ടത്തി സമാധാനമായി പോയിക്കിടന്ന് ഉറങ്ങ്."

അവരെ സമാധാനിപ്പിച്ചിട്ട് വീട്ടിലേക്ക് തിരികെ അയച്ചിട്ട് ബാബ രണ്ട് കഴുതകളുമായി ഗുഹയിലേക്ക് പോയി കാരണം കാസിം അവിടേക്കായിരിക്കും പോയിരിക്കുക എന്ന് ഊഹിക്കാവുന്നതായിരുന്നു.

ബാബ ഗുഹാമുഖത്തുനിന്ന്, "തുറക്കൂ സീസെം" എന്ന് പറഞ്ഞയുടനെ വാതിൽ തുറന്നു. ഉള്ളിൽക്കയറിയ ബാബ കണ്ടത് സഹിക്കാനാകാത്ത്ര ഘോരവും സങ്കടകരവുമായ കാഴ്ച തന്നെയായിരുന്നു. ദുഃഖം

സഹിക്കവയ്യാതെ ബാബ കരഞ്ഞുപോയി. ജേഷ്ഠന്റെ ശരീരം തുണ്ടു തുണ്ടുകളാക്കി തൂക്കിയിട്ടിരിക്കുന്നു. ജേഷ്ഠന്റെ കഴുതകളേയും കൊന്നിട്ടിരിക്കുന്നു.

ഏതായാലും അധികം ആലോചിച്ചു നിൽക്കാതെ ചേട്ടന്റെ ശവശരീരം ഒരു ചാക്കിലാക്കി കൂടെ കൊണ്ടുചെന്നിരുന്ന കഴുതകളിൽ ഒന്നിന്റെ പുറത്ത് കെട്ടിവെച്ചു. മറ്റേ കഴുതയുടെ പുറത്ത് രണ്ടു ചാക്കുകളിലായി സ്വർണ നാണയങ്ങളും. കഴുതകളെയുംകൊണ്ട് ഗുഹക്ക് പുറത്തിറങ്ങിയ ഉടൻ തന്നെ ബാബ ഉച്ചത്തിൽ പറഞ്ഞു.

"അടയൂ സീസെം"

ഗുഹാമുഖം അടഞ്ഞതും ഒട്ടും സമയം കളയാതെ ബാബ കഴുതകളെയും കൊണ്ട് സ്വന്തം വീട്ടിലേക്ക് മടങ്ങി. വീട്ടിലെത്തിയ ബാബ സ്വർണ ചാക്കുകൾ കയറ്റിവെച്ചിരുന്ന കഴുതയെ തന്റെ വീട്ടുവളപ്പിനുള്ളിൽ കയറ്റിവിട്ട് ഗേറ്റ് അടച്ചു പൂട്ടി. മറ്റേ കഴുതയേയും കൊണ്ട് കാസിമിന്റെ വീട്ടിൽ കയറി ശബ്ദമുണ്ടാക്കാതെ വീട്ടിലുണ്ടായിരുന്ന അടിമപ്പെണ്ണ് 'മൊഗിയാന'യെ വിളിച്ചു.

മൊഗിയാന അടിമപ്പെണ്ണായിരുന്നുവെങ്കിലും നല്ല ബുദ്ധികൂർമ്മതയും, ധൈര്യവും ഉള്ള എല്ലാകാര്യങ്ങളിലും ആലോചിച്ച് അവസരോചിതമായി പ്രവർത്തിക്കാൻ കഴിവുള്ളവളായിരുന്നു എന്ന് ബാബയ്ക്ക് അറിയാമായിരുന്നു. മൊഗിയാനയോട് ബാബ എല്ലാ കാര്യങ്ങളും വിശദമായി പറഞ്ഞു. പിന്നീട് കാസിമിനുണ്ടായ അപകടം ആരും അറിയാതിരിക്കാൻ വേണ്ട മുൻകരുതലുകൾ എടുക്കണമെന്നും, മൃതദേഹം അടക്കം ചെയ്യാൻ വേണ്ട ഏർപ്പാടുകൾ എത്രയും വേഗം ചെയ്യണമെന്നും നിർദേശിച്ചു.

അത്രയുമായപ്പോഴേക്കും കാസിമിന്റെ ഭാര്യ ഉണർന്ന് അവിടെയെത്തി. കാസിമിന്റെ ശവശരീരം കണ്ട അവർ ഉറക്കെയുറക്കെ കരയാൻ തുടങ്ങി. ബാബ കഴിയുന്ന വിധം അവരെ സമാധാനിപ്പിച്ചു.

"ജേഷ്ഠത്തി ഇങ്ങിനെ കരഞ്ഞ് ഒച്ചയുണ്ടാക്കിയാൽ ജേഷ്ഠന് സംഭവിച്ചത് എന്താണെന്ന് നമ്മൾ എല്ലാവരോടും പറയേണ്ടി വരും. അതെല്ലാം ചുറ്റുവട്ടാരത്തിൽ ഉള്ളവർ അറിഞ്ഞാൽ, അവർ മുഖേന ആ കൊള്ളക്കാരും അറിഞ്ഞാൽ ജേഷ്ഠത്തിയുൾപ്പെടെ നമ്മുടെ എല്ലാവരുടെയും ജീവൻതന്നെ അപകടത്തിലാകും. അതുകൊണ്ട് നടന്നത് നടന്നു. ഇനി നമ്മൾ ഒരുപാട് ഒച്ചപ്പാടുണ്ടാക്കാതെ എല്ലാം മുൻകരുതലോടെ ഭദ്രമായി ചെയ്യണം. ജേഷ്ഠത്തി ഇനിയങ്ങോട്ട് കുറേ ദിവസം ഞങ്ങളുടെ വീട്ടിൽ താമസിച്ചാൽ മതി."

ബാബ അവരെ സമാധാനിപ്പിച്ച് സ്വന്തം വീട്ടിലേക്ക് കൂട്ടിക്കൊണ്ടുപോയി. അതിനിടയ്ക്ക് മൊഗിയാന അടുത്തുള്ള വൈദ്യരെക്കണ്ട് കാസിമിന് പെട്ടെന്ന് അസുഖമായെന്നും ആഹാരം ഒന്നുംതന്നെ കഴിക്കാൻ കഴിയുന്നില്ലെന്നും സംസാരശേഷി പോയിരിക്കുന്നു എന്നും പറഞ്ഞ് മരുന്നുകൾ വാങ്ങി. കാസിമിനെക്കുറിച്ചുള്ള വിവരങ്ങൾ മറ്റുള്ളവരും കേൾക്കത്തക്കവിധം ഉറക്കെത്തന്നെ വൈദ്യരോട് പറയാൻ മൊഗിയാന പ്രത്യേകം ശ്രദ്ധിച്ചു. അങ്ങിനെ തന്റെ യജമാനന്റെ രോഗവിവരം നാട്ടുകാരെല്ലാം അറിയണമെന്ന് അവർ കരുതി. പിന്നീട് വീട്ടിൽ തിരികെയെത്തിയ ആ അടിമപ്പെണ്ണ് യജമാനന്റെ തുണ്ടാക്കപ്പെട്ട ശരീരഭാഗങ്ങൾ ഒന്നിച്ച് ചേർത്തു വെച്ച് ഒരു പുതപ്പിനടിയിലാക്കി. അടുത്ത ദിവസം രാവിലെയും അവൾ വൈദ്യനെ കാണുകയും എല്ലാവരും കേൾക്കെ വിവരങ്ങൾ ആവർത്തിച്ച് പറയുകയും ചെയ്തു.

"വൈദ്യരെ, യജമാനന്റെ അസുഖത്തിന് ഒരു കുറവുമില്ല. അദ്ദേഹം തീരെ അവശനായിരിക്കുന്നു. മരിച്ചുപോകരുതേ എന്നാണ് എന്റെ പ്രാർത്ഥന."

അങ്ങിനെ പറഞ്ഞ് മരുന്നുകളും വാങ്ങി മടങ്ങി. അന്ന് രാത്രിയായതും അവൾ മുസ്തഫ എന്ന ചെരുപ്പുകുത്തിയോട് രഹസ്യമായി പറഞ്ഞു.

"ഹേ. മനുഷ്യാ. എനിക്ക് ഇരുചെവിയറിയാതെ ഒരു ജോലി ചെയ്തു തന്നാൽ ഞാൻ നിങ്ങൾക്ക് പത്ത് സ്വർണനാണയങ്ങൾ പ്രതിഫലമായി നൽകാം. പക്ഷേ ഈ വിവരം യാതൊരു കാരണവശാലും മറ്റാരും അറിയാൻ ഇടയാകരുത്. അങ്ങിനെയറിഞ്ഞാൽ നിങ്ങളുടെ ജീവൻ അപകടത്തിലാകും. "

പത്ത് സ്വർണനാണയങ്ങൾ അയാൾക്ക് സ്വപ്നം കാണാൻ പോലും കഴിയാത്തത്ര വലിയ ഒരു തുകയായിരുന്നു. അതുകൊണ്ട് മറ്റൊന്നും ആലോചിക്കാതെ അയാൾ പറഞ്ഞു.

"ഞാൻ ചെയ്തുതരാം."

"എങ്കിൽ എന്നോടൊപ്പം വാ."

അത്രയും പറഞ്ഞ് ചെരുപ്പുകുത്തിയേയും കൂട്ടിക്കൊണ്ട് അവൾ കാസിമിന്റെ വീട്ടിൽ തിരികെ ചെന്നു. പക്ഷേ വീട്ടിലേക്ക് പോകുന്ന വഴി ചെരുപ്പുകുത്തി അറിയാതിരിക്കാനായി അയാളുടെ കണ്ണുകൾ ഒരു കറുത്ത തുണികൊണ്ട് മൂടിക്കെട്ടാൻ അവൾ മറന്നില്ല - താൻ പോകുന്നത് എവിടേയ്ക്കെന്ന് അയാൾക്ക് മനസ്സിലാകാൻ പാടില്ല എന്ന മുൻകരുതൽ തന്നെയായിരുന്നു അത്. വീട്ടിലെത്തിയ ചെരുപ്പുകുത്തിയേക്കൊണ്ട് കാസിമിന്റെ ശരീരഭാഗങ്ങൾ തുന്നിയോജിപ്പിച്ചു.

ജോലി തീർന്നതിനുശേഷം അയാളുടെ കണ്ണുകൾ കെട്ടി അവൾ തന്നെ അയാളെ അയാളുടെ വീട്ടിൽ കൊണ്ടാക്കി തിരികെ പോരുകയും ചെയ്തു.

അടുത്ത ദിവസം രാവിലെ മൊഗിയാന ഉച്ചത്തിൽ നിലവിളിക്കുട്ടി.

“എന്റെ യജമാനൻ മരിച്ചുപോയേ. എല്ലാവരും വരണേ. രണ്ടു മൂന്നു ദിവസമായി സുഖക്കേടായിരുന്നെങ്കിലും പെട്ടെന്നാണ് യജമാനൻ മരിച്ചത്. ഞങ്ങളാൽ കഴിയുന്നത്ര മരുന്നെല്ലാം കൊടുത്തിട്ടും, പ്രാർത്ഥിച്ചിട്ടും അദ്ദേഹത്തേ രക്ഷിക്കാനായില്ലല്ലൊ. ദൈവമേ.”

നാട്ടുകാർ അവളുടെ വാക്കുകൾ സംശയിച്ചില്ല. അവരെല്ലാം കാസിമിന്റെ മൃതദേഹം അടക്കം ചെയ്യാൻ വേണ്ട സഹായവും സഹകരണവും നൽകി. അങ്ങിനെ ആ അദ്ധ്യായം അവിടെ അവസാനിച്ചു എന്ന് പറയാം.

പക്ഷേ തങ്ങളുടെ ഗുഹയിൽ തിരികെയെത്തിയ കൊള്ളക്കാരെ ആശ്ചര്യപ്പെടുത്തുന്നതായിരുന്നു അവർ കണ്ട കാഴ്ച. ഗുഹയിൽ നിന്നും കാസിമിന്റെ ശരീരം പോയിരുന്നു; അവിടെ വിട്ടുപോയ കഴുതകളും സ്വർണപണ്ഡങ്ങൾ നിറച്ച ചാക്കുകളും. അവർക്ക് ഒരു കാര്യം വ്യക്തമായി. അവരുടെ രഹസ്യങ്ങൾ മറ്റാർക്കോക്കൂടി മനസ്സിലായിട്ടുണ്ട്.

ക്യാപ്റ്റൻ എല്ലാവരോടുമായി പറഞ്ഞു.

“നമ്മുടെ രഹസ്യസങ്കേതത്തെക്കുറിച്ച് കുറഞ്ഞത് രണ്ടുപേർക്കെങ്കിലും അറിയാം എന്നത് തീർച്ച. അതിൽ ഒരാളെ നാം വകവരുത്തി. പക്ഷേ നാം ഇവിടെ ഇട്ടുപോയ ആ മൃതശരീരം മറ്റാരോ എടുത്തുകൊണ്ടുപോയിരിക്കുന്നു. ആരാണ് അവൻ. ആർക്കാണ് നമ്മുടെ രഹസ്യങ്ങൾ മനസ്സിലായിരിക്കുന്നത്. നമ്മൾ അവനെ കഴിയുന്നത്രവേഗം തിരഞ്ഞുപിടിക്കണം. ഇല്ലെങ്കിൽ നമ്മേ സംബന്ധിച്ച് അവൻ ഒരു വലിയ അപകടകാരിയാകും.”

“അതേ. നമുക്ക് അവനെ കണ്ടെത്തിയേ മതിയാകൂ. എത്രയും വേഗം .”മറ്റുള്ളവർ ക്യാപ്റ്റന്റെ പ്രസ്താവന ശരിവെച്ചു.

“എന്റെ അഭിപ്രായം നമ്മളിൽ ഒരാൾ വേഷ പ്രച്ഛന്നനായി അടുത്തുള്ള ഗ്രാമങ്ങളിൽ പോയി ഒരു രഹസ്യ അന്വേഷണം നടത്തണം എന്നാണ്. പക്ഷേ അന്വേഷണം പരാജയത്തിൽ കലാശിക്കുകയാണെങ്കിൽ അന്വേഷണത്തിന് പോകുന്നയാൾക്ക് മരണശിക്ഷ കിട്ടും. എന്തു പറയുന്നു. നമ്മൾ ഇങ്ങിനെ ചെയ്തില്ലെങ്കിൽ നമ്മുടെ രഹസ്യങ്ങൾ കൂടുതൽ ആളുകൾ അറിയാൻ വഴിതുറക്കും. എന്താ നിങ്ങളുടെ അഭിപ്രായം.”

കൂട്ടത്തിൽ ധൈര്യശാലിയായിരുന്ന ഒരാൾ പറഞ്ഞു.

"ഞാൻ തയ്യാറാണ്."

"ശരി. എന്നാൽ അങ്ങിനെയാകട്ടെ."

ക്യാപ്റ്റൻ ആ ധൈര്യശാലിക്ക് വേണ്ട നിർദേശങ്ങൾ കൊടുത്തു.

"നീ മാറുവേഷത്തിൽ പോയി അടുത്തുള്ള ഗ്രാമങ്ങളിൽ എവിടെയെങ്കിലും ഇന്നലെയോ മിനിഞ്ഞാന്നോ സംശയകരമായ വിധത്തിൽ ഏതെങ്കിലും മരണം നടന്നിട്ടുണ്ടോ. എന്നന്വേഷിക്കണം. അങ്ങിനെ നമുക്ക് കിട്ടുന്ന വിവരം പിന്നീട് ചെയ്യേണ്ടതെന്തെന്ന് കാണിച്ചു തരും. ശരി. എങ്കിൽ നിന്റെ ജോലി ഉടനേ തുടങ്ങിക്കോ."

കൊള്ളക്കാരൻ തന്റെ പുതിയ വേഷത്തിൽ ഉടനേ പുറപ്പെട്ടു. പ്രഭാതമായപ്പോൾ തന്നെ അയാൾ ആദ്യത്തെ ഗ്രാമത്തിൽ എത്തി. കുറച്ചുദൂരം നടന്ന് എത്തിയത് മുസ്തഫയുടെ കടയുടെ മുന്നിലായിരുന്നു. കടയിൽ ജോലി ചെയ്തുകൊണ്ടിരുന്ന വയോധികനായ മുസ്തഫയോട് കൊള്ളക്കാരൻ ചോദിച്ചു.

"ഹേ. വയോധികാ. താങ്കൾ ഈ സമയത്ത് തുന്നൽ ജോലി ചെയ്യുന്നല്ലൊ. ഇത്ര കുറഞ്ഞ വെളിച്ചത്തിൽ തുന്നാൻ കഴിയുന്നത്ര കാഴ്ചശക്തി ഈ വയസ്സിലും താങ്കൾക്ക് ഉണ്ടല്ലോ. നല്ലതുതന്നെ."

"ങ്ങാ. നിങ്ങളാരാ."

"ഞാനൊരു വഴിപോക്കൻ. കുറേ ദൂരനിന്ന് വരികയാ. താങ്കൾക്ക് ഇപ്പോഴും നന്നായി തുന്നാൻ കഴിയുന്നതുകണ്ട് ചോദിച്ചുപോയതാ. വേറൊന്നും തോന്നരുത്. കേട്ടോ."

"ഛെ. ഛെ. അങ്ങിനെയൊന്നുമില്ല. എന്നാൽ കേട്ടോളൂ. ഇന്നലെ രാത്രി ഒരു മെഴുകുതിരി വെളിച്ചത്തിൽ നാലുതുണ്ടങ്ങളായ ഒരു ശവശരീരം യാതൊരു ബുദ്ധിമുട്ടുമില്ലാതെ തുന്നിക്കെട്ടാൻ എനിക്ക് കഴിഞ്ഞു എന്നു പറഞ്ഞാൽ താങ്കൾക്ക് വിശ്വാസിക്കാനാകുമോ. എന്റെ കാഴ്ചയ്ക്ക് ഈ വയസ്സിലും ഒരു കുറവും വന്നിട്ടില്ല. കേട്ടോ. ഇക്കാര്യത്തിൽ ഞാൻ തികച്ചും ഭാഗ്യവാനാ."

അതുകേട്ട കൊള്ളക്കാരന് വലിയ സന്തോഷമായി. തേടുന്ന വള്ളി നിശ്ചയാസം തന്റെ മുമ്പിൽ തന്നെ എന്ന് അയാൾ കരുതി.

"ഓ. അങ്ങിനെയോ. അങ്ങ് തീർച്ചയായും ഭാഗ്യവാൻ തന്നെ. സംശയമില്ല. അങ്ങ് ഇതെന്റെ ഒരു സന്തോഷത്തിനായി ഒരു സമ്മാനമായി കയ്യിൽ വെച്ചുകൊള്ളുക." അയാൾ മുസ്തഫയ്ക്ക് ഒരു സ്വർണനാണയം നല്കി. മുസ്തഫ അത് സന്തോഷത്തോടെ സ്വീകരിക്കുകയും ചെയ്തു.

“മുസ്തഫ അമ്മാവാ. എനിക്ക് ഒരുപകാരം ചെയ്തു തന്നാൽ ഞാന ങ്ങേയ്ക്ക് ഇനിയും അഞ്ച് നാണയങ്ങൾ സമ്മാനമായി തരും.”

“എന്തുപകാരമാ. പറ. ഞാനൊന്നു നോക്കട്ടെ. എന്നെക്കൊണ്ട് കഴിയുന്നതാണെങ്കിൽ തീർച്ചയായും ചെയ്യാം.”

“അമ്മാവൻ ഇന്നലെ ഏതുവീട്ടിലാ ആ ശരീരം തുന്നിക്കൊടുത്തത്. ആ വീട് എനിക്കൊന്ന് കാണിച്ചു തന്നാൽ മാത്രം മതി.”

“അയ്യോ, അതെന്നേക്കൊണ്ട് സാധിക്കുമോ എന്നറിയത്തില്ല. ഒരു പെണ്ണാ എന്നെ വിളിച്ചോണ്ടുപോയത്. പക്ഷേ പോകുമ്പോഴും തിരികെ കൊണ്ടുവിട്ടപ്പോഴും അവളെന്റെ കണ്ണ് കെട്ടിയിരുന്നതിനാൽ എനി ക്കൊന്നും കാണാൻ കഴിഞ്ഞില്ല.”

“എങ്കിലും അമ്മാവനൊന്ന് ശ്രമിച്ചു നോക്കിക്കൂടേ.”

“ശരി. ഒന്നുശ്രമിക്കാം. അല്ലേ. ഞാൻ കണ്ണുകെട്ടിത്തന്നെ താങ്കളുടെ കൂടെ വരാം. എന്നെ ഒന്ന് സഹായിച്ചാൽ മതി. ഇന്നലത്തേതുപോലെ ചുവടുകൾ വെച്ച് പരീക്ഷിച്ചു നോക്കാം.” അങ്ങിനെ മുസ്തഫയും കൊള്ള ക്കാരനും കാസിമിന്റെ വീട്ടുപടിക്കൽ എത്തി. മുസ്തഫ തന്റെ കണ്ണിന്റെ കെട്ടഴിച്ചുമാറ്റി. പിന്നീട് അവിടെയെല്ലാം ഒന്നുനോക്കിയിട്ട് പറഞ്ഞു.

“അതെ. ഇതുതന്നെയാ ആ സ്ഥലം ഞാൻ ഇന്നലെ ചെന്നതും ഈ വീട്ടിൽ തന്നെയാ. യാതൊരു സംശയവുമില്ല. തീർച്ച.” കൊള്ളക്കാരൻ മുസ്തഫയ്ക്ക് അഞ്ച് സ്വർണനാണയങ്ങൾ കൂടി കൊടുത്തിട്ട് പറഞ്ഞു.

“അമ്മാവൻ ഇനി പൊയ്ക്കോ. ഉപകാരത്തിന് വളരെ നന്ദി. എനിക്ക് ഇവിടെ ഒരല്പം ജോലിയുണ്ട്. അതു തീർത്തിട്ട് ഞാനും പോകും.”

“ശരി. എങ്കിൽ ഞാൻ പോകുന്നു.” പിന്നീട് കൊള്ളക്കാരൻ ആ വീടിന്റെ മുമ്പിൽ ഒരു പ്രത്യേകതരം മഷികൊണ്ട് ഒരടയാളം വരച്ചു. വീണ്ടും വരുമ്പോൾ വീടിന്റെ അടയാളം തെറ്റരുതല്ലോ എന്ന് കരുതിയാണ് അങ്ങിനെ ചെയ്തത്. പിന്നീട് കൊള്ളക്കാരൻ തികഞ്ഞ സന്തോഷത്തോടെ തങ്ങളുടെ ഒളിസങ്കേതത്തിലേക്ക് മടങ്ങി. ക്യാപ്റ്റ നോടും കൂട്ടുകാരോടും എല്ലാ വിവരങ്ങളും പറഞ്ഞു. അവർ അയാളുടെ വിജയം ആഘോഷിച്ചു എന്നു തന്നെ പറയാം. പിന്നീട് ക്യാപ്റ്റൻ ഭാവിനടപടികൾ എങ്ങിനെ, എന്തൊക്കെ എന്നതിനേക്കുറിച്ച് തീരു മാനിക്കാനായി ആ വീടും പരിസരവും കാണാനായി ആ കൊള്ളക്കാ രനുമൊത്ത് കാസിമിന്റെ വീട്ടിലേക്ക് പോയി.

പക്ഷേ കൊള്ളക്കാരൻ മുസ്തഫയേയും കൂട്ടി യജമാനന്റെ വീട്ടിൽ ചെന്നതും, അയാൾ വീട്ടുമുമ്പിൽ അടയാളചിഹ്നം വരഞ്ഞിട്ടതും മൊഗിയാന കണ്ടിരുന്നു. അവൾ ആരോടും പറയാതെ കൊള്ളക്കാരൻ

യജമാനന്റെ വീടിനുമുൻപിൽ വരഞ്ഞിട്ടതുപോലെയുള്ള ചിഹ്നങ്ങൾ അതേപോലെ അടുത്തുള്ള മറ്റ് പല വീടുകളുടെ മുമ്പിലും വരഞ്ഞിട്ടു. തിരികെ സ്ഥലം പരിശോധിക്കാനെത്തിയ ക്യാപ്റ്റനും അനുചരനും കണ്ടത് ആ ചുറ്റുപാടിലുണ്ടായിരുന്ന എല്ലാ വീടുകളുടേയും മുന്നിൽ ഒരേതരം അടയാളം വരഞ്ഞിട്ടിരുന്നതാണ്. അതുകൊണ്ടുതന്നെ അവർക്ക് ശവശരീരം എടുത്തുവെച്ച വീട് കൃത്യമായി മനസിലാക്കാൻ കഴിയാതെ പോയി. മാത്രമല്ല അവരുടെ അന്വേഷണത്തെക്കുറിച്ച് ആരോ മനസ്സിലാക്കിയിരിക്കുന്നു എന്ന ബോധവും അവർക്കുണ്ടായി. അത് ഗുരുതരമായ ഒരു പാളിച്ചയായിരുന്നതിനാൽ തങ്ങളുടെ സങ്കേതത്തിൽ തിരിച്ചെത്തിയയുടനെ അന്വേഷണത്തിന് പോയ കൊള്ളക്കാരനെ മുൻനിശ്ചയത്തിനനുസരണം വധിക്കുകയും ചെയ്തു.

പിന്നീട് കാസിമിന്റെ വീട് കൃത്യമായി കണ്ടുപിടിക്കുക എന്ന ചുമതല മറ്റൊരു ധൈര്യശാലിയായ കൊള്ളക്കാരൻ ഏറ്റെടുത്തു. അയാളും നേരത്തെ കിട്ടിയ അറിവിന്റെ അടിസ്ഥാനത്തിൽ മുസ്തഫയെത്തന്നെയാണ് ആദ്യം കണ്ടത്. മുസ്തഫ അപ്പോഴും ആതിഥേയനേ സഹായിച്ചു. വീടിന് മുമ്പിൽ മറ്റൊരു അടയാള ചിഹ്നം കൊള്ളക്കാരൻ ഒരുക്കുകയും ചെയ്തു. മറ്റാർക്കും അത്രപെട്ടെന്ന് അനുകരിക്കാൻ കഴിയാത്ത ഒരു പ്രത്യേക അടയാളമാണ് അയാൾ തിരഞ്ഞെടുത്തത്. പക്ഷേ, മുൻകരുതലുകൾ എല്ലാം എടുത്തിരുന്നുവെങ്കിലും ഒടുവിൽ സംഭവിച്ചത് ആദ്യം അന്വേഷണത്തിന് ചെന്ന കൊള്ളക്കാരന്റെ അതേ ഗതിയാണ്. മൊഗിയാനയുടെ സൂക്ഷ്മബുദ്ധിയും ജാഗ്രതയും കൊള്ളക്കാരന്റെ തന്ത്രങ്ങൾക്കുമുമ്പിൽ നിഷ്പ്രഭമായിപ്പോയി. രണ്ടാമത്തെ അനുചരനും ശിക്ഷാർഹനായതിനുശേഷം ക്യാപ്റ്റൻ എല്ലാവരോടുമായി പറഞ്ഞു.

“ഇങ്ങിനെപോയാൽ കാര്യങ്ങൾ ശരിയാകുമെന്ന് തോന്നുന്നില്ല. അതുകൊണ്ട് ഞാൻ സ്വയം അന്വേഷണ ചുമതല ഏറ്റെടുക്കുകയാണ്. നിങ്ങൾ ഇവിടെത്തന്നെ താവളമടിച്ച് ഇരുന്നുകൊള്ളുക. ഞാൻ പോയി വരാം.”

ക്യാപ്റ്റനും മുസ്തഫയുടെ സഹായത്തോടെ കാസിമിന്റെ വീട്ടുപടിക്കൽ എത്തി. പക്ഷേ ക്യാപ്റ്റൻ വീട്ടുവാതിൽക്കൽ അടയാളചിഹ്നങ്ങൾ വരയാൻ ശ്രമിച്ചില്ല. പകരം ചുറ്റുപാടും നല്ലതുപോലെ നിരീക്ഷിച്ചു. ചിലമായിക്കാൻ കഴിയാത്ത അടയാളങ്ങൾ മനസ്സിൽ കുറിച്ചു. പിന്നീട് സ്വന്തം ഗുഹയിലേക്ക് മടങ്ങിയ ക്യാപ്റ്റൻ അനുയായികളോട് നിർദേശിച്ചു.

“നിങ്ങൾ ഉടനേതന്നെ ചന്തയിൽ പോയി ഇരുപത് കഴുതകളെ വാങ്ങണം. അതുപോലെ മുപ്പത്തിയെട്ട് തുകൽ സഞ്ചികളും - എണ്ണ

നിറയ്ക്കാൻ പറ്റിയ തരത്തിലുള്ള സഞ്ചികൾ ; പക്ഷേ ഓരോന്നിലും ഒരാളിന് അകത്തുകയറി ഒതുങ്ങിയിരിക്കാൻ കഴിയുന്നത്ര വലുപ്പവും ഉണ്ടായിരിക്കണം.ഒരു സഞ്ചിയിൽ മാത്രം നല്ല ഒന്നാന്തരം പനയെണ്ണ നിറച്ച കൊള്ളുക. സഞ്ചികൾ, ഒരു കഴുതയുടെ പുറത്ത് രണ്ടുവീതം ഭദ്രമായി കെട്ടിവെയ്ക്കുക. "

ക്യാപ്റ്റന്റെ അനുയായികൾ കഴിയുന്നത്ര വേഗം തന്നെ കഴുതകളുമായി തിരികെയെത്തി. ക്യാപ്റ്റൻ വീണ്ടും അവരേ നിർദേശിച്ചു.

"നിങ്ങളോരോരുത്തരും കഠാരപോലെയുള്ള മൂർച്ചയുള്ള സ്വന്തം ആയുധങ്ങളുമെടുത്ത് ഓരോ സഞ്ചിയിൽ കയറി ഇരിക്കണം. നമ്മൾ ഒരു സ്ഥലത്തേക്ക് യാത്രയാകുകയാണ്. ഉദ്ദിഷ്ട സ്ഥലത്ത് എത്തിയതിനുശേഷം ഞാൻ ഓരോ സഞ്ചിയിലും ഒരോ ചെറിയ കല്ലിട്ട് നിങ്ങൾക്ക് സഞ്ചിയിൽനിന്നും വെളിയിൽ വരാൻ സൂചന നൽകും. ആ സമയത്ത് ഒട്ടും സമയം നഷ്ടപ്പെടുത്താതെ നിങ്ങൾ ആയുധങ്ങളുമായി, ജാഗ്രതയോടെ സഞ്ചിയിൽ നിന്നും വെളിയിൽ വരണം. ഉടനേ ഒരു പോരാട്ടത്തിനു തയ്യാറായിരിക്കണം. എന്താ എല്ലാം മനസ്സിലായല്ലൊ. അല്ലേ?"

"അതേ. എല്ലാം വ്യക്തമായി. പക്ഷേ നമ്മൾ എങ്ങോട്ടാണ് പോകുന്നതെന്ന് പറഞ്ഞില്ല."

"എങ്ങോട്ടാണെന്ന് നിങ്ങൾ ഇപ്പോൾ അറിയണ്ട. സമയമാകുമ്പോൾ അത് നിങ്ങൾക്ക് മനസ്സിലാകും. ഇപ്പോൾ ഞാൻ നിങ്ങളെ ചുമക്കുന്ന ഈ കഴുതകളെയും കൊണ്ട് ഒരു സ്ഥലത്തേക്ക് പോകുകയാണ്. എണ്ണ നിറച്ച സഞ്ചി കെട്ടിയിരിക്കുന്ന കഴുതയുടെ മുമ്പിൽ മറ്റ് കഴുതകളെയും നയിച്ചുകൊണ്ട് ഒരു കഴുതപ്പുറത്ത് ഞാനുണ്ടാകും. എല്ലാവരും തയ്യാറായിക്കൊള്ളുക.നമുക്ക് ഉടനേതന്നെ പുറപ്പെടാം."

ക്യാപ്റ്റൻ കഴുതകളെ നയിച്ച് എത്തിച്ചേർന്നത് കാസിമിന്റെ വീടിനു മുമ്പിൽത്തന്നെയായിരുന്നു. ആ സമയത്ത് ആലിബാബ വീടിനു മുമ്പിൽ നിൽക്കുന്നുണ്ടായിരുന്നു. ക്യാപ്റ്റൻ കഴുതപ്പുറത്തുനിന്നിറങ്ങി, തികഞ്ഞ ബഹുമാനത്തോടെ ബാബയോട് പറഞ്ഞു.

"അങ്ങ് ആരാണെന്ന് എനിക്കറിയുകയില്ല. എങ്കിലും ഞാനാദ്യം സ്വയം പരിചയപ്പെടുത്താം. കുറേ ദൂരെ നിന്നും വരുന്ന ഒരെണ്ണ വ്യാപാരിയാണ് ഞാൻ. ഇവിടുത്തെ ചന്തയിൽ വിൽക്കാനായി കുറേ നല്ല എണ്ണ ശേഖരിച്ചുകൊണ്ട് വന്നതാണ്. പക്ഷേ ഇവിടെ എത്തിയപ്പോഴേക്കും നേരം വൈകിയതിനാൽ ചന്ത പിരിഞ്ഞു പോയിരിക്കുന്നു. ഇന്നിനി എവിടെയെങ്കിലും തങ്ങി നാളെ ചന്തയിൽ പോയി എണ്ണ വിറ്റിട്ട്

തിരികെ പോകണം. അന്വേഷിച്ചപ്പോൾ ഈ വീട്ടിൽ താമസിക്കുന്ന യാളും നല്ല മനസ്സുള്ള ഒരു വണികൻതന്നെയാണെന്ന് മനസ്സിലായി; അപേക്ഷിച്ചാൽ രാത്രി താമസിക്കാനും എന്റെ കഴുതകളെ നിർത്താൻ വേണ്ട സൗകര്യവും ചെയ്തുതരാൻ കഴിവും സന്മനസ്സുമുള്ളയാളാണെന്നും ചന്തയിൽ പലരും പറഞ്ഞു. അതുകൊണ്ട് വന്നതാണ്. ങ്ാ. പറയാൻ മറന്നുപോയല്ലോ. എന്റെ പേര് ഹസ്സൻ."

"ഹസ്സൻ ഭായി. താങ്കൾക്ക് സ്വാഗതം. ഈ രാത്രി എന്റെകൂടെ ഇവിടെ താമസിക്കാം. കഴുതകളെ വീട്ടുവളപ്പിനുള്ളിൽ നിർത്താം. മാത്രമല്ല താങ്കൾക്ക് ഇന്ന് രാത്രി ഭക്ഷണം ഞങ്ങളോടൊപ്പമാകാം "

ക്യാപ്റ്റൻ അവിടെയെത്തിയത് പ്രച്ഛന്ന വേഷത്തിലായിരുന്നതു കൊണ്ട് ബാബയ്ക്ക് അയാളെ തിരിച്ചറിയാൻ കഴിഞ്ഞില്ല.

ബാബ മൊഗിയാനയെ വിളിച്ച് പറഞ്ഞു.

"എടീ പെണ്ണേ. നോക്ക്, ഈ ഹസ്സൻ ഭായി ഇന്ന് നമ്മുടെ വിരുന്നാളിയാണ്. അദ്ദേഹത്തിനു കൂടി നല്ല രുചികരമായ ഭക്ഷണം ഉണ്ടാക്കണം. അതുപോലെ അബ്ദുലിനെ വിളിച്ച് പിന്നാടി വാതിൽ തുറന്ന് ഇദ്ദേഹത്തിന്റെ കഴുതകളെയെല്ലാം മുറ്റത്തുനിർത്തി വാതിലടയ്ക്കാനും പറയണം."

ആ സമയം യജമാനന്റെ വിളികേട്ട് മൊഗിയാന അവിടെ എത്തി.

"എല്ലാം ചെയ്യാം യജമാനനേ. "

"പറഞ്ഞില്ലല്ലോ. ഹസ്സൻ ഭായി. ഇത് ഞങ്ങളുടെ വീട്ടുവേലക്കാരി മൊഗിയാന താങ്കൾക്ക് വേണ്ട എല്ലാ സൗകര്യങ്ങളും ഈ അടിമപ്പെണ്ണ് ഒരുക്കിത്തരും. അതുപോലെ അബ്ദുലും."

മൊഗിയാന ഹസ്സൻ ഭായിയെഅതിഥികൾക്കായുള്ള കിടപ്പുമുറിയിലേക്ക് കൂട്ടിക്കൊണ്ടു പോയി. പിന്നീട് മൊഗിയാന അബ്ദുലിനെ വിളിച്ച് പറഞ്ഞു.

"എടാ. അബ്ദുൽ. ഈ വിളക്കിലെ എണ്ണ തീർന്നുപോയെന്ന് തോന്നുന്നു. എവിടെന്നെങ്കിലും കുറച്ച് എണ്ണ സംഘടിപ്പിക്കണം. വേഗം ഭക്ഷണം തയ്യാറാക്കേണ്ടതല്ലേ."

"ശരി."

അല്പം കഴിഞ്ഞ് അവൻ പറഞ്ഞു.

"മൊഗി. അടുത്തുള്ള കടകളെല്ലാം അടച്ചു. ഇനിയെവിടെന്നാ എണ്ണ കിട്ടുക"

അല്പം ആലോചിച്ചിട്ട് മൊഗിയാന പറഞ്ഞു.

“എടാ. അബ്ദുലേ, ഹസ്സൻ ഭായി പറഞ്ഞത് അയാളുടെ കഴുതകളുടെ പുറത്തുള്ള സഞ്ചികളിലെല്ലാം എണ്ണയാണെന്നല്ലേ. നീ ശബ്ദമുണ്ടാക്കാതെ ഒരു സഞ്ചിയിൽ നിന്ന് അല്പം എണ്ണയെടുക്ക്.ആരും അറിയണ്ട. മനസ്സിലായോ. അല്ലെങ്കിൽ വേണ്ട. നീ എന്റെ കൂടെ വന്നാ മതി. ഞാൻ തന്നെ കുറച്ച് എണ്ണ എടുക്കാം.”

അവർ രണ്ടുപേരും ചേർന്ന് ഒരു സഞ്ചിയുടെ മൂടി അല്പം തുറന്നു. അപ്പോൾ സംഭവിച്ചത് അവരെ അത്ഭുതപ്പെടുത്തി. തുകൽ സഞ്ചിയിൽ നിന്നും ആരോ ചോദിച്ചതുപോലെ അവർക്ക് തോന്നി.

“എന്താ. സമയമായോ.”

പെട്ടെന്ന് പരിഭ്രമിച്ചെങ്കിലും മൊഗിയാന ഉടനേതന്നെ മൂടി അടച്ച്; സമനില വീണ്ടെടുത്തു. “ഇല്ല. കുറച്ച് സമയം കൂടി കഴിയട്ടെ” എന്ന് പറയുകയും ചെയ്തു. മൊഗിയാന അല്പനേരം ആലോചിച്ചതിനുശേഷം അബ്ദുലിനോട് പറഞ്ഞു.

“എടാ അബ്ദുലേ, യജമാനനെതിരായി എന്തോ വലിയ ചതി നടക്കുന്നു. നമ്മൾ കരുതി പെരുമാറണം.”

“മൊഗീ. നമുക്ക് ഉടനേതന്നെ യജമാനനെ വിവരം അറിയിക്കാം.”

“വേണ്ട. ധൃതി പിടിച്ച് ഒന്നും ചെയ്യണ്ട. ഒരു പക്ഷേ എല്ലാ സഞ്ചികളിലും ഇതുപോലെ കൊള്ളക്കാരാണെങ്കിൽ അവരോട് എതിർത്തു നിൽക്കാൻ യജമാനന് കഴിഞ്ഞെന്ന് വരില്ല.”

“എങ്കിൽ നമ്മളെന്തു ചെയ്യും മൊഗീ.”

“നോക്കാം.”

മൊഗിയാന എല്ലാ സഞ്ചികളുടെയും മൂടി മണത്തുനോക്കി. കൈകൊണ്ട് തടവി നോക്കി. അവൾക്ക് മനസ്സിലായി ഒരു സഞ്ചിയിൽ മാത്രമാണ് എണ്ണ ഉണ്ടായിരുന്നതെന്ന്, അവൾ അബ്ദുലിനോട് പറഞ്ഞു.

“അബ്ദുൽ. ഈ ഒരു സഞ്ചിയിൽ മാത്രമാണ് എണ്ണയുള്ളത്. നീ ശബ്ദമുണ്ടാക്കാതെ ഒരു വലിയ ചെമ്പിലേക്ക് ഈ എണ്ണ പകർന്നെടുക്കുക; എന്നിട്ട് എണ്ണ നല്ലതുപോലെ തിളപ്പിക്കണം അബ്ദുൽ വേഗം തന്നെ വേണ്ടതുചെയ്തിട്ട് പറഞ്ഞു.”

“മൊഗി. തിളയ്ക്കുന്ന എണ്ണ റെഡി. “

“ശരി. നീ ഓരോ കുടം എണ്ണ എടുത്തു കൊണ്ടു വാ. ഞാൻ മൂടി തുറന്നു തരുന്ന ഓരോ സഞ്ചിയിലും ഒട്ടും സമയം കളയാതെ കുടത്തിലെ തിളയ്ക്കുന്ന എണ്ണ ഒഴിച്ചിട്ട് മൂടി അടയ്ക്കണം. ഓരോന്നിലും വേഗം വേഗം എണ്ണ ഒഴിക്കുകയും മൂടി അടയ്ക്കുകയും ചെയ്യണം.”

അല്പ സമയത്തിനുള്ളിൽ അവർ രണ്ടു പേരും ചേർന്ന് എല്ലാ സഞ്ചികളിലും തിളയ്ക്കുന്ന എണ്ണയൊഴിച്ച് മൂടികൾ ഭദ്രമായി അടച്ചു. സഞ്ചികളിലുണ്ടായിരുന്ന മുപ്പത്തിയേഴ് കള്ളൻമാർക്കും എന്തു സംഭവിച്ചിരിക്കുമെന്ന് നിങ്ങൾക്ക് ഊഹിക്കാവുന്നതേയുള്ളൂ. യാതൊരു ശബ്ദമോ അനക്കമോ ഉണ്ടായതുമില്ല.

പിന്നീട് ധൃതിയിൽത്തന്നെ മൊഗിയാന ഭക്ഷണം പാകം ചെയ്ത് തീൻമേശയ്ക്കുമേൽ നിരത്തി.

മൊഗിയാന ഭക്ഷണം പാകം ചെയ്തുകൊണ്ടിരുന്ന സമയത്ത് ഹസ്സൻ ഭായി ആരും ശ്രദ്ധിക്കാത്ത വിധം കഴുതകളേ നിർത്തിയിരുന്ന സ്ഥലത്തേക്ക് പോയി. ഒരു സഞ്ചി തുറന്ന് ഒരു ചെറിയ കല്ല് അതിനകത്തേക്ക് ഇട്ടുകൊണ്ട് പറഞ്ഞു.

“കൂട്ടുകാരാ. സമയമായി.”

പക്ഷേ സഞ്ചിക്കുള്ളിൽ നിന്നും യാതൊരു പ്രതികരണവും ഉണ്ടായില്ല. എന്നു മാത്രമല്ല എണ്ണ വാസനയും, ചുടുന്ന എണ്ണപ്പുകയും, വെന്തെരിഞ്ഞ മാംസത്തിന്റെ മണവും സഞ്ചിയിൽ നിന്ന് പുറത്തേക്ക് വന്നു. അപ്പോൾ ഹസ്സൻ ഭായിക്ക് തന്റെ ചതി ഗ്രഹനാഥന് മനസ്സിലായി എന്നും തന്റെ അനുയായികൾ എല്ലാം കൊല്ലപ്പെട്ടു എന്നും മനസ്സിലായി. ഉടൻതന്നെ അയാൾ മതിൽ ചാടി റോഡിലെത്തി ജീവനും കൊണ്ട് ഓടി രക്ഷപ്പെട്ടു.

ഭക്ഷണം നിരത്തിയതിനുശേഷം മൊഗിയാന പറഞ്ഞു.

“യജമാനനേ. ഭക്ഷണം തയ്യാറായിരിക്കുന്നു.”

ബാബ ഭക്ഷണത്തിനായി ഹസ്സൻ ഭായിയേ വിളിച്ചു. പക്ഷേ ഹസ്സൻ ഭായിയെ അവിടെയെങ്ങും കണ്ടില്ല. ബാബ തിരക്കി.

“മൊഗിയാന, അബ്ദുൽ ഹസ്സൻ ഭായിയെ ഇവിടെയെങ്ങും കാണുന്നില്ലല്ലോ. എവിടെപ്പോയി.”

“ഒട്ടും പരിഭ്രമിക്കേണ്ട യജമാനനേ. അദ്ദേഹം ഇവിടെ നിന്നും ഓടി രക്ഷപ്പെട്ടിരിക്കും.”

“എന്ത് ? ഓടി രക്ഷപെട്ടിരിക്കുമെന്നോ.”

“അതേ. ഓടി രക്ഷപ്പെട്ടു. യജമാനൻ വന്നാലും. സത്യത്തിൽ എന്താണ് നടന്നതെന്ന് ഞാൻ കാണിച്ചുതരാം.” അവൾ ബാബയേ കഴുതകൾ നിന്ന സ്ഥലത്തേക്ക് കൂട്ടിക്കൊണ്ടുപോയി തുകൽ സഞ്ചികൾ ഒന്നൊന്നായി തുറന്ന് കാണിച്ചു. സത്യാവസ്ഥ മനസ്സിലാക്കിയ ബാബ മൊഗിയാനിയേയും അബ്ദുലിനേയും വാനോളം പുകഴ്ത്തുകയും

അവരുടെ സമയോചിതമായ ബുദ്ധിപൂർവ്വമായ പ്രവർത്തിക്ക് നന്ദി പറയുകയും ചെയ്തു. മാത്രമല്ല, മൊഗിയാനയെ അടിമത്തത്തിൽ നിന്ന് മോചിപ്പിച്ച് സ്വതന്ത്രയാക്കുകയും ചെയ്തു.

“മൊഗിയാന. നീ ഇന്നുമുതൽ അടിമയല്ല. നിനക്ക് ഞാൻ പൂർണ സ്വാതന്ത്ര്യം നൽകിയിരിക്കുന്നു. നിനക്ക് നിന്റെ ഇഷ്ടം പോലെ എവിടെ വേണമെങ്കിലും പോകാം. അതല്ല ഞങ്ങളുടെ കൂടെ തുടർന്ന് താമസി ക്കണമെങ്കിൽ അങ്ങിനെയും ആകാം. എനിക്ക് സന്തോഷമേയുള്ളൂ. “

“യജമാനനേ. നന്ദി. പക്ഷേ ഞാൻ അങ്ങയുടെ കുടുംബത്തോടൊപ്പം ഇവിടെത്തന്നെ താമസിക്കാൻ ഇഷ്ടപ്പെടുന്നു. മാത്രമല്ല ഞാനെന്നും നിങ്ങളുടെയെല്ലാം വിശ്വസ്തയായ സ്നേഹിതയായിരിക്കും. “

അങ്ങിനെ ദിവസങ്ങൾ കുറേ കഴിഞ്ഞു. ആ സമയമെല്ലാം ക്യാപ്റ്റൻ തന്നെ ചതിക്കുകയും തന്റെ അനുയായികളെയെല്ലാം കൊന്നൊടുക്കുക യും ചെയ്തതിന് പ്രതികാരം ചെയ്യാനുള്ള പദ്ധതികൾ ആലോചിക്കുകയാ യിരുന്നു. അങ്ങിനെ ആലോചിച്ച് തയ്യാറാക്കിയ ഒരു പദ്ധതി പ്രകാരം അയാൾ ധനികരായ കച്ചവടക്കാർ ധരിക്കുന്ന രീതിയിലുള്ള വസ്ത്രധാ രണം ചെയ്യാൻ ആരംഭിച്ചു. ബാബയുടെ വീടിനടുത്തുണ്ടായിരുന്ന ചന്തയ്ക്ക് സമീപം ഒരു ഹോട്ടൽമുറിയെടുത്ത് താമസിക്കാൻ തുടങ്ങി. സ്വയം മറ്റ് കച്ചവടക്കാർക്ക് പരിചയപ്പെടുത്തിയത് കോഗിയ ഹസ്സൻ എന്നായി രുന്നു. കോഗിയ ബാബയുടെ മകന്റെ കടയിലും ഇടയ്ക്കിടെ പോകുകയും ചില വ്യാപാരവിഷയങ്ങൾ സംസാരിക്കുകയും അങ്ങിനെ സൗഹൃദം സ്ഥാപിക്കുകയും ചെയ്തു. ആ സ്നേഹബന്ധം കാരണം കോഗിയ ഒന്നു രണ്ടു പ്രാവശ്യം ബാബയുടെ വീട്ടിൽ പോകുകയും അതുപോലെ ഹോട്ട ലിലേക്ക് ക്ഷണിച്ച് ബാബയ്ക്കും മകനും വിരുന്ന് നൽകുകയും ചെയ്തു. അയാൾ വീട്ടിൽ ചെന്നിരുന്ന സന്ദർഭങ്ങളിൽ മൊഗിയാന ഹസ്സനെ കാണാനിടയായി. അപ്പോഴൊക്കെ മൊഗിയാനയ്ക്ക് പറയാനറിയാത്ത എന്തോ കാരണം കൊണ്ട് അയാൾ ഒരു നല്ലയാളല്ലെന്ന് സംശയം തോന്നി. അങ്ങിനെയിരിക്കെ ഒരു ദിവസം കോഗിയ ബാബയുടെ വീട്ടിൽ ചെല്ലുകയും അച്ഛനോടും മകനോടും വ്യാപാര കാര്യങ്ങൾ സംസാരിച്ച് കുറേ നേരം ചിലവാക്കുകയും ചെയ്തു. പിന്നീട് യാത്ര പറഞ്ഞ് പോകാൻ തുടങ്ങിയപ്പോൾ ബാബ പറഞ്ഞു.

“കോഗിയ. ഇന്ന് അത്താഴഭക്ഷണം ഇവിടെത്തന്നെയാകട്ടെ. ഒഴി വുകഴിവുകളൊന്നും പറയണ്ട.”

“അയ്യോ അതുവേണ്ട. കുറച്ചു കാലമായി ഞാൻ ഉപ്പു ചേർത്ത ഭക്ഷ ണമൊന്നും കഴിക്കാറില്ല. അതുകൊണ്ട് ക്ഷമിച്ചാലും”

"ഛെ. ഛെ. അങ്ങിനെ പറഞ്ഞാലോ. അങ്ങേയ്ക്ക് ഉപ്പില്ലാത്ത ഭക്ഷണം വേണം. അത്രയല്ലേയുള്ളൂ. ഇന്ന് ഭക്ഷണം ഇവിടെത്തന്നെ." പിന്നീട് ബാബ വീട്ടിനകത്തേയ്ക്ക് വിളിച്ചു പറഞ്ഞു.

"മൊഗിയാനാ. ഇന്ന് ഇദ്ദേഹവും അത്താഴഭക്ഷണത്തിന് നമ്മോടൊപ്പം ഉണ്ടാകും. ഇദ്ദേഹം ഉപ്പു ചേർത്ത ഭക്ഷണങ്ങൾ കഴിക്കുകയില്ല. അതുകൊണ്ട് ഇന്നത്തേ വിഭവങ്ങളിലൊന്നും ഉപ്പ് ചേർക്കാൻ പാടില്ല. ശ്രദ്ധിച്ചോണം."

"ശരി. ശ്രദ്ധിച്ചോളാം."

മൊഗിയാനയുടെ മനസ്സിൽ വീണ്ടും സംശയങ്ങൾ മുളയെടുക്കാൻ തുടങ്ങി.

"ഉപ്പില്ലാത്ത ഭക്ഷണമോ. ഉപ്പില്ലാത്ത ഭക്ഷണം വൈരാഗ്യത്തിന്റെയും പകയുടേയും ലക്ഷണമാണല്ലോ."അങ്ങിനെ ചിന്തിച്ചുകൊണ്ട് അവൾ കോഗിയ ഇരുന്ന സ്ഥലത്തേക്ക് എത്തിനോക്കി. വീണ്ടും അയാളെ കണ്ടപ്പോൾ അത് കൊള്ളക്കാരുടെ തലവൻ തന്നെയാണെന്ന് അവൾക്ക് പൂർണ ബോദ്ധ്യമായി. അവൾ ചിന്തിച്ചു. "ഇയാൾ പക പോക്കാൻ വന്നിരിക്കുകയാണ്. സംശയമില്ല. എന്ത് സാഹസം കാണിച്ചാണെങ്കിലും യജമാനനേയും കുടുംബത്തെയും ഈ അപകടക്കാരനിൽ നിന്ന് രക്ഷിക്കണം."

അവൾ ഭക്ഷണങ്ങൾ ഉണ്ടാക്കി. എല്ലാം തീൻമേശപ്പുറത്ത് നിരത്തിയതിന് ശേഷം ബാബയേയും, ബാബയുടെ മകനേയും കോഗിയയേയും ഭക്ഷണത്തിന് ക്ഷണിച്ചു. കൂടത്തന്നെ പറഞ്ഞു.

"യജമാനനേ. ഭക്ഷണം കഴിഞ്ഞാലുടനെ ഞാൻ നിങ്ങളുടെയൊക്കെ സന്തോഷത്തിനായി എന്റെ ചില നൃത്തങ്ങളും അവതരിപ്പിക്കാം. ഇദ്ദേഹം നമ്മുടെ വിശിഷ്ടാതിഥിയല്ലേ. ഇദ്ദേഹത്തിന് എന്റെ നൃത്തം ഇഷ്ടപ്പെടും. സംശയിക്കേണ്ട."

"ശരി. അങ്ങിനെയാകട്ടെ." ബാബ പറഞ്ഞു.

"നല്ലത്." കോഗിയയും ശരിവെച്ചു.

ഭക്ഷണം കഴിഞ്ഞയുടൻ തന്നെ സമയം കളയാതെ മൊഗിയാന നൃത്തപരിപാടി തുടങ്ങി. അബ്ദുൽ മൊഗിയാനയുടെ നൃത്തച്ചുവടുകൾക്കനുസരണം ടാബർ എന്ന സംഗീത ഉപകരണം വായിക്കാനും തുടങ്ങി. രണ്ടു മൂന്ന് നൃത്തങ്ങൾ അവതരിപ്പിച്ചതിനുശേഷം മൊഗിയാന മറ്റൊരു തരം നൃത്തം ആരംഭിച്ചു.അവൾ തന്റെ വസ്ത്രത്തിന്റെ ഭാഗമായി ഒരു കത്തി തൂക്കിയിട്ടിരുന്നു. നൃത്തച്ചുവടുകളുടെ ഭാഗമായി ആ കത്തി ഇടത്തോട്ടും വലത്തോട്ടും തട്ടിയെറിയുകയും ചിലപ്പോൾ കയ്യിൽ പിടിക്കുകയും

ചെയ്തിരുന്നു. ആ ചലനങ്ങൾ നൃത്തത്തിന്റെ ഭാഗമായി ഇണങ്ങിച്ചേർന്ന് പോയതുകൊണ്ട് ആർക്കും സംശയങ്ങളൊന്നും ഉണ്ടായില്ല. പിന്നീട് നൃത്തത്തിന്റെ അവസാനം എന്ന നിലയിൽ അവൾ ഒരു തട്ട് ബാബയുടെ നേർക്ക് നീട്ടി. സംമ്പ്രദായപ്രകാരം അങ്ങിനെ ചെയ്യുമ്പോൾ കാണികൾ നർത്തകിക്ക് പാരിതോഷികമായി കുറച്ച് നാണയങ്ങൾ തട്ടിലിടുന്നത് ആ നാട്ടിലെ ഒരു പരിചയമായിരുന്നു. ബാബ പതിവു തെറ്റിക്കാതെ രണ്ടു മൂന്ന് സ്വർണനാണയങ്ങൾ തട്ടിലിട്ടു. അതുപോലെ ബാബയുടെ മകനും ചെയ്തു. പിന്നീട് മൊഗിയാന തട്ട് കോഗിയയുടെ നേർക്ക് നീട്ടി. കോഗിയ കീശയിൽനിന്നും നാണയ സഞ്ചി എടുക്കുന്നതിനിടയിൽ, അയാളുടെ ശ്രദ്ധ നാണയസഞ്ചിയിൽ മാത്രമായിരുന്ന സമയം നോക്കി മൊഗിയാന ഒരു കൈകൊണ്ട് കോഗിയയുടെ കൈയ്യിൽ ബലമായി പിടിക്കുകയും മറ്റേക്കയ്യിൽ ഉണ്ടായിരുന്ന കത്തി അയാളുടെ നെഞ്ചിലേക്ക് കുത്തിയിറക്കുകയും ചെയ്തു.

ആ അപ്രതീക്ഷിത സംഭവം കണ്ട് ഞെട്ടിപ്പോയ ബാബയും മകനും ഒരേ സ്വരത്തിൽ ഉറക്കെ ചോദിച്ചു.

“മോഗീ. പെണ്ണേ. നീയെന്താ ചെയ്തത്. എന്തിനാ നീയിങ്ങിനെ ഞങ്ങളെ നാശത്തിലേക്ക് തള്ളിയിട്ടത്. നിനക്കെന്തുപറ്റി. എന്താ ഭ്രാന്തുപിടിച്ചോ.”

മൊഗിയാന നിദാനം വീണ്ടെടുത്തുകൊണ്ട് സാവധാനം പറഞ്ഞു.

“യജമാനനേ. ക്ഷമിച്ചാലും. ഞാൻ ചെയ്തതൊക്കെ അങ്ങയുടേയും നമ്മുടെ കുടുംബത്തിന്റെയും നല്ലതിനുവേണ്ടിത്തന്നെയാണ്; നല്ലതിനു വേണ്ടി മാത്രം. എല്ലാം ഞാൻ വിശദീകരിച്ച് പറഞ്ഞ് ബോധ്യപ്പെടുത്തിത്തരാം.”

പിന്നീട് അവൾ എല്ലാ കാര്യങ്ങളും വിശദീകരിച്ചു. കോഗിയയുടെ ശരീരത്തിലെ വസ്ത്രത്തിനടിയിൽ ഒളിപ്പിച്ചുവെച്ചിരുന്ന കഠാരയും കണ്ടെത്താൻ അവൾക്ക് കഴിഞ്ഞു. അത് കാണിച്ചുകൊണ്ട് മാന്യരായ അതിഥികൾ അത്തരം കഠാരകളോ ആയുധങ്ങളോ ഒളിപ്പിച്ചുവെച്ചു കൊണ്ട് സ്നേഹിതരുടെ വീടുകളിൽ പോകുകയില്ലെന്നും, ഉപ്പിടാത്ത ആഹാരം ആവശ്യപ്പെട്ടതിലെ ദുരൂഹത യും എല്ലാം വിവരിച്ച് പറഞ്ഞു.

“ഇപ്പോൾ നിങ്ങൾക്ക് ബോധ്യമായില്ലേ, ഞാൻ ചെയ്തത് നമ്മുടെ കുടുംബത്തിന്റെനന്മ മാത്രം കരുതിയായിരുന്നു എന്ന്? ഇയാൾ നമ്മോട് പകയുള്ള ആ കൊള്ളക്കൂട്ടത്തിന്റെ ക്യാപ്റ്റൻ തന്നെയാണെന്നും. ഇനിയൊരിക്കലും ആ കൊള്ളക്കൂട്ടത്തിൽ നിന്ന് നമുക്ക്, യജമാനനും കുടുംബത്തിനും ഒരാപത്തും ഉണ്ടാകുകയില്ല; തീർച്ച.”

അവൾ പറഞ്ഞു നിർത്തിയതും ബാബ അവളെ കെട്ടിപ്പിടിച്ചുകൊണ്ട് പറഞ്ഞു.

"മോളേ, നീ പറഞ്ഞതെല്ലാം ശരിയാണ്. ഇനി നീ എനിക്ക് ഒരു മോളുതന്നെയായിരിക്കും. എന്റെ മകന് നിന്നെ വിവാഹം കഴിക്കുന്നതിൽ വിരോധമില്ലെങ്കിൽ, നിനക്കും ഇഷ്ടമാണെങ്കിൽ നിങ്ങളുടെ വിവാഹം നടത്താനും നിന്നെ സ്വന്തം മകളാക്കി ഈ കുടുംബത്തിന്റെ ഭാഗമാക്കാനും ഞാനാഗ്രഹിക്കുന്നു."

ആ അഭിപ്രായം ബാബയുടെ ഭാര്യയ്ക്കും കാസിമിന്റെ ഭാര്യയ്ക്കും ഇഷ്ടപ്പെട്ടു. ബാബയുടെ മകന്റെയും മൊഗിയാനയുടെയും വിവാഹം അവരുടെ രണ്ടുപേരുടെയും ഇഷ്ടപ്രകാരം അധികം വൈകാതെ വളരെ ആർഭാടമായി നടത്തി. ആ അവസരത്തിൽ അബ്ദുലിനെ അടിമപ്പണിയിൽനിന്ന് മോചിപ്പിക്കാനും ബാബ മറന്നില്ല.

പിന്നീട് അവരെല്ലാം വളരെക്കാലം സന്തോഷത്തോടെ ജീവിച്ചു.

ഫയിസും പെരിഭാര്യയും

ഈ കഥയുടെ തലക്കെട്ട് കണ്ടപ്പോൾ ആരാണ് "പെരി" എന്ന ചോദ്യം സ്വാഭാവികമായും നിങ്ങൾക്ക് ഉണ്ടായിക്കാണും. നമ്മുടെ പൗരാണിക കഥകളിൽ യക്ഷിയെന്നോ മോഹിനിയെന്നോ ഒക്കെ പറയുമ്പോൾ നാം മനസ്സിലാക്കുന്നത് മനുഷ്യരല്ലാത്ത എന്നാൽ മനുഷ്യരുടെ സ്വഭാവങ്ങളും ജീവിതരീതികളും സ്വീകരിക്കാൻ കഴിയുന്ന ചില അമാനുഷിക സ്ത്രീകളെയാണ് -അല്ലേ ? അവർ സാധാരണയായി ഈ ഭൂമിയിൽ ജീവിക്കുന്നവരും ആയിരിക്കുകയില്ല. എങ്കിലും വേണമെങ്കിൽ പ്രത്യേക സാഹചര്യങ്ങളിൽ അവർക്ക് മനുഷ്യസ്ത്രീകളെപ്പോലെ ഭൂമിയിൽ ജീവിക്കുവാനും കഴിയും. അവരിൽ ചിലർ മോഹിപ്പിക്കുന്നത്ര സൗന്ദര്യം ഉള്ളവരും ആയിരിക്കും.നമ്മുടെ നാട്ടിലുള്ളതുപോലെ മറ്റ് പല നാടുകളിലും അത്തരം സങ്കല്പങ്ങളും കഥകളും ഉണ്ട്. പേർഷ്യൻ നാട്ടിൽ ആ തരത്തിലുള്ള യക്ഷികൾ (മോഹിനികൾ) പെരി (പരി) എന്ന പേരിലാണ് അറിയപ്പെട്ടിരുന്നത്. ഈ കഥ ആ കൂട്ടത്തിൽപെട്ട ഒരു മോഹിനിയുമായി ഫയിസ് എന്ന ചെറുപ്പക്കാരൻ ബന്ധപ്പെട്ട് ഭാര്യാ ഭർത്താക്കൻമാരായി ജീവിച്ച കഥയാണ്.

പണ്ട് പേർഷ്യയിലെവിടെയോ ജീവിച്ചിരുന്ന സത്യസന്ധനും സൽസ്വഭാവിയും വിശാലഹൃദയനുമായിരുന്ന ഒരു ചെറുപ്പക്കാരനായിരുന്നു ഫയിസ്. മാത്രമല്ല അയാൾ സുമുഖനും നല്ല ചുറുചുറുപ്പുള്ളവനുമായിരുന്നു. വിവാഹിതനായ ഫയിസിന് രണ്ട് മക്കളും ഉണ്ടായിരുന്നു.

അങ്ങിനെ അവർ, ഫയിസും ഭാര്യയും മക്കളും സുഖമായി സന്തോഷമായി ജീവിച്ചിരുന്ന കാലം; ഫയിസ് തന്റെ ആടുകളെയും കൊണ്ട് അടുത്തുണ്ടായിരുന്ന കുന്നിൻ ചെരുവിൽ പോയി ഇരിക്കുന്ന

പതിവുണ്ടായിരുന്നു. അവിടെ ആടുകൾക്ക് തിന്നാൻ വേണ്ടത്ര പുല്ലും ഇലകളും കിട്ടുമായിരുന്നു.

അന്നൊരു ദിവസം ഫയിസ് ആടുകളെ മേയാൻ വിട്ടിട്ട് കുന്നിൻ ചെരുവിൽ പ്രകൃതി നോക്കി ഇരിക്കുകയായിരുന്നു. മാത്രമല്ല ഇടയ്ക്കിടെ തന്റെ കയ്യിലുണ്ടായിരുന്ന ഓടക്കുഴൽ വായിക്കുകയും ചെയ്തിരുന്നു. അപ്പോൾ അതീവ സുന്ദരിയായ ഒരു ചെറുപ്പക്കാരി സാവധാനം നടന്നു ചെന്ന് ഫയിസ് ഇരുന്നതിന് അടുത്തായി ഇരുന്നു.

അവളുടെ സൗന്ദര്യം അയാളുടെ ശ്രദ്ധയെ ആകർഷിച്ചു. അവളെത്തന്നെ നോക്കിയിരുന്ന അയാളോട് അവൾ ചോദിച്ചു.

“താങ്കൾ കാഴ്ചയ്ക്ക് സുന്ദരനായിരിക്കുന്നു. താങ്കൾ ആരാണ്. താങ്കളുടെ പേര് എന്താണ്.”

“ഓ. ഞാൻ ഫയിസ്. ഇവിടെ അടുത്ത് ഒരു ഗ്രാമത്തിൽ താമസിക്കുന്നു. ആടുകളെ മേയിക്കാൻ ഇടയ്ക്കിടക്ക് ഇവിടെ വന്നിരിക്കും.”

“ഓ. അങ്ങിനെയോ. എനിക്ക് അങ്ങയോട് ഒരുപാട് ഇഷ്ടം തോന്നുന്നു.”

“അല്ല. നിങ്ങൾ നിങ്ങളെക്കുറിച്ച് ഒന്നും പറഞ്ഞില്ല. സുന്ദരിയായ നിങ്ങൾ ആരാണ്.”

“ഞാൻ പറഞ്ഞില്ലേ. എനിക്ക് നിങ്ങളോട് വളരെ ഇഷ്ടം തോന്നുന്നു എന്ന്. അതിൽക്കൂടുതൽ എന്നെക്കുറിച്ച് അറിഞ്ഞിട്ട് എന്തുകാര്യം. താങ്കൾക്ക് എന്നെ ഇഷ്ടപ്പെട്ടോ. എന്നെ സ്നേഹിക്കാൻ തോന്നുന്നോ.”

“നിങ്ങളെപ്പോലെ ഒരു സുന്ദരിയേ സ്നേഹിക്കാൻ തോന്നാത്തത് ആർക്കാണ്. പക്ഷേ നിങ്ങളുടെ പേരെന്താണ്. നിങ്ങൾ എവിടെ നിന്ന് വരുന്നു. ഒന്നും പറഞ്ഞില്ലല്ലൊ.”

“നിങ്ങൾക്കെന്നെ ഇഷ്ടപ്പെട്ടു. ഞാൻ നിങ്ങളെ ഇഷ്ടപ്പെടുന്നുവെന്നും സ്നേഹിക്കുന്നു എന്നും പറഞ്ഞുകഴിഞ്ഞു. സുന്ദരിയായ എന്നെപ്പോലെ ഒരു പെണ്ണിൽ നിന്നും കൂടുതലായി എന്താണ് കേൾക്കേണ്ടത്. ഞാനാരാണ് എന്നൊക്കെ അറിഞ്ഞിട്ട് എന്തുകാര്യം. അതല്ല, നിങ്ങൾക്ക് കൂടുതൽഅറിയണമെന്ന് നിർബന്ധമാണെങ്കിൽ ഞാനെല്ലാം സാവകാശമായി പറയാം. ഇപ്പോൾ നമുക്ക് കുറച്ച് നടക്കാം. ഈ കാറ്റുകൊണ്ട് നടക്കാൻ നല്ല സുഖമായയിരിക്കും.”

അത്രയും പറഞ്ഞ് അവൾ ഫയിസിനു നേരെ കൈ നീട്ടി. അല്പം സങ്കോചത്തോടെയായിരുന്നു എങ്കിലും ഫയിസ് അവളുടെ കൈ തന്റെ കയ്യിൽ സ്വീകരിച്ച് പിടിച്ചു. അവർ കുറേ ദൂരം നടന്ന് ചെന്നെത്തിയത്

മറ്റൊരു കുന്നിൻ ചെരുവിൽ ഉണ്ടായിരുന്ന ആകർഷണീയമായ ഒരു വീട്ടുമുറ്റത്തായിരുന്നു. അവൾ അയാളെ വീട്ടിനുള്ളിലേക്ക് നയിച്ചുകൊണ്ട് പറഞ്ഞു."

"ഇതെന്റെ വീടാണ്. ഞാൻ ഇവിടെ ഒറ്റയ്ക്ക് താമസിക്കുന്നു. നോക്കു. ഇവിടെ വേണ്ടത്ര സിൽബന്ധികളും വേണ്ട പരിചരണ നൽകാൻ സുന്ദരിമാരായ പെൺകുട്ടികളുമൊക്കെയുണ്ട്. എന്താ താങ്കൾക്കും കുറച്ചു നേരം ഇവിടെയിരുന്ന് വിശ്രമിച്ചുകൂടേ."

"തീർച്ചയായും. സന്തോഷത്തോടെ."

കുറച്ചു സമയം കഴിഞ്ഞ് അവൾ വീണ്ടും പറഞ്ഞു.

"നിങ്ങൾക്ക് എന്നെ ഇഷ്ടമാണ് അല്ലേ."

"വളരെയേറെ."

"എങ്കിൽ ഇതാ, ഞാൻ നിങ്ങളുടേതാകാൻ, നിങ്ങളുടെ സ്വന്തമാകാൻ പോകുന്നു. ഇത് എന്റെ സ്വയം സമർപ്പണമാണെന്ന് കരുതിക്കൊള്ളുക."

അവൾ അടുത്തുനിന്ന ഒരു പരിചാരികയെ വിളിച്ച് ഉടൻതന്നെ ഒരു പുരോഹിതനെ (മുല്ലയെ) കൂട്ടിക്കൊണ്ടു ചെല്ലാൻ നിർദേശിച്ചു. പുരോഹിതൻ വന്നതും അവൾ മുല്ലയോട് പറഞ്ഞു.

"ഹേ. പുരോഹിതാ. ഇദ്ദേഹത്തെ നോക്കു. ഞങ്ങൾ പരസ്പരം ഇഷ്ടപ്പെടുന്നു; സ്നേഹിക്കുന്നു. ഞങ്ങളെ ഉടനേതന്നെ ആചാരപ്രകാരം വിവാഹിതരാക്കിയാലും. സ്നേഹിതാ, എന്താ, അങ്ങേയ്ക്കും സമ്മതം തന്നെയല്ലേ."

അവളുടെ ആ സമയത്തെ നോട്ടവും മുല്ലായുടെ ഭയപ്പെട്ടുള്ള നിൽപുമൊക്കെ കണ്ടപ്പോൾ ഫയിസിന് അവർ ഒരു സാധാരണ സ്ത്രീ അല്ലെന്ന തോന്നലുണ്ടായി. അവരോട് ആ സമയത്ത് എതിർത്തു പറയുന്നത് അപകടത്തിലേക്ക് നയിക്കുമെന്ന തോന്നലും ഉണ്ടായി. അവൾ തീർച്ചയായും ഒരു പെരി ആയിരിക്കുമെന്ന് മനസ്സ് മന്ത്രിച്ചു. അവളുടെ ചോദ്യത്തിന് എതിർപ്പു പറയാൻ അയാൾക്കു കഴിഞ്ഞില്ല. മുല്ലാ തന്റെ ജോലി കൃത്യമായിട്ടു ചെയ്തു. എല്ലാ മന്ത്രങ്ങളും ചൊല്ലി അവരെ വിവാഹിതരാക്കി- ഭാര്യാഭർത്താക്കന്മാരാക്കി. അയാളുടെ മനസ്സിൽ നിന്നും അയാളറിയാതെ തന്നെ സ്വന്തം ഭാര്യയേയും കുട്ടികളേയും കുറിച്ചുണ്ടായിരുന്ന ഓർമ്മകൾ മാഞ്ഞുപോയി- സ്വന്തം ഭൂതകാലം മുഴുവൻ.

അങ്ങിനെ അവർ ഭാര്യാഭർത്താക്കൻമാരായി കുറേനാൾ സന്തോഷമായി ജീവിച്ചു.അവർക്ക് രണ്ടു മക്കളും ഉണ്ടായി. അങ്ങിനെ മൂന്ന് നാല്

വർഷങ്ങൾ ഉത്സാഹമായി കടന്നു പോയിക്കഴിഞ്ഞ് ഒരു ദിവസം ഫയിസിന്റെ പെരിഭാര്യ അയാളോട് പറഞ്ഞു.

“ഹേ. മനുഷ്യാ, പ്രിയപ്പെട്ട ഭർത്താവേ, എന്നെങ്കിലും നിങ്ങൾ എന്റെ രഹസ്യം മറ്റാരെയെങ്കിലും അറിയിച്ചാൽ അതിനപ്പുറം എന്നെയോ നമ്മുടെ മക്കളെയോ നിങ്ങൾക്ക് കാണാൻ കഴിയുകയില്ല.അതെപ്പോഴും ഓർമ്മയിലുണ്ടാകണം. അറിയാമല്ലോ.”

“ഇല്ലില്ല. ഞാനൊരിക്കലും നിന്നെക്കുറിച്ച് ഒന്നും തന്നെ മറ്റാരോടും പറയുകയില്ല. എനിക്ക് ജീവനുള്ളടത്തോളം കാലം ഇതെല്ലാം എനിക്കു മാത്രം അറിയാവുന്ന രഹസ്യങ്ങളായിരിക്കും.എന്റെ വാക്ക്.”

എങ്കിലും കുറേ ദിവസങ്ങൾ കഴിഞ്ഞ് അയാൾക്ക് അയാളുടെ നേരത്തേയുണ്ടായിരുന്ന ഭാര്യയെക്കുറിച്ചും മക്കളെക്കുറിച്ചും ഓർക്കാൻ കഴിഞ്ഞു. ജനിച്ചുവളർന്ന ഗ്രാമവും അയാളുടെ മാതാപിതാക്കളുമെല്ലാം ഓർമയിലേക്ക് കടന്നു ചെന്നു. അയാൾ വിചാരിച്ചു, “ഒരിക്കലെങ്കിലും എന്റെ ഗ്രാമത്തിലൊന്ന് പോകാൻ കഴിഞ്ഞിരുന്നു എങ്കിൽ ; മക്കളേയും ഭാര്യയെയും അമ്മയേയും അച്ഛനെയും സുഹൃത്തുക്കളെയുമൊക്കെ ഒന്ന് കാണാൻ കഴിഞ്ഞിരുന്നുവെങ്കിൽ എന്ന്.” അയാൾ തന്റെ മനസ്സിലെ ആഗ്രഹം പെരിഭാര്യയോട് പറഞ്ഞു.

“ഓ. നിങ്ങൾക്കിങ്ങനെ ഒരാഗ്രഹം തോന്നിത്തുടങ്ങിയോ. ഞാനൊരു കാര്യം പറഞ്ഞേക്കാം. നിങ്ങൾ നിങ്ങളുടെ മനുഷ്യഭാര്യയേയും കുട്ടികളെയും കാണാൻ പോയാൽ എല്ലാ സത്യങ്ങളും, എന്നെക്കുറിച്ചും ഞാനാരാണെന്ന സത്യവും എല്ലാം നിങ്ങൾ അവളോട് പറയേണ്ടിവരും. അങ്ങിനെ എന്റെ രഹസ്യം മറ്റൊരു ചെവി അറിഞ്ഞാൽ പിന്നെ ഞാനും നമ്മുടെ മക്കളും നിങ്ങളുടെ കൂടെ ഉണ്ടാകുകയില്ല. ഹേ. മനുഷ്യാ. നിങ്ങൾക്ക് നല്ലതുപോലെ മനസിലായല്ലോ. ഇല്ലേ.”

അല്പം നിർത്തിയിട്ട് പെരിഭാര്യ വീണ്ടും പറഞ്ഞു.

“പക്ഷേ, നിങ്ങൾക്ക് ഒന്നുപോയി അവരെയൊക്കെ കാണണമെന്നുണ്ടെങ്കിൽ പൊയ്ക്കോളൂ ഞാനൊരു തടസ്സമാകുകയില്ല. പക്ഷേ ഞാൻ നേരത്തെ പറഞ്ഞ കാര്യങ്ങൾ മനസ്സിലുണ്ടാകണം. അത്രതന്നെ.”

ഫയിസ്, രഹസ്യങ്ങളൊന്നും മറ്റാരോടും പറയുകയില്ലെന്ന് പെരിഭാര്യയ്ക്ക് ഒരിക്കൽക്കൂടി സത്യംചെയ്തുകൊടുത്തിട്ട് യാത്രതിരിച്ചു. ഏതാനും മണിക്കൂറുകൾക്കുള്ളിൽ സ്വന്തം ഗ്രാമത്തിൽ എത്തി.

“അച്ഛാ. അച്ഛൻ ഇത്രയും നാൾ എവിടെയായിരുന്നു. ഞങ്ങളെയൊക്കെവിട്ട് അച്ഛൻ എങ്ങോട്ടാ പോയത്.”

അയാളെക്കണ്ടതും രണ്ട് മക്കളും ഓടിച്ചെന്ന് കെട്ടിപ്പിടിച്ച് കരഞ്ഞു കൊണ്ട് ചോദിച്ചു.

"അമ്മ എന്നും കരച്ചിലോട് കരച്ചിലായിരുന്നു." അവർ കൂട്ടിച്ചേർത്തു.

"എന്നാലും ഞങ്ങളോട് ഒരു വാക്കുപോലും പറയാതെ ഇത്ര നാളും എവിടെപ്പോയിരുന്നു. എന്നേം കുട്ടികളേം നിങ്ങളുമറന്നുപോയെന്നാ ഞാൻ കരുതിയത്." ഭാര്യ അടക്കിപ്പറഞ്ഞു.

ഗ്രാമവാസികൾ തിരക്കി.

"താനിത്രനാളും എവിടെയായിരുന്നു. എന്താ, വല്ല കെണിയിലും പെട്ടുപോയോ. അതോ വല്ല അസുഖവുമായി എവിടെയെങ്കിലും കിട ന്നുപോയോ. "ഓരോരുത്തരും ഓരോ വിധത്തിലാണ് ചോദിച്ചത്. മറ്റു ചിലർ പറഞ്ഞു.

"താൻ എവിടെയോ പോയി വേറെ ഏതോ പെണ്ണിന്റെ കൂടെ താമസമാക്കിയെന്നാ ഞങ്ങൾ കരുതിയത്. എന്താ അങ്ങിനെ വല്ലോ മായിരുന്നോ."

"എടോ. സത്യം പറയാമല്ലോ. താനെന്തോ അപകടത്തിൽപെട്ട് ഊരും പേരും അറിയാത്ത എവിടെയോ കിടന്ന് ചത്തെന്നാ ഞങ്ങള് കരുതിയത്.കേട്ടോ."

"മോനേ. നിന്റെ ഭാര്യയേയും മക്കളേയും വയസ്സായ ഞങ്ങളേയു മൊക്കെ വിട്ടിട്ട് നീയിത്രനാൾ എവിടെപ്പോയിരിക്കുകയായിരുന്നു." അച്ഛനുമമ്മയും അങ്ങിനെയാണ് ചോദിച്ചത്.

ആ ചോദ്യങ്ങൾക്കെല്ലാം അയാൾക്ക് ഒരേ മറുപടി മാത്രമായിരുന്നു.

"ഏയ്. അങ്ങിനെയൊന്നുമായിരുന്നില്ല. ഞാൻ ഒരിടം വരെ പോയി. പ്രതീക്ഷിക്കാത്ത ചില സാഹചര്യങ്ങൾ കാരണം ഉടനേ തിരികെ വരാൻ കഴിഞ്ഞില്ല.താമസിച്ചു. അത്രതന്നെ."

അയാൾ ഏതാണ്ട് രണ്ടാഴ്ചയോളം എല്ലാവരുമായി സന്തോഷം പകർന്ന് അവിടെ കഴിഞ്ഞു. ഗ്രാമവാസികളോടും ബന്ധുക്കളോടുമെല്ലാം സ്നേഹമായി പെരുമാറാൻ കഴിഞ്ഞു; മറിച്ച് അവരുടെയെല്ലാം സ്നേഹവും സന്തോഷവും പങ്കുവെയ്ക്കുവാനും. അയാളുടെ ഭാര്യയ്ക്കും മക്കൾക്കും പറഞ്ഞറിയിക്കാൻ കഴിയാത്ത ആഹ്ളാദം കിട്ടിയ ദിവസങ്ങളായിരു ന്നു അത്. എങ്കിലും ആ ദിവസങ്ങളിലെല്ലാം അയാളുടെ പെരിഭാര്യ യും അദൃശ്യയായി അയാളോടൊപ്പം അവിടെത്തന്നെ ഉണ്ടായിരുന്നു. അവിടെ നടന്നതെല്ലാം അവർക്ക് കാണാനും കഴിയുമായിരുന്നു. പക്ഷേ ഫയിസിനോ മറ്റാർക്കെങ്കിലുമോ പെരിയേ കാണാൻ കഴിയുമായിരു ന്നില്ല.

അങ്ങിനെയിരിക്കെ ഒരു ദിവസം അയാൾ ഭാര്യയോട് പറഞ്ഞു.

"പണ്ടത്തെപ്പോലെ എനിക്ക് ഒരിടം വരെ പോകേണ്ടതുണ്ട്. കുറച്ച് ദിവസങ്ങൾ കഴിഞ്ഞേ തിരികെ വരികയുള്ളൂ."

"ഓ. അങ്ങിനെയോ. ഇനിയും ഞങ്ങളെ വിട്ട് പോകാനാണോ ഭാവം. പക്ഷേ നിങ്ങൾ പോകുന്നതിന് മുൻപ് എനിക്കൊരു കാര്യം അറിയണം."

"എന്താ നിനക്കറിയേണ്ടത്."

"നിങ്ങൾ ഈ കഴിഞ്ഞനാളത്രയും എവിടെയായിരുന്നു. ഇപ്പോൾ എങ്ങോട്ടേക്കാണ് പുറപ്പാട്..

അതുപോലെ ഇപ്പോൾ നിങ്ങളുടെ പക്കലുള്ള സമ്പത്ത് എവിടെനിന്ന് എങ്ങിനെ കിട്ടി. ഇതൊക്കെ എനിക്കറിഞ്ഞേ മതിയാകൂ."

"ഇതൊക്ക എന്നോട് ചോദിക്കാൻ നിനക്കെന്താ അവകാശം. ഞാനെനിക്ക് ഇഷ്ടമുള്ളിടത്ത് പോകും. ഇഷ്ടപ്പെട്ടതുപോലെ സമ്പാദിക്കും."

"ഇല്ല. ഇതൊന്നും പറഞ്ഞ് ഒഴിഞ്ഞുപോകണ്ട. എനിക്ക് സത്യം അറിഞ്ഞേ കഴിയൂ. ഒരു കാര്യം. എന്നോട് സത്യം പറഞ്ഞാൽ എന്റെ പക്കൽ നിന്നും അതൊന്നും മറ്റൊരാൾ കേൾക്കുകയില്ല. നമ്മുടെ മക്കളെപ്പോലും ഞാനതൊന്നും അറിയിക്കുകയില്ല. ഞാൻ നിങ്ങൾക്ക് സത്യം ചെയ്തു തരാം. പക്ഷേ നിങ്ങളുടെ ഭാര്യയെന്ന നിലയിൽ എല്ലാ സത്യങ്ങളും എനിക്കറിയണം."

"ഛെ. ഇതെന്തു ശല്യമാ. എന്നെ ഇങ്ങിനെ നിർബന്ധിക്കാതിരിന്നുകൂടേ."

"എല്ലാം എന്നോട് പറഞ്ഞില്ലെങ്കിൽ ഞാനടുത്തൊരുദിവസം തൂങ്ങിച്ചാകും. ഇതു സത്യം. മനസ്സിൽ വെച്ചോ."

മറ്റ് വഴിയില്ലാതെ അയാൾ നടന്ന സംഭവങ്ങളെല്ലാം ഭാര്യയോട് വിശദമായും സത്യസന്ധമായും പറഞ്ഞു.

"ഏ. ഭാര്യേ. ഞാനെല്ലാം നിന്നോട് പറഞ്ഞു. ഇനി ഞാൻ പോകുന്നു. ഞാൻ കൊണ്ടു വന്നിട്ടുള്ള ഈ പണവും മറ്റു വിലപിടിപ്പുള്ള സാമഗ്രികളും നീ വെച്ചോ. ഇതൊന്നും എനിക്കിനി ആവശ്യമില്ല. നമ്മുടെ മക്കളെ നല്ലനിലയിൽ വളർത്താൻ ഇതൊക്കെ ധാരാളം മതിയാകും. "

നടന്നതെല്ലാം പെരിഭാര്യ കാണുന്നും കേൾക്കുന്നും ഉണ്ടായിരുന്നു. പെട്ടെന്ന് അവൾ അയാൾക്കു മുന്നിൽ (അയാൾക്കു മാത്രം കാണുന്നതുപോലെ) പ്രത്യക്ഷപ്പെട്ടു. അവൾ ചോദിച്ചു.

“അപ്പോൾ നിങ്ങൾ എനിക്കുതന്ന വാക്ക് തെറ്റിച്ചു. അല്ലേ.”

“അതേ. എനിക്ക് മറ്റ് മാർഗങ്ങളൊന്നും ഇല്ലായിരുന്നു.”

“ഓഹോ. നിങ്ങൾ എനിക്കുതന്ന വാക്ക് പാലിച്ചില്ല. എന്നെ വഞ്ചിച്ചിരിക്കുന്നു. നിങ്ങൾ എന്നെക്കുറിച്ചുള്ള എല്ലാ സത്യങ്ങളും നിങ്ങളുടെ മുൻഭാര്യയോട് പറഞ്ഞിരിക്കുന്നു. തന്ന വാക്ക് പാലിക്കാത്ത ഒരാളുമായി ഒരു ബന്ധവും എനിക്ക് സാധ്യമല്ല. ഞാൻ നേരത്തെ നിങ്ങളോട് പറഞ്ഞിരുന്നതുപോലെ ഇനി ഒരിക്കലും നിങ്ങൾക്ക് എന്നെയോ നമ്മുടെ മക്കളെയോ കാണാൻ സാധിക്കുകയില്ല. ഞാൻ പോകുന്നു.”

അത്രയും പറഞ്ഞിട്ട് അവൾ ഒരു പ്രാവിന്റെ രൂപം പൂണ്ട് ആകാശത്തിലേക്ക് പറന്നുപോകുന്നത് കണ്ടു നിൽക്കാനല്ലാതെ ഫയിസിന് ഒന്നും ചെയ്യാൻ കഴിയുമായിരുന്നില്ല. എങ്കിലും അടുത്ത ഒരു ദിവസം തന്നെ മുമ്പ് ആടുകളെ മേയിക്കാൻ പോയിരുന്ന കുന്നിൻ ചെരുവിലേക്കും പെരിഭാര്യയുമായി ജീവിച്ചിരുന്ന സ്ഥലത്തേക്കും പോയി. അവരൊന്നിച്ച് ജീവിച്ച കെട്ടിടം ഇരുന്നിരുന്ന കുന്നിൻ ചെരുവിൽ എത്ര ശ്രമിച്ചിട്ടും അവർ താമസിച്ചിരുന്ന കെട്ടിടംപോലെ ഒന്നോ അതിന്റെ അവശിഷ്ടങ്ങളോ ഒന്നും ഫയിസിന് കാണാൻ കഴിഞ്ഞില്ല. ഫയിസ് അങ്ങിനെ ഒരു പ്രാവശ്യമല്ല, പല പ്രാവശ്യം പോയി. പക്ഷേ ഒരു പ്രയോജനവും ഉണ്ടായില്ല.

ഫയിസ് തന്റെ ആദ്യഭാര്യയോടും കുട്ടികളോടും കൂടി സന്തോഷമായിത്തന്നെ ജീവിച്ചു എങ്കിലും ചിലപ്പോഴൊക്കെ ഒറ്റയ്ക്കിരുന്ന് ആത്മഗതം എന്നതുപോലെ പറയുമായിരുന്നു.

“എന്റെ പെരിഭാര്യേ. ഞാൻ നിന്നെ വഞ്ചിക്കണമെന്ന് ഉദ്ദേശിച്ചതല്ല. പക്ഷേ എനിക്ക് നിന്നോടെന്നതുപോലെ തന്നെ എന്റെ ഭാര്യയോടും മക്കളോടും ചില കടമകൾ ഉണ്ടല്ലോ അത് നിഷേധിക്കാനാവില്ല എന്ന് നീ അംഗീകരിച്ചേ മതിയാകൂ. അതുകൊണ്ട് എന്നോട് നീ ക്ഷമിക്കണം.” അയാൾ ചിലപ്പോഴൊക്കെ തന്റെ ആഗ്രഹവും ഉറക്കെ പറയുമായിരുന്നു.

“എന്റെ സ്നേഹമുള്ള പെരിഭാര്യേ എന്നാണ് ഇനി എനിക്ക് നിന്നെയും നമ്മുടെ മക്കളെയും ഒന്നു കൂടി കാണാൻ കഴിയുക. നീ എന്നോടുള്ള കോപമെല്ലാം കളഞ്ഞ് എന്നാണ് ഇനി ഇങ്ങോട്ട്, ഈ ഭൂമിയിലേക്ക് വരുന്നത്. ഒരു പ്രാവശ്യമെങ്കിലും നീ വരും അല്ലേ. വരും. തീർച്ചയാണ്. ഞാൻ കാത്തിരിക്കും.”

പ്രാർത്ഥനാ നിരതനായ റൊട്ടിക്കാരൻ

അബ്ബാസ് രാജാവുമായി ബന്ധപ്പെട്ട ഒരു കഥ നേരത്തേ നാം വായിച്ചില്ലേ. ഇതും അതേ അബ്ബാസ് രാജാവുമായി ബന്ധപ്പെട്ട കഥയാണ്. അദ്ദേഹം പലപ്പോഴും ചെയ്യാറുണ്ടായിരുന്നതുപോലെ അന്നൊരു ദിവസവും തന്റെ സാധാരണ വേഷങ്ങളെല്ലാം അഴിച്ചുവെച്ചിട്ട് ഒരു ഭിക്ഷക്കാരന്റെ വേഷം ധരിച്ചു. അങ്ങിനെ ഒരു ഭിക്ഷക്കാരനായി നടിച്ച് അദ്ദേഹം ഒരു റൊട്ടിക്കടക്കാരന്റെ കടയുടെ മുമ്പിൽ എത്തി. അവിടെ സാധനങ്ങൾ തൂക്കിക്കൊടുക്കുന്നയാളെ (ഭാരം തിട്ടപ്പെടുത്തിക്കൊടുക്കുന്നയാൾ)കണ്ടു. അയാൾ തന്നെയായിരുന്ന കടയുടെ ഉടമസ്ഥനും. അയാളുടെ പ്രാർത്ഥനാ വാചകങ്ങൾ അബ്ബാസ് രാജാവ് ശ്രദ്ധിച്ചു.

"ദൈവം എന്തു നിശ്ചയിച്ചോ അതുമാത്രമേ നടക്കൂ." അയാൾ ആ വാചകം വീണ്ടും വീണ്ടും ഉരുവിട്ടുകൊണ്ടേയിരുന്നു. അത് ശ്രദ്ധിച്ച അബ്ബാസ് രാജാവിന് ആ മനുഷ്യൻ ആത്മാർത്ഥമായി പ്രാർത്ഥിക്കുകയാണോ അതോ വെറുതെ മനുഷ്യരെ കാണിക്കാൻ വേണ്ടി മാത്രം ഒരു പ്രഹസനം നടത്തുകയാണോ എന്നൊന്ന് പരീക്ഷിക്കണമെന്ന് തോന്നി. വെറും പ്രഹസനമാണെങ്കിൽ താൻ അയാൾക്ക് വധശിക്ഷ തന്നെ നൽകും എന്നും അദ്ദേഹം തീരുമാനിച്ചു.

അദ്ദേഹം റൊട്ടിക്കാരനെ ധ്യാനത്തിൽ നിന്നും വിളിച്ചുണർത്തി പറഞ്ഞു.

“ഹേ. കടക്കാരാ. എനിക്ക് വളരെയധികം വിശക്കുന്നു. എന്റെ കയ്യിൽ തൽക്കാലം പണമില്ല. എന്റെ കയ്യിൽ കിടക്കുന്ന ഈ മോതിരം നല്ല വിലപ്പിടിപ്പുള്ളതാണ്. ദയവായി ഇത് ഒരു പണയമായി സ്വീകരിച്ച് എനിക്ക് ഒരു നേരത്തെ ആഹാരം തന്നാലും. സംശയിക്കേണ്ട. ഇതിന് കുറഞ്ഞത് ആയിരം തുമൻ (അന്ന് പേർഷ്യയിൽ പ്രചാരത്തിലുണ്ടായിരുന്ന നാണയത്തിന്റെ പേര്.) വരെ വിലമതിപ്പുണ്ടാകും. അത്രയും പറഞ്ഞ് അദ്ദേഹം തന്റെ വിരലിലുണ്ടായിരുന്ന മോതിരം ഊരി വ്യാപാരിക്ക് കൊടുത്തു. വ്യാപാരി മോതിരം വാങ്ങി പരിശോധിച്ച് ഉറപ്പുവരുത്തിയതിനുശേഷം റൊട്ടിയും മറ്റ് തീറ്റസാധനങ്ങളും ഒരു സഞ്ചിയിലാക്കി മുന്നിൽ നിന്ന വഴിപോക്കന് കൊടുക്കുകയും ചെയ്തു.”

കൊട്ടാരത്തിൽ തിരിച്ചെത്തിയ അബ്ബാസ് രാജാവ് തന്റെ ഉന്നത ഉദ്യോഗസ്ഥരിൽ ഒരാളെ വിളിച്ച് നിർദേശിച്ചു.

“എന്റെ മോതിരം ഞാൻ ആ റൊട്ടിക്കാരന് കൊടുത്തിട്ടുണ്ട്.” എന്തിന് മോതിരം അയാളുടെ പക്കൽ കൊടുത്തുവെന്നും താൻ അയാളുടെ പ്രാർത്ഥനയുടെ ശരിയായ ഉദ്ദേശം കണ്ടുപിടിക്കാനുള്ള ശ്രമത്തിലാണെന്നും മറ്റുമുള്ള എല്ലാക്കാര്യങ്ങളും വിശദമായിത്തന്നെ രാജാവ് ഉദ്യോഗസ്ഥനോട് വിശദീകരിച്ചതിനുശേഷം പറഞ്ഞു.

“എങ്ങിനെയെങ്കിലും ആ കടക്കാരന്റെ പക്കൽ നിന്നും അയാളറിയാതെ ആമോതിരം നാളെ പുലർച്ചയാകുമ്പോഴേക്കും എനിക്ക് തിരികെ കിട്ടണം. കടക്കാരന് സംശയമോ, ദേഹോപദ്രവമോ ഉണ്ടാകാനും പാടില്ല. എന്തു ചെയ്യണമെന്ന് ആലോചിച്ച് വേണ്ടതുപോലെ ചെയ്യുക.”

“ശരി ഹുസൂർ “

“നാളെ പുലർച്ചയ്ക്ക്”

“ശരി”

“നാളെ പുലർച്ചയ്ക്ക് മോതിരം എന്റെ കയ്യിൽ കിട്ടുകയാണെങ്കിൽ ഒരു വലിയ പ്രതിഫലം; കിട്ടിയില്ലെങ്കിൽ ശിരച്ഛേദം. ഓർമ്മയിരിക്കട്ടെ.”

ഉദ്യോഗസ്ഥൻ എന്തുചെയ്യണമെന്നറിയാതെ സ്വന്തം വീട്ടിലേക്ക് മടങ്ങി. അയാളുടെ അസ്വസ്ഥത മനസ്സിലാക്കിയ ഭാര്യ ചോദിച്ചു.

“നിങ്ങളെയെന്തോ അലട്ടുന്നുണ്ടല്ലോ. എന്താ. എന്തു സംഭവിച്ചു.”

“അതേ. രാജാവ് എനിക്കൊരു കുനുഷ്ട്ടുപിടിച്ച ജോലി തന്നിരിക്കുകയാ.” അയാൾ ഭാര്യയോട് എല്ലാ വിവരങ്ങളും പറഞ്ഞു.കുറച്ചു സമയത്തിനുശേഷം ഭാര്യ പറഞ്ഞു.

“അതേ. നിങ്ങൾക്ക് വിരോധമില്ലെങ്കിൽ ഞാനൊരുപായം പറയാം.”

“എന്താ. കേൾക്കട്ടെ.”

“അതേ, നിങ്ങൾ നേരിട്ട് കടക്കാരന്റെ അടുത്തേക്ക് പോകണ്ട. പകരം നിങ്ങളുടെ വരുമാനവരി ഓഫീസിലെ ഒന്നു രണ്ട് ജീവനക്കാരെ ആ തെരുവിലുള്ള എല്ലാ കടകളിലും കയറി അവരുടെ ത്രാസും മറ്റും ശരിയാണോ എന്ന് പരിശോധിക്കാൻ നിർദേശിക്കുക. കൂട്ടത്തിൽ ആ റൊട്ടിക്കടയിലും കയറണം. നിങ്ങളുടെ വളരെ വിശ്വസ്ഥനായ ഒരാളോടുമാത്രം റൊട്ടിക്കടയിൽ നിന്ന് മോതിരം കരസ്ഥമാക്കുന്ന കാര്യം പറയണം. അങ്ങിനെ പരിശോധിക്കുമ്പോൾ, റൊട്ടിയുണ്ടാക്കാൻ വേണ്ട ഗോതാമ്പുമാവും മറ്റും തൂക്കിയെടുക്കാൻ ഉപയോഗിക്കുന്ന ത്രാസും പരിശോധിക്കണമെന്ന് പറഞ്ഞാൽ റൊട്ടിക്കടക്കാരൻ റൊട്ടിചുടാൻ ഉപയോഗിക്കുന്ന മുറിയിലേക്ക് (അത് മിക്കവാറും അകത്തേമുറിയായിരിക്കും) പോകും. ആ സമയത്ത് നിങ്ങളുടെ വിശ്വസ്ഥനായ ഉദ്യോഗസ്ഥന് കടക്കാരന്റെ പണപ്പെട്ടി അയാൾ കാണാതെ തുറന്നുനോക്കാൻ അവസരം കിട്ടും. എന്താ. അങ്ങിനെ ചെയ്തുകൂടേ. മിക്കവാറും അയാൾ വിലപിടിപ്പുള്ള മോതിരം പണപ്പെട്ടിയിൽത്തന്നെയായിരിക്കും സൂക്ഷിച്ച് വെച്ചിരിക്കുക;സംശയമില്ല.”

“ഓ. ഇത് വളരെനല്ല ഒരഭിപ്രായമാണല്ലോ. അല്ലെങ്കിലും എന്റെ ഭാര്യടെ ബുദ്ധി അപാരം തന്നെ. സമ്മതിച്ചേ മതിയാകൂ. ഏതായാലും ഞാൻ ഉടനെതന്നേ വേണ്ട ഏർപ്പാടുകൾ ചെയ്തിട്ട് വരാം.”

അടുത്തദിവസം രാവിലെ ഉദ്യോഗസ്ഥൻ നിർദേശിച്ച പ്രകാരം അദ്ദേഹത്തിന്റെ ഉദ്യോഗസ്ഥൻമാർ പ്രവർത്തിച്ചു. റൊട്ടിക്കടയിൽ പരിശോധന നടത്തിയ ഉദ്യോഗസ്ഥൻ റൊട്ടിക്കടക്കാരനോട് പറഞ്ഞു.

“നിങ്ങൾ റൊട്ടിയുണ്ടാക്കാൻ ഉപയോഗിക്കുന്ന ത്രാസുകളും മറ്റും എടുത്തുകൊണ്ടുവരൂ. ഞങ്ങൾക്ക് അതുമൊക്കെ ഒന്ന് പരിശോധിക്കണം. നിങ്ങൾ എല്ലാം കൃത്യ അളവുതന്നെ ചേർത്താണോ റൊട്ടിയും മറ്റ് തീറ്റ സാധനങ്ങൾ ഉണ്ടാക്കുന്നതെന്നും അറിയണമല്ലോ.”

“അതെന്തിനാ.”

“അതൊന്നും തെരക്കിയിട്ട് കാര്യമില്ല. ഞങ്ങൾക്ക് കിട്ടയിരിക്കുന്ന കല്പന പ്രകാരം അതെല്ലാംകൂടി പരിശോധിക്കേണ്ടതുണ്ട്. വേഗം എടുത്തുകൊണ്ടുവാ.”

റൊട്ടിക്കാരൻ ഉടനെത്തന്നെ അകത്തേ മുറിയിലേക്ക് പോയി. പണപ്പെട്ടി പൂട്ടുന്ന കാര്യം ശ്രദ്ധിച്ചില്ല. ആ തക്കം നോക്കി ഉദ്യോഗസ്ഥൻ

പണപ്പെട്ടി തുറന്ന് പരിശോധിച്ചു. പ്രതീക്ഷിച്ചതുപോലെ മോതിരം അതിനകത്തുണ്ടായിരുന്നു. അത് കയ്യിലെടുത്ത്, റൊട്ടിക്കാരൻ തിരികെ എത്തുന്നതിനു മുമ്പ് കൂടെയുണ്ടായിരുന്ന മറ്റുള്ളവർപോലും അറിയാതെ മോതിരം വായ്ക്കുള്ളിൽ നാക്കിനടിയിൽ ഒളിപ്പിച്ചു.

അന്ന് സായന്തനം തന്നെ ഉദ്യോഗസ്ഥൻ രാജാവ് ആവശ്യപ്പെട്ടിരുന്നതുപോലെ മോതിരം അദ്ദേഹത്തിന് എത്തിച്ചുകൊടുത്തു.

അതിനടുത്ത ദിവസം പുലർച്ചയ്ക്ക് അബ്ബാസ് രാജാവ് തന്റെ ഔദ്യോഗികവേഷത്തിൽ റൊട്ടിക്കടയിൽ എത്തി. റൊട്ടിക്കടക്കാരനെ വിളിച്ച് പറഞ്ഞു.

"ഹേ. കടയുടമസ്ഥാ. ഇന്നലെ ഏതാണ്ട് ഈ സമയത്ത് ഞാൻ പ്രച്ഛന്ന വേഷത്തിൽ നിങ്ങളുടെ കടയിൽ വന്ന് എന്റെ വിലപിടിപ്പുള്ള ഒരു മോതിരം അടമാനമായിത്തന്നിരുന്നു. ഓർമയുണ്ടോ."

"ഉണ്ട്"

"എങ്കിൽ നിങ്ങൾ എനിക്കുതന്ന ഭക്ഷണ സാധനങ്ങളുടെ വിലയായി ഈ പണം സ്വീകരിച്ചിട്ട് എനിക്ക് മോതിരം തിരികെ തന്നാലും."

"അങ്ങിനെയാകട്ടെ ഹുസൂർ."

അയാൾ പണപ്പെട്ടി തുറന്ന് മോതിരം എടുക്കാൻ ഉദ്യമിച്ചു. പക്ഷേ അപ്പോഴാണ് അയാൾക്ക് തന്റെ പണപ്പെട്ടിയിൽ നിന്ന് മോതിരം നഷ്ടപ്പെട്ട വിവരം മനസ്സിലായത്. തികച്ചും നിസ്സഹായനായി അയാൾ പറഞ്ഞു.

"ഹുസൂർ. മോതിരം നഷ്ടപ്പെട്ടിരിക്കുന്നു. എന്റെ പൂട്ടിവെച്ചിരുന്ന പണപ്പെട്ടിയിൽ നിന്ന് അതെങ്ങിനെ നഷ്ടപ്പെട്ടുവെന്ന് എനിക്ക് മനസ്സിലാകുന്നില്ല."

"എന്ത്. മോതിരം നഷ്ടപ്പെട്ടെന്നോ. ഞാൻ മോതിരം തന്റെ കയ്യിൽ തന്നപ്പോൾ പറഞ്ഞതല്ലേ, അത് വളരെ വിലപിടിപ്പുള്ളതാണെന്ന്. എന്നിട്ടിപ്പോൾ അത് നഷ്ടപ്പെട്ടെന്നോ. ഇതിനുള്ള ശിക്ഷ എന്താണെന്ന് തനിക്കറിയാമോ."

"ഹുസൂർ, എനിക്കൊരു പത്തുദിവസത്തെ സാവകാശം തരൂ. അതിനുള്ളിൽ ഞാൻ മോതിരം തേടിപ്പിടിച്ച് അങ്ങേയ്ക്ക് തരാം. സാധിച്ചില്ലെങ്കിൽ എന്ത് ശിക്ഷ തന്നാലും എനിക്കത് സ്വീകാര്യമാണ്."

"ശരി. എങ്കിൽ അങ്ങിനെയാകട്ടെ. എങ്കിൽ ഞാൻ പോകുന്നു. പത്തുദിവസം. ഓർമ്മയിരിക്കട്ടെ." അത്രയും പറഞ്ഞ് രാജാവ് തിരികെ പോയി.

റൊട്ടിക്കടക്കാരനും കട പൂട്ടിയിട്ട് വീട്ടിലേക്ക് മടങ്ങി. നടന്ന വിവരങ്ങളെല്ലാം ഭാര്യയോട് പറഞ്ഞിട്ട് അയാൾ സ്വന്തം പ്രാർത്ഥനാമുറിയിൽ കയറിയിരുന്ന് പ്രാർത്ഥിക്കാൻ തുടങ്ങി; മുഴുവൻ സമയവും നീണ്ടുനിന്ന പ്രാർത്ഥന.

"ദൈവം നിശ്ചയിച്ചതെന്തോ അത് നടക്കും; അതു മാത്രമേ നടക്കൂ."

ഏതാണ്ട് എട്ടു ദിവസങ്ങൾ അങ്ങിനെ കടന്നുപോയി. ഒമ്പതാം ദിവസം അബ്ബാസ് രാജാവ് തന്റെ ഒന്നുരണ്ട് ഭടൻമാരെയും കൂട്ടി കുതിരസവാരിക്ക് പോയി. പോകുമ്പോൾ നേരത്തേ പറഞ്ഞ മോതിരവും തന്റെ വിരലിൽ ഇടാൻ അദ്ദേഹം മറന്നില്ല. അങ്ങിനെ അദ്ദേഹം കുറേ ദൂരം സഞ്ചരിച്ച് ഒരു നല്ല തടാകത്തിന്റെ ഓരത്തെത്തി. കുതിരയെ നിർത്തിയിട്ട് രാജാവ് തടാകത്തിലെ വെള്ളത്തിൽ മുഖവും കൈകളും കഴുകി. അങ്ങിനെ കൈകൾ കഴുകുന്ന സമയത്ത് മോതിരം യദൃശ്ചയാ വിരലിൽ നിന്ന് വഴുതി വെള്ളത്തിൽ വീണു. എത്ര ശ്രമിച്ചിട്ടും അദ്ദേഹത്തിന് അത് വീണ്ടെടുക്കാൻ കഴിഞ്ഞില്ല. അദ്ദേഹം കൂടെയുണ്ടായിരുന്ന ഉദ്യോഗസ്ഥനോട് പറഞ്ഞു.

"ആ മോതിരം തടാകത്തിൽ വീണു. ഇനി എങ്ങിനെ തിരികെ കിട്ടുമെന്നറിയില്ല."

"അയ്യോ അപ്പോൾ റൊട്ടിക്കടക്കാരന്റെ കാര്യം."

"എന്തുകാര്യം. മോതിരം പത്താം ദിവസം തിരികെത്തരുമെന്ന് അയാളല്ലേ പറഞ്ഞിരിക്കുന്നത്. തിരികെ തന്നില്ലെങ്കിൽ അയാൾക്ക് മരണശിക്ഷ തീർച്ച. അത്രതന്നെ."

അവർ അവിടെ നിന്നും പുറപ്പെട്ടു. അതിനിടയിൽ തടാകത്തിലുണ്ടായിരുന്ന ഒരു മീൻ ആ മോതിരം ഏതോ തീറ്റ സാധനമാണെന്ന് തെറ്റിദ്ധരിച്ച് വിഴുങ്ങി. പക്ഷേ മീനിന്റെ കഷ്ടകാലം; അധികം താമസിയാതെ അത് തടാകത്തിൽ മീൻപിടിച്ചുകൊണ്ടിരുന്ന ഒരാളിന്റെ വലയിൽപെട്ടു.

രാജാവിൽനിന്ന് പത്തുദിവസത്തെ സാവകാശം വാങ്ങിയ റൊട്ടിക്കടക്കാരൻ ഒമ്പതാം ദിവസം തനിക്ക് തുടർജീവിതം ഉണ്ടാകുമെന്ന പ്രതീക്ഷ ഉപേക്ഷിച്ച് തുടങ്ങി. അയാൾ ഭാര്യയെ വിളിച്ച് പറഞ്ഞു.

"ഏ. ഭാര്യേ. എനിക്ക് രാജാവ് നൽകിയിരിക്കുന്ന പത്തുദിവസങ്ങളിൽ ഇന്നോടെ ഒൻപത് ദിവസങ്ങൾ തീരുകയാണ്. നാളെ എനിക്ക് വധശിക്ഷ കിട്ടുമെന്നത് ഏതാണ്ട് ഉറപ്പായിരിക്കുന്നു."

അയാൾ അങ്ങിനെ പറഞ്ഞുകൊണ്ടിരുന്ന സമയത്ത് ഒരു മീൻകാരി വിളിച്ചു പറയുന്നത് കേട്ടു.

"മീൻ വേണോ. മീൻ."

"ഹേ. ഭാര്യേ. ഞാൻ പറഞ്ഞില്ലേ. നാളെക്കൊണ്ട് എന്റെ ജീവിതം അവസാനിക്കാൻ പോകുകയാണെന്ന് തോന്നുന്നുവെന്ന്. എങ്കിലും മരിക്കുന്നതിന് മുൻപ് ഒരു പ്രാവശ്യം നല്ലമീൻകറി ചേർത്ത് ഊണുക ഴിക്കാൻ ഒരു മോഹം. ദേ നീ ആ മീൻകാരിയുടെ അടുക്കൽനിന്ന് കുറച്ച മീൻ വാങ്ങി കറിവെയ്ക്ക്."

"ശരി. അങ്ങിനെയാകട്ടെ."

അവർ മീൻകാരിയെ വിളിച്ച് കുറച്ച് മീൻ വാങ്ങി.അടുക്കളയിൽ പോയി മീൻ നുറുക്കാൻ ആരംഭിച്ചു. അങ്ങിനെ മീൻ നുറുക്കുമ്പോൾ ഒരു മീനിന്റെ വയറിൽ ഒരതിശയമെന്നോണം ഒരു മോതിരം കണ്ടു. അവർ ആ മോതിരവും എടുത്തുകൊണ്ട് ഭർത്താവിന്റെ അടുത്തേയ്ക്ക് ഓടി.

"ദാ നോക്കു. ഇതെന്തൊരതിശയമാണെന്ന് നോക്കു. ഈ മോതിരം തന്നെയാണോ രാജാവിന്റെ മോതിരമെന്ന് നോക്കു. അങ്ങിനെയാക ണമേ ദൈവമേ."

അയാൾ ആ മോതിരം വാങ്ങിനോക്കിയിട്ട് പറഞ്ഞു.

"അതേ. ഇതുതന്നെ. സംശയമില്ല. എല്ലാം ദൈവത്തിന്റെ മായകൾ."

"അതേ. അങ്ങ് എപ്പോഴും പ്രാർത്ഥിക്കുന്നതുപോലെ, എല്ലാം ദൈവ നിശ്ചയം പോലെ നടക്കും. ദൈവത്തിന് സ്തുതി."

അടുത്ത ദിവസം പുലർച്ചയ്ക്ക് തന്നെ റൊട്ടിക്കാരൻ മോതിരവുമായി അബ്ബാസ് രാജാവിന്റെ കൊട്ടാരത്തിൽ എത്തി. രാജാവിന്റെ പരി ചാരകർ അയാളെ രാജസദസ്സിൽ, രാജസന്നിധിയിൽ എത്തിച്ചു. അയാളെ കണ്ടയുടനെ രാജാവ് ചോദിച്ചു.

"എന്താ. മോതിരം കിട്ടിയില്ല. അല്ലേ. എങ്കിൽ മരണശിക്ഷ ഏറ്റുവാ ങ്ങാൻ തയ്യാറായിക്കോ."

"ക്ഷമിക്കണം ഹുസൂർ. അങ്ങ് വിചാരിക്കുന്നതുപോലെയല്ല കാര്യം. ഞാൻ അങ്ങയുടെ മോതിരം തിരികെ അങ്ങയേ ഏൽപിക്കാൻ വന്നതാണ്. "

"എന്ത്? തനിക്ക് മോതിരം കിട്ടിയെന്നോ. അതെങ്ങിനെ സാധ്യമാകും. നോക്കട്ടെ. എന്റെ മോതിരം തന്നെയാണോ എന്ന് ഉറപ്പ വരുത്തണമല്ലോ."

രാജാവ് അയാളുടെ കൈയ്യിൽ നിന്നും മോതിരം വാങ്ങി പരിശോ ധിച്ചു. അത് തന്റെ മോതിരം തന്നെയായിരുന്നു എന്ന് അദ്ദേഹത്തിന് ഉറപ്പായി. എങ്കിലും അതെങ്ങിനെ സാധ്യമായി എന്ന കാര്യം

അദ്ദേഹത്തെ ആശയക്കുഴപ്പത്തിലാക്കി.

"അതേ. ഇതെന്റെ മോതിരം തന്നെയാണ്. സംശയമില്ല. താങ്കളെ ഞാൻ ശിക്ഷയിൽ നിന്നു മുക്തനാക്കിയിരിക്കുന്നു. പക്ഷേ, തനിക്ക് ഈ മോതിരം നഷ്ടപ്പെട്ടതിനു ശേഷം എവിടെ നിന്ന് എങ്ങിനെ കിട്ടി എന്ന് പറയാൻ താങ്കൾ കടപ്പെട്ടിരിക്കുന്നു. അത് പറയൂ."

"ഹുസൂർ." അയാൾ രാജാവിനോട് വിവരങ്ങളെല്ലാം പറഞ്ഞു. കൂടാതെ ഇത്രയും കൂടി കൂട്ടിചേർത്തു.

"എല്ലാം ദൈവനിശ്ചയം പോലെ നടക്കും. ദൈവം നിശ്ചയിച്ചത് മാത്രമേ നടക്കൂ."

രാജാവും അയാളോടൊപ്പം ചേർന്ന് പറഞ്ഞു.

"അതേ ദൈവം നിശ്ചയിച്ചതേ നടക്കൂ."

പിന്നീട് റൊട്ടിക്കടക്കാരന്റെ വിശ്വാസത്തെയും ആത്മാർത്ഥതയേയും പ്രശംസിച്ച് അയാൾക്ക് പല വിലപിടിപ്പുള്ള പാരിതോഷികങ്ങളും നൽകി അബ്ബാസ് രാജാവ് അയാളെ സന്തോഷത്തോടെ മടക്കി അയച്ചു.

ഒരു ക്ഷുരകന്റെ കക്ഷി കണ്ട സ്വപ്നം

ഇത് വെറും ഒരു സ്വപ്നത്തിന്റെ കഥയാണ്. നമ്മുടെ ആരാധനീയനായിരുന്ന മുൻ പ്രസിഡന്റ് അബ്ദുൽകലാം പറയാറുണ്ടായിരുന്നതുപോലെയുള്ള ഒരു സ്വപ്നമായിരുന്നില്ല. മറിച്ച് വെറുതേ സമയം പോക്കാൻ ചിലപ്പോഴൊക്കെ നമ്മുടെ മനസ്സിൽ വന്നുപോകാറുള്ള ഒരു സ്വപ്നം - വേണമെങ്കിൽ മടിയൻമാരുടെ സ്വപ്നം എന്നും പറയാം. ആ കക്ഷി (ഇവിടെ കടയുടെ അല്ലെങ്കിൽ ക്ഷുരകന്റെ സേവനം സ്വീകരിക്കാൻ പതിവായി വരാറുള്ള ഒരാൾ -customer എന്ന അർത്ഥത്തിലാണ് കക്ഷി എന്ന വാക്ക് ഉപയോഗിച്ചിട്ടുള്ളത്.) തലമുടി വെട്ടിക്കാനായി ക്ഷുരകന്റെ കടയിൽ ചെന്നത് നല്ലതുപോലെ മയക്കു മരുന്ന് കഴിച്ചിട്ടായിരുന്നു. കടയിൽ ചെന്ന അയാളെ കസേരയിൽ ഇരുത്തിയിട്ട് ക്ഷുരകൻ അയാളുടെ കയ്യിൽ സാമാന്യം വലുപ്പമുള്ള ഒരു കണ്ണാടി കൊടുത്തു. അത് കയ്യിൽ പിടിച്ച് അതിലേക്ക് നോക്കിയിരുന്നുകൊള്ളുവാൻ ക്ഷുരകൻ അയാളോട് പറഞ്ഞു. അന്നൊക്കെ അങ്ങിനെയായിരുന്നു. കാരണം ക്ഷുരകന്മാരുടെ പ്രവർത്തിസ്ഥലം (കട) പലപ്പോഴും തുറന്ന പ്രദേശങ്ങളിലായിരുന്നു എന്നതുതന്നെ.

അയാൾ ക്ഷുരകൻ നിർദ്ദേശിച്ചതുപോലെ കണ്ണാടിയിൽനോക്കി ഇരുന്നു. കണ്ണാടിയിൽ കണ്ട സ്വന്തം പ്രതിച്ഛായ അയാളെ അത്ഭുതപ്പെടുത്തി. താൻ അത്രമാത്രം സുന്ദരനായിരുന്നുവെന്ന് അയാൾക്ക് അപ്പോൾ മാത്രമാണ് മനസ്സിലായത്. ഒരു പക്ഷേ തന്നേക്കാൾ സുന്ദരനായ മറ്റൊരു ചെറുപ്പക്കാരനും ലോകത്തെങ്ങും ഉണ്ടായിരിക്കുകയില്ലെന്നുപോലും അയാൾ വിചാരിച്ചു. മാത്രമല്ല, എന്തുകൊണ്ടും ചൈനയിലെ രാജാവിന്റെ സുന്ദരിയായ മകളുടെ ഭർത്താവാകാൻ തന്നേക്കാൾ

അർഹതയുള്ള മറ്റാരും ഉണ്ടായിരിക്കുകയില്ല എന്നും അയാൾക്ക് ഉറപ്പായി. എന്താണ് ചൈനയിലെ രാജകുമാരിയെ തിരഞ്ഞെടുത്തതെന്നല്ലേ. അന്നൊക്കെ പേർഷ്യയുമായി അടുത്ത ബന്ധമുണ്ടായിരുന്ന ഒരു വലിയ രാജ്യമായിരുന്നു ചൈന എന്നതും പേർഷ്യയോട് അടുത്തുകിടന്ന രാജ്യമായിരുന്നു ചൈന എന്നതുമാത്രം. മറ്റ് കാരണങ്ങളൊന്നുമില്ലായിരുന്നു.

ഏതായാലും സമയം വൈകിക്കാതെ കക്ഷി ചൈനയിലേക്ക് യാത്ര തിരിച്ചു. കാൽനടയായി തുടങ്ങിയ ആ യാത്രയിൽ കുറേ ദൂരം താണ്ടിക്കഴിഞ്ഞപ്പോൾ റോഡരികിൽ ഇരുന്നിരുന്ന ഒരാളെ കാണാൻ ഇടയായി. അയാൾ ചോദിച്ചു.

“താങ്കൾ എങ്ങോട്ടാണ് യാത്രക്കാരാ? ചീനയിലേക്കാണോ. ആണെങ്കിൽ എന്നേയും കൂടി കൂട്ടിന് കൂട്ടിക്കൊണ്ടാൽ നന്നായിരിക്കും. എന്റെ പേര് അഹമെദ് എന്നാണ്. തിലൻ അഹമെദ്.”

(തിലൻ എന്നതിന് അർത്ഥം എന്താണെന്ന് നല്ല നിശ്ചയമില്ല. വിശിഷ്ടമായതെന്നോ, സ്വർണ നിറമുള്ളതെന്നോ അല്ലെങ്കിൽ കുടവയറൻ എന്നോ ഒക്കെ ആകാം.)

“ഓ. വിരോധമില്ല. ഞാൻ ചീനയിലേക്കുതന്നെ. ഒപ്പം കൂടിയാൽ എനിക്കും ഒരു കൂട്ടാകുമല്ലൊ.”

അങ്ങിനെ അവർ രണ്ടുപേരും ഒന്നിച്ച് യാത്ര തുടർന്നു.

കുറച്ചു ദൂരം കൂടി താണ്ടിക്കഴിഞ്ഞപ്പോൾ അവരോടൊപ്പം മറ്റൊരാളും കൂടി. മൂന്നാമത്തെയാളിന്റെ പേര് ത്രിക്കാമന്ദർ അഹമെദ് എന്നായിരുന്നു. (ത്രിക്കാമന്ദർ എന്നാൽ വില്ലാളിവീരൻ - അമ്പും വില്ലും കയ്യിലുള്ളവൻ). കുറേക്കൂടി നടന്നുകഴിഞ്ഞപ്പോൾ മറ്റു രണ്ടുപേർകൂടി അവരോടൊപ്പം യാത്രികരായിചേർന്നു - ചെർകിൻ അഹമെദും ഹവേർദാർ അഹമെദും. (ചെർകിൻ എന്നാൽ ചൈനയുടെ ഭാഗ്യയന്ത്രം എന്നർത്ഥമാക്കാം. അതുപോലെ ഹവേർദാർ എന്നാൽ ജ്ഞാനദൃഷ്ടിയുള്ളവൻ). അങ്ങിനെ അവർ അഞ്ചുപേരും ചേർന്ന് ചൈനയുടെ തലസ്ഥാന നഗരത്തിൽ എത്തി. അവിടെ ചെന്നാൽ എന്തുചെയ്യണമെന്ന് അവർ നേരത്തെ സംസാരിച്ച് ഉറപ്പിക്കുകയും ചെയ്തിരുന്നു. അതുകൊണ്ട് തലസ്ഥാന നഗരത്തിൽ എത്തിയ ഉടൻതന്നെ അവർ അവിടുത്തെ രാജാവിന് ഒരു സന്ദേശം അയച്ചു. സന്ദേശത്തിലെ വാചകങ്ങൾ ഏതാണ്ട് ഇങ്ങിനെയായിരുന്നു.

“ഹേ. ചിന്നിന്റെ രാജാവേ. ഞങ്ങൾ അഞ്ചുപേർ ഇവിടെയെത്തിയിരിക്കുന്നത് അങ്ങയുടെ മകളെ ചോദിച്ച് വാങ്ങാനാണ്. മകളെ

ഞങ്ങൾക്ക് തരാൻ ഏതെങ്കിലും കാരണവശാൽ മടികാണിച്ചാൽ ഞങ്ങൾ അങ്ങയുടെ ഈ മണ്ണ് (രാജ്യം) ആക്രമിച്ച് ഞങ്ങളുടേതാക്കാനും മടിക്കുകയില്ലെന്ന് മനസ്സിലാക്കിക്കൊള്ളുക. ഞങ്ങൾ അങ്ങയുടെ മറുപടിക്കായി ഒരു ദിവസം മുഴുവൻ കാത്തിരിക്കും."

ആ സന്ദേശം കിട്ടിയ ഉടനെതന്നെ രാജാവ് അദ്ദേഹത്തിന്റെ പ്രധാന ഉപദേഷ്ടാവിനേയും മന്ത്രിയേയും പടനായകനേയും വിളിച്ച് ആലോചിച്ചു. എല്ലാവരും കുറേയേറെ നേരം ആലോചിച്ചതിനുശേഷം പറഞ്ഞു.

"ബഹുമാന്യനായ രാജാവേ. അവർ എങ്ങിനെയുള്ളവരാണെന്ന്, പ്രത്യേകിച്ചും ബലശാലികളാണോ എന്ന് പരിശോധിച്ച്, അന്വഷിച്ച് അറിയണം."

"എങ്ങിനെ ?"

"ഞങ്ങൾ അവർക്ക് അങ്ങയുടെ മകളെ നൽകുന്നതിന് ഒരു നിബന്ധന വെയ്ക്കാം. ഞങ്ങൾ എഴുപത് കലങ്ങൾ നിറച്ച് നല്ല ചൂടുള്ള ചാരം (പേർഷ്യയിൽ സൂപ്പിന് അങ്ങിനെയും ഒരു പേരുണ്ടായിരുന്നു - ഇംഗ്ലീഷിലെ ആഷ് അവെ) ഉണ്ടാക്കാം. അവരിൽ ആരെങ്കിലുമൊരാൾ എഴുപത് കലങ്ങളിലുമുള്ള ചാരം ഒറ്റയിരുപ്പിന് കുടിച്ചു തീർക്കുകയാണെങ്കിൽ അയാൾ തികഞ്ഞ ശക്തിശാലിയാണെന്ന് കരുതാം. അങ്ങിനെ ചെയ്യുകയാണെങ്കിൽ അങ്ങ് മകളേ അവർക്ക് നൽകേണ്ടിവരും."

അതൊരു നല്ല അഭിപ്രായമായിരുന്നു എന്ന് രാജാവ് സമ്മതിച്ചു. പിന്നീട് അവർ യാത്രികരെ രാജാവിന്റെ നിബന്ധന അറിയിച്ചു.

"ഓ. ഞങ്ങൾ തയ്യാർ."

അടുത്തദിവസം രാവിലെ മന്ത്രിയും കൂട്ടരും ഉണ്ടാക്കിയ എഴുപതു കലം ചൂടുള്ള ചാരവും തിലൻ അഹമെദ് ഒറ്റയിരുപ്പിന് കുടിച്ചു തീർത്തു. അതുകണ്ട ചിൻരാജാവ് പറഞ്ഞു.

"ഓ. നല്ലത്. പക്ഷേ എന്റെ മകളെ നിങ്ങൾക്ക് തരാൻ സമ്മതമാണെങ്കിലും അങ്ങിനെ തരുന്നതിനുമുമ്പ് ഒരു ചടങ്ങുകൂടി ചെയ്തുതീർക്കേണ്ടതായുണ്ട്."

"എന്താണത്. പറഞ്ഞാലും."

"ഈ നാട്ടുനടപ്പനുസരിച്ച് നിങ്ങൾ ഈ നാട്ടിലെ ജനങ്ങളുടെ സമ്മതപത്രം വാങ്ങേണ്ടതായുണ്ട്. അങ്ങിനെ നാട്ടുകാരുടെ സമ്മതത്തോടെ മാത്രമെ ഇവിടുത്തെ രാജകുമാരിയേ നിങ്ങൾക്ക് തരാൻ കഴിയുകയുള്ളൂ. അതുകൊണ്ട് ഞാൻ സമ്മതപത്രം തയ്യാറാക്കി നിങ്ങളെ ഏല്പിക്കാം. സമ്മതം വാങ്ങിക്കഴിഞ്ഞാലുടൻ ഞാനെന്റെ മകളെ നിങ്ങൾക്ക് നൽകാം."

"ശരി. ഉടനേതന്നെ പത്രം തയ്യാറാക്കി തന്നാലും."

അധികം താമസിയാതെ രാജാവ് സമ്മതപത്രം അവരേ ഏല്പിച്ചു. അപ്പോൾ ചെർകിചിൻ പറഞ്ഞു.

"കൂട്ടുകാരെ. എനിക്ക് ഇവിടെ കുറേ സ്നേഹിതരുണ്ട്. അതുകൊണ്ട് അവരുടെ സഹായത്തോടെ ഞാൻ നാട്ടുകാരുടെ എല്ലാവരുടെയും സമ്മതം നിഷ്പ്രയാസം വാങ്ങിക്കാം. പത്രം എന്റെ കയ്യിൽ തരൂ."

ചെർകിചിൻ പത്രം വാങ്ങി നാട്ടുകാരുടെ അനുവാദം വാങ്ങാൻ പുറപ്പെട്ടു. പക്ഷേ അല്പദൂരം പോയതിനുശേഷം അയാൾ ഒരു ചെനാർ മരത്തിന്റെ തണലിൽ കിടന്ന് ഉറങ്ങിപ്പോയി. കുറേയേറെ സമയം കഴിഞ്ഞിട്ടും ചെർകിചിൻ തിരികെ വരാതിരുന്നതുകൊണ്ട് ഹവേർദാർ ചെർകിചിന്നിനെ അന്വേഷിച്ച് പുറപ്പെട്ടു. അദ്ദേഹം തിരികെച്ചെന്ന് എല്ലാവരോടുമായി പറഞ്ഞു.

"ചെർകിചിൻ ചെനാർ മരത്തിന്റെ തണലിൽക്കിടന്ന് നല്ല ഉറക്കമാണ്. നമ്മളെന്താണ് ചെയ്യേണ്ടത്."

അപ്പോൾ ത്രിക്കാമന്ദർ ചെനാർമരത്തിന്റെ കൊമ്പുകളിൽ വീഴുന്ന വിധം ഒരമ്പ് എയ്തു. അമ്പ് കൊമ്പുകളിൽ തട്ടിയതും മരത്തിൽനിന്ന് ധാരാളം ഇലകൾ ചെർക്കിചിന്നിന്റെ ദേഹത്തും മുഖത്തുമെല്ലാം വീണു. അയാൾ അപ്പോൾ ഉറക്കം ഉണരുകയും തന്റെ ദൗത്യം നിറവേറ്റി ജനസമ്മതം വാങ്ങി തിരികെ എത്തുകയും ചെയ്തു. മറ്റ് ഒഴിവുകഴിവുകളൊന്നും പറയാനില്ലാതിരുന്നതുകൊണ്ട് ചിൻരാജാവ് അദ്ദേഹത്തിന്റെ മകളെ തിലനും കൂട്ടുകാർക്കും അവരുടെ കൂടെ കൂട്ടിക്കൊണ്ടു പോകാനായി വിട്ടുകൊടുത്തു. ആ സുന്ദരിയായ കുമാരിയെ ഒരു കുതിരപ്പുറത്തും മറ്റവർ അവരവരുടെ കുതിരകളുടെ പുറത്തും യാത്രയായി.

പക്ഷേ യാത്രാമദ്ധ്യേ അവർ പരസ്പരം വഴക്കടിക്കാൻ തുടങ്ങി. എന്തിനെന്നല്ലെ. കുമാരിയേ ആര് വിവാഹം കഴിക്കും, കുമാരി ആരുടെ ഭാര്യയാകും എന്നതിനെക്കുറിച്ചായിരുന്നു വഴക്ക്. അവരിൽ ഒരാൾ (ത്രിക്കാമന്ദർ എന്നുതന്നെ വെച്ചുകൊള്ളുക) പറഞ്ഞു.

"കുമാരിയെ ഞാൻ വിവാഹം കഴിക്കും. കുമാരി എനിക്കുള്ളതാണ്."

അപ്പോൾ ഹവേർദാർ ഇടയ്ക്കുകയറി പറഞ്ഞു.

"അത് ഞാൻ സമ്മതിക്കുകയില്ല. കുമാരി എന്റേതാണ്. സംശയം വേണ്ട."

അങ്ങിനെ അവരെല്ലാം പരസ്പരം കലഹിച്ചുതുടങ്ങിയപ്പോൾ സഹികെട്ട് കുമാരിക്കുവേണ്ടി ആദ്യം യാത്രയാരംഭിച്ച കക്ഷി

ഉറക്കത്തിൽ നിന്ന് ഞെട്ടിയുണർന്ന് കൈകൾ വീശികൊണ്ട് രോഷാകുലനായി ചോദിച്ചു.

"അപ്പോൾ എന്റെ സ്ഥാനം. ഞാനല്ലേ കുമാരിക്കുവേണ്ടി ആദ്യം യാത്ര തിരിച്ചത്. കുമാരി എനിക്കുമാത്രമം അവകാശപ്പെട്ടവളാണ്, എന്റെ സ്വന്തമാണ്. നീയെല്ലാം മാറി നിൽക്ക്."

ദേഷ്യപ്പെട്ട് വീശിയ കൈകൾ മുന്നിൽ നിന്നിരുന്ന ക്ഷുരകന്റെ ദേഹത്ത് ശക്തിയായി വീണു. അടികൊണ്ട ക്ഷുരകൻ ക്ഷുഭിതനായി പറഞ്ഞു.

"എടോ. താനെന്താ ഈ കാണിക്കുന്നത്. എടാ. പന്നീ, നീ എന്റെ കടയിൽ മുടിവെട്ടിക്കാൻ വന്നിട്ട എന്നേ തല്ലുന്നോ. നിന്നെ ഞാൻ വെറുതെ വിടില്ല. നോക്കിക്കൊ."

ആ ശകാരവാക്കുകൾ കേട്ടപ്പോളാണ് കക്ഷിക്ക് തികച്ചും പരിസരബോധമുണ്ടായത്. താൻ ക്ഷുരകന്റെ കസേരയിലിരുന്ന് വെറുതേ സ്വപ്നം കാണുകയായിരുന്നു എന്ന് അയാൾ മനസ്സിലാക്കി. അയാൾ ക്ഷുരകനോട് ക്ഷമ ചോദിച്ചു.

"ഹേ. ബഹുമാന്യനായ ക്ഷുരകാ. എന്നോട് ക്ഷമിക്കണം. ഞാൻ നിങ്ങളുടെ മുമ്പിൽ കസേരയിലിരുന്ന് ഉറങ്ങിപ്പോയി. ഉറക്കത്തിൽ ഒരു സ്വപ്നം കണ്ടു. സ്വപ്നം കണ്ട് ഞെട്ടിയുണർന്നപ്പോൾ കൈവീശിയത് അറിയാതെ താങ്കളുടെ മേൽ വീണതാണ്. അറിയാതെ പറ്റിയ തെറ്റിന് ഞാൻ വീണ്ടും വീണ്ടും ക്ഷമ ചോദിക്കുന്നു. ദയവായി അങ്ങ് എന്നോട് ക്ഷമിക്കണം."

ഭാഗ്യം പ്രവചിക്കുന്നവൻ

ഇത് പേർഷ്യയിൽ വളരെയധികം പ്രചാരത്തിലുണ്ടായിരുന്ന ഒരു കഥയാണ്. ഒരു പക്ഷേ പേർഷ്യയിൽ എന്നതിനു പകരം പല മുസ്ലീം രാജ്യങ്ങളിലും എന്ന് പറഞ്ഞാലും തെറ്റാവില്ല. മാത്രമല്ല ഈ കഥയുടെ പല പാഠഭേദങ്ങളും മൂലകഥയെപ്പോലെ തന്നെ പ്രചാരത്തിലുണ്ട്. അതുപോലെ 1919 - ൽ മാക്മില്ലൻ കമ്പനി 'പേർഷ്യൻ കഥകൾ' എന്ന പേരിൽ പ്രസിദ്ധീകരിച്ച പുസ്തകത്തിൽ 'ഭാഗ്യം പറയുന്നവന്റെ കഥ' എന്ന ശീർഷകത്തിൽ കൊടുത്തിരിക്കുന്ന (The Story of the Fortune Teller, Persian, Tales, Mac millian, London 1919) കഥയേ ആസ്പദമാക്കി പുനരാഖ്യാനം ചെയ്തതാണ് ഈ കഥ.

1598 - ലാണ് വിഖ്യാതനായ ഷാ അബ്ബാസ് രാജാവ് ഇസ്ഷഹാൻ നഗരം പേർഷ്യയുടെ (ഇറാന്റെ) തലസ്ഥാനമായി പ്രഖ്യാപിച്ചത്. തുടർന്ന് ഏതാണ്ട് നൂറ് വർഷങ്ങൾ അങ്ങിനെതന്നെ തുടരുകയും ചെയ്തു. അക്കാലത്ത് ആ നഗരം ലോകത്തിലെ വളരെ സുന്ദരങ്ങളായ നഗരങ്ങളിൽ ഒന്നായിരുന്നു. മാത്രമല്ല സാംസ്ക്കാരിക കാര്യങ്ങളിലും, വാണിജ്യപരമായ കാര്യങ്ങളിലും പേരുകേട്ട നഗരങ്ങളിൽ ഒന്നായിരുന്നു ഇസ്ഷഹാൻ. ആ കാലത്ത് ഭാഗ്യം പറയുക എന്നത് പല നാടുകളിലും വളരെയധികം പ്രചാരത്തിലുണ്ടായിരുന്നു- പേർഷ്യയിലും. പകിടയെറിഞ്ഞു ഭാവി പ്രവചിക്കുന്നത് പേർഷ്യയിൽ സർവ്വസാധാരണമായി അംഗീകരിക്കപ്പെട്ടിരുന്നു. - വളരെ അന്തസ്സുള്ള ഒരു തൊഴിലുമായിരുന്നു.

അക്കാലത്ത് ഇസ്ഷഹാൻ നഗരത്തിൽ ജീവിച്ചിരുന്ന അഹമദ് എന്ന ചെറുപ്പക്കാരന്റെയും അയാളുടെ ഭാര്യ ജമെല്ലിന്റെയും കഥയാണ് ഇത്. അഹമദിന് എടുത്തുപറയത്തക്കവിധത്തിൽ ഒരു പ്രത്യേക

ജോലിയും വശമില്ലായിരുന്നു. എങ്കിലും അയാൾ കൂടെക്കൂടെ അയാളുടെ ഭാര്യയോട് പറയുമായിരുന്നു. "ഇതൊന്നും സാരമില്ലന്നേ. മണ്ണിൽ ഒരു കുഴിതോണ്ടാൻ കഴിയുന്നത്ര ആരോഗ്യമുള്ളിടത്തോളം കാലം ജീവിക്കാൻ വേണ്ടത് സമ്പാദിക്കാൻ കഴിയും. അതുപോരേ."

അഹമദിന് ആ ജീവിതം സന്തോഷകരമായിട്ടാണ് തോന്നിയത്. പക്ഷേ അയാളുടെ ഭാര്യ ജമെൽ അതുകൊണ്ട് തൃപ്തിപ്പെടുന്നവളായിരുന്നില്ല. ജെമല്ലിന് ധനികരായ സ്ത്രീകളെപ്പോലെ അല്പം ആഢംബരമായി ജീവിക്കാനായിരുന്നു ആഗ്രഹം. ഉദാഹരണത്തിന് ഇടക്കിടയ്ക്ക് പൊതു കുളിസ്ഥലങ്ങളിൽ പോയി നന്നായി സുഖമായി കുളിക്കുക; അങ്ങിനെ പലതും.

അക്കാലങ്ങളിൽ പാശ്ചാത്യ രാജ്യങ്ങളിൽ കുളിക്കാനും മറ്റും ഉപയോഗിച്ചിരുന്നത് പൊതുസ്ഥലങ്ങളായിരുന്നു. പൊതുസ്ഥലങ്ങൾ എന്നു പറഞ്ഞാൽ കുറെ കുളിമുറികൾ സജ്ജമാക്കിയിട്ടുള്ള ഒരു കെട്ടിടം. ആർക്കും അവിടെ ചെന്ന് വേണ്ട പണം കെട്ടിയാൽ ഒന്നോ കൂടുതലോ മുറികൾ വാടകയ്ക്കെടുത്ത് കുളിക്കാം. ഓരോ കുളിമുറിയിലും കയറിനിന്ന് കുളിക്കാൻ പാകത്തിനുള്ള, വലുപ്പമുള്ള പാത്രങ്ങളും; പാത്രങ്ങളിൽ ചൂടുള്ളതും തണുത്തതുമായ വെള്ളം പ്രത്യേകം പ്രത്യേകം കരുതിയിട്ടുണ്ടാകും. തോർത്താൻ വേണ്ട തുണികളും, ആവശ്യത്തിന് സോപ്പും സുഗന്ധദ്രവ്യങ്ങളുമുള്ള ചെപ്പുകളും മറ്റും ഉണ്ടായിരിക്കും. അത്തരം കുളിസ്ഥലങ്ങൾ (ഇംഗ്ലീഷിൽ ഒരു കാലത്ത് അത്തരം സ്ഥലങ്ങളെ ഹമാമം (Hammam) എന്ന് പറഞ്ഞിരുന്നു. പാശ്ചാത്യ രാജ്യങ്ങളിലെന്ന പോലെ പേർഷ്യയിലും അത്തരം കുളിസ്ഥലങ്ങൾ ഉപയോഗത്തിലുണ്ടായിരുന്നു. അന്നൊരു ദിവസം ജമല്ല അഹമ്മദിനെയും കൂട്ടിക്കൊണ്ട് നഗരത്തിലെ പൊതു കുളിസ്ഥലത്ത് പോയി. അവിടെ സ്ഥലത്തിന്റെ സൂക്ഷിപ്പുകാരനോട് പറഞ്ഞു.

"ഹേ സൂക്ഷിപ്പുകാരാ. എനിക്ക് ഒരു കുളിമുറി വേണം. അതിന് എത്ര പണം കെട്ടണമെന്നു പറഞ്ഞാൽ ഞാനത് തരാം."

"ഇന്ന് കുളിമുറികളൊന്നും തരപ്പെടില്ല"

"കാരണം"

"എല്ലാ മുറികളും രാജാവിന്റെ ഭാവിപ്രവാചകന്റെ ഭാര്യ അവരുടേയും കൂട്ടുകാരുടേയും ആവശ്യത്തിന് എടുത്തു കഴിഞ്ഞു. അതുകൊണ്ട് ഇന്ന് ഒരു മുറിയും തരമാവുകയില്ല."

"ച്ഛേ. ച്ഛേ. അവളെന്താ വിചാരിച്ചിരിക്കുന്നത്. ഒരേ സമയത്ത് എല്ലാ മുറികളും എടുക്കാൻ അവളെന്താ മഹാറാണിയെന്നായിരക്കും അവളുടെ വിചാരം."

“എന്താ. ജെമൽ, ഇങ്ങിനെയൊക്കെ പറയുന്നത്. അവരൊക്കെ വലിയ ആളുകളല്ലേ. അഹമദ് ചോദിച്ചു.”

“എന്തു വലിയ ആളുകൾ. ഇവന്മാരുടെയൊക്കെ ബന്താ എനിക്കും അറിയാം. അവളുടെ ഭർത്താവ് ഒരു ഭാവി പ്രവാചകനായതുകൊണ്ട് അവരെങ്ങിനെ വലിയവരായി നടിക്കേണ്ട”.

ഏതായാലും അവർ തിരികെ വീട്ടിലേക്ക് മടങ്ങി. അഹമദ് പിന്നീട് അടുത്തെവിടെയോ കൂലിപ്പണിക്ക് പോയി. വൈകിട്ട് തിരിച്ചെത്തി അന്ന് കൂലിയായി കിട്ടിയ പണം ഭാര്യയേ ഏല്പിച്ചു.

“ഇതെന്ത് നക്കാപിച്ച പണം. ദാ ഞാനൊരു കാര്യം പറയാം. നാളെ ത്തൊട്ട് നിങ്ങളും ഒരു ഭാഗ്യം പറയുന്ന ആളാകണം” ജെമൽ പറഞ്ഞു.

“അയ്യയ്യോ. അതിന് പഠിപ്പും അറിവുമൊക്കെ വേണ്ടേ. എനിക്ക് അതൊന്നുമില്ലല്ലോ.”

“എന്തു പഠിപ്പ്. എന്തറിവ്. എല്ലാം ഞാൻ പറയുന്നതുപോലെ നിങ്ങൾ ചെയ്താൽ മതി. പ്രത്യേകിച്ച് ഒരു പഠിപ്പും അറിവുമൊന്നും വേണ്ട.”

“എങ്കിലും...”

“എന്തെങ്കിലും. നാളെത്തൊട്ട് ഞാൻ പറയുന്നതനുസരിച്ചാൽ നിങ്ങൾ ഒരു ഭാഗ്യം പറച്ചിലുകാരനാകും. ദിവസവും ധാരാളം പണം സമ്പാദിക്കുകയും ചെയ്യും. എന്തെങ്കിലും ഒഴിവുകഴിവുകൾ പറഞ്ഞ് ഞാൻ പറയുന്നപോലെ ചെയ്തില്ലെങ്കിൽ എന്റെ സ്വഭാവം മാറും കേട്ടോ.”

“ചെയ്തില്ലെങ്കിൽ നീ എന്തുചെയ്യും.”

“എന്തുചെയ്യുമെന്നോ. ഞാൻ പറുയുന്നതുപോലെ ചെയ്തില്ലെങ്കിൽ നാളെത്തന്നെ ഞാനെന്റെ സ്വന്തം വീട്ടിലേക്ക് തിരികെപ്പോകും. മനസ്സി ലായോ.”

ഗത്യന്തരമില്ലാതെ അഹമദിന് ജമെല്ല പറഞ്ഞത് അനുസരിക്കേ ണ്ടിവന്നു. അടുത്ത ദിവസം കാലത്ത് അയാൾ തന്റെ പിക്കാസും കൈക്കോട്ടും ചന്തയിൽ കൊണ്ടുപോയി വിറ്റു. കിട്ടിയ പണം കൊണ്ട് ഭാഗ്യം പറച്ചിലുകാർ ഉപയോഗിക്കുന്ന രീതിയിലുള്ള പകിടകളും മറ്റ് അത്യാവശ്യ സാമഗ്രികളും വാങ്ങി. വീട്ടിൽ തിരിച്ചെത്തി. ഭാര്യയോട് പറഞ്ഞു.

“എടീ. ജമല്ലേ. ഞാൻ നമ്മുടെ പൊതുസ്ഥലത്തേക്ക് പോകുന്നു. ഇന്നുമുതൽ ഭാഗ്യം പറച്ചിലുകാരനായി ജോലി- ചെയ്ത് നിന്റെ ആഗ്രഹം പോലെ എന്റെ ഭാഗ്യം പരീക്ഷിക്കാൻ പോകുകയാ. നീ പറഞ്ഞത് കേട്ടില്ലെന്ന് വേണ്ട.”

"അതേയ്. കേട്ടോ, അങ്ങിനെ അവിടെ ഇരിക്കുമ്പോൾ ആരെങ്കിലും അവരുടെ ഭാവിയെക്കുറിച്ചറിയാൻ നിങ്ങളുടെ അടുത്തു വന്നാൽ എനിക്കൊന്നുമറിയില്ല എന്നു പറഞ്ഞിരിക്കരുത്. വലിയ അറിവാളി യാണെന്ന് ഭാവിച്ച്, പകിട ഉരുട്ടിനോക്കിയിട്ട്, അല്പം ചിന്തിച്ചിരിക്കുന്ന തുപോലെ കാണിക്കണം. പിന്നെ സന്ദർഭത്തിനനുസരിച്ച് എന്തെങ്കിലും തട്ടിവിടണം. അത്രതന്നെ. കേട്ടോ. എല്ലാം നല്ലതുപോലെ വരുമെന്ന് വിശ്വസിച്ചോ. വേറൊന്നും വേണ്ട കേട്ടോ." അതായിരുന്നു ജമെല്ലയുടെ പ്രതികരണം

അയാൾ പൊതുസ്ഥലത്ത് എത്തി ഇരിക്കാൻ ഒരു സ്ഥലം കണ്ടെത്തി. തന്റെ കയ്യിലുണ്ടായിരുന്ന വിരിപ്പ് വിരിച്ച് അതിൽ ഇരുന്നു. അധികം താമസിയാതെതന്നെ ഒരു സ്ത്രീ തിടുക്കത്തിൽ അയാളുടെ മുന്നിൽ എത്തി. അവരോടൊപ്പം ഒരു ഗവൺമെന്റ് ഉദ്യോഗസ്ഥനുമുണ്ടായി രുന്നു. ഉദ്യോഗസ്ഥൻ പറഞ്ഞു.

"ഹേ ജ്യോതിഷക്കാരാ. ഇത് നമ്മുടെ മന്ത്രിയുടെ ഭാര്യയാണ്. നിങ്ങൾ വേണ്ടവിധത്തിൽ അമ്മയ്ക്കുവേണ്ട സഹായം ചെയ്യണം."

"അങ്ങിനെയോ. പറഞ്ഞാലും. ഞാനെന്താണ് ചെയ്യേണ്ടത്."

"അതേ. നിങ്ങൾ ഉടനേ എന്നെ സഹായിക്കണം. ഇന്നു രാവിലെ ഇവിടുത്തെ ഒരു കുളിമുറിയിൽ കുളിക്കാൻ കയറിയ ഞാൻ കയ്യിൽ വില പിടിപ്പുള്ള ഒരു മോതിരം ധരിച്ചിരുന്നു. പക്ഷേ കുളി കഴിഞ്ഞ് തിരികെ വന്നപ്പോൾ മോതിരം നഷ്ടപ്പെട്ടിരിക്കുന്നു. മോതിരം എവിടെയാണെന്ന് പറഞ്ഞുതന്നാലും. വേഗം വേണം".

അഹമ്മദിന് എന്തുചെയ്യണമെന്ന്, എന്തു പറയണമെന്ന് അറിയില്ലാ യിരുന്നു. എങ്കിലും മറ്റ് ഭാഗ്യം പറച്ചിലുകാർ ചെയ്യുന്നതുപോലെ തന്റെ പകിട ഉരുട്ടാൻ തീർച്ചയാക്കി. അയാൾ പറഞ്ഞു.

"അമ്മ ഇവിടെ ഇരുന്നാലും ഞാനൊന്ന് നോക്കട്ടെ."

"വേണ്ട ഞാനിവിടെ നിന്നുകൊള്ളാം. അങ്ങ് വേഗം നോക്കിയാട്ടെ."

അഹമ്മദ് പകിടയുരുട്ടി. പകിടകളിലെ കുത്തും മറ്റും നോക്കി എന്തോ ആലോചിക്കുന്നതുപോലെ പകിടകളിലേക്ക് നോക്കി അല്പനേരം ഇരുന്നു. പിന്നീട് തലയുയർത്തി ആ സ്ത്രീയുടെ നേരെ നോക്കി. അക്കാ ലത്തും മതാചാരപ്രകാരം സ്ത്രീകളും ഒരളവരെ പുരുഷന്മാരും കഴിയുന്നത്ര ദേഹം മുഴുവൻ മറയ്ക്കുന്ന രീതിയിൽ വസ്ത്രധാരണം ചെയ്യണമായിരുന്നു. അതിനുവേണ്ടി സ്ത്രീകൾ അവരുടെ സാധാരണ വസ്ത്രങ്ങൾക്ക് പുറമേ ധരിച്ചിരുന്ന വസ്ത്രം ചദോർ എന്ന പേരിലാണ് അറിയപ്പെട്ടിരുന്നത്.

അങ്ങിനെ ആ സ്ത്രീയെ നോക്കയിരുന്ന സമയത്ത് അവർ ധരിച്ചിരുന്ന ചദോറിൽ ഒരു കീറൽ (ഓട്ട) കണ്ടു. മാത്രമല്ല ആ ഓട്ടയിൽക്കൂടി ആ സ്ത്രീയുടെ നഗ്നമായ കൈത്തണ്ട കാണാമായിരുന്നു. അത് അക്കാലത്ത് നാഗരീകമായിരുന്നില്ല. അവർ വസ്ത്രത്തിലെ കീറൽ കണ്ടുകാണുകയില്ലെന്നും അതിനേക്കുറിച്ച് ബോധവതിയല്ലെന്നും അഹമദ് വിചാരിച്ചു. എങ്കിലും ആ ഓട്ടയുടെ കാര്യം അവരെ അറിയിക്കണമല്ലോ. അറിയിക്കേണ്ടത് ആ സഹോദരിയോട് കാണിക്കുന്ന ധാർമിക കടമയല്ലേ. മറ്റാരെങ്കിലും അത് കാണാൻ ഇടയായാൽ അവർക്ക് മോശമാവുകയില്ലേ. പക്ഷേ എങ്ങിനെ അവരേ അറിയിക്കും. ഒരു മന്ത്രിയുടെ ഭാര്യയുടെ വസ്ത്രത്തിലെ ഓട്ട ചൂണ്ടികാണിക്കുന്നത് നാഗരീകമായ ഒരു പ്രവർത്തിയായി ആരും കരുതുകയില്ല. എങ്കിലും അയാൾ സ്വരം അല്പം താഴ്ത്തി അവർക്കുമാത്രം കേൾക്കാവുന്ന വിധത്തിൽ പറഞ്ഞു.

"ഹേ മഹതീ. ഒരോട്ട." അതുപറയുമ്പോൾ അഹമദിന് വാക്കുകൾ വിട്ടുവിട്ടുപോയി.

"ഓട്ട... ഓട്ട"

ആ വാക്കുകൾ കേട്ടതും ആ സ്ത്രീയുടെ മുഖത്ത് പെട്ടന്നൊരു സന്തോഷം കണ്ടു. അവർ ഉത്സാഹത്തോടെ പറഞ്ഞു.

"ഓട്ട. അതേ...ഓട്ട." അതും പറഞ്ഞ് അവർ താൻ കുളിച്ചിറങ്ങിയ കുളിമുറിയിലേക്ക് ഓടി. കുളിമുറിക്കകത്ത് കയറിയ അവർ ഉടൻതന്നെ തികഞ്ഞ സന്തോഷത്തോടെ അഹമദിന്റെയടുക്കലിലേക്ക് തിരികെ ഓടിയെത്തി;

"നിങ്ങൾ പറഞ്ഞത് വളരെ സത്യം. തികച്ചും ശരിയായിരുന്നു. തികച്ചും കൃത്യമായിട്ട് പറഞ്ഞല്ലോ. സന്തോഷം."

"ഓ. അങ്ങിനെയോ. എല്ലാം ദൈവത്തിന്റെ കൃപ." അഹമദും അങ്ങിനെയാണ് പ്രതികരിച്ചത്.

"അങ്ങിനെ കൂടുതൽ വിനയമൊന്നും കാണിക്കണ്ട. താങ്കളെപ്പോലെ കാര്യങ്ങൾ കൃത്യമായും പ്രവചിക്കാൻ കഴിയുന്ന മറ്റാരും നമ്മുടെ നാട്ടിലില്ല. തീർച്ച. ഈ വിവരം ഞാൻ മറ്റ് മന്ത്രി ഭാര്യമാരേയും രാജ്ഞിയേയും അറിയിക്കുന്നതാണ്."

"അവിടുത്തെ ഇഷ്ടം. എനിക്ക് ദൈവത്തിന്റെ അനുഗ്രഹവും."

"ഇതാ. ഇത് എന്റെ ഒരു എളിയ പാരിതോഷികമായി കയ്യിലിരിക്കട്ടെ." എന്നു പറഞ്ഞു അവർ ഒരു സ്വർണ്ണനാണയം അയാൾക്ക് നൽകിയിട്ട് പോയി.

അന്നുവൈകിട്ട് വീട്ടിലെത്തിയതും അഹമദ് ഭാര്യയെ വിളിച്ച് സ്വർണ്ണനാണയം അവരുടെ കയ്യിൽ കൊടുത്തു. നടന്ന കാര്യങ്ങളെല്ലാം പറയുകയും ചെയ്തു. പിന്നീട് ഇത്രയും കൂടി കൂട്ടിച്ചേർത്തു.

"ഇന്ന് ദൈവകൃപയാൽ എല്ലാം മംഗളമായി നടന്നു. നാളെ ഇങ്ങിനെ ആയിരിക്കണമെന്നില്ലല്ലോ. അതുകൊണ്ട് നാളെത്തൊട്ട് ഈ തൊഴിലിന് ഞാനില്ല. ദൈവത്തെ കൂടുതൽ പരീക്ഷിക്കുന്നത് നല്ലതിനല്ല."

"എന്ത്. നിങ്ങളെന്താ പറഞ്ഞത്. അങ്ങിനെയെങ്കിലെ നാളെ മുതൽ ഞാൻ നിങ്ങളോടൊപ്പം ഉണ്ടാകില്ല. നേരത്തേ പറഞ്ഞതല്ലേ ഞാൻ." അങ്ങിനെ മറ്റ് പോംവഴികളൊന്നുമില്ലാതിരുന്നതിനാൽ അയാൾ അടുത്ത ദിവസങ്ങളിലും ആ പണി തുടർന്നു. ചില ദിവസങ്ങളിൽ ചില കക്ഷികൾ അയാളുടെ അടുത്ത് ഭാഗ്യം പറയുന്നത്, ഭാവി പറയുന്നത് കേൾക്കാൻ ചെല്ലുമായിരുന്നു. തുച്ഛമായ വരുമാനവും കിട്ടുമായിരുന്നു.

മൂന്ന് നാല് നാളുകൾ കഴിഞ്ഞ് ഒരു ദിവസം രാജാവിന്റെ ഖജനാവ് ആരോ കൊള്ളക്കാരാൽ ആക്രമിക്കപ്പെട്ടു. വിവരം അറിഞ്ഞ രാജാവ് കോപിഷ്ഠനായി. രാജ്യത്തെ പ്രധാന പ്രവാചകന്മാരെ വിളിച്ചുവരുത്തി ഉടനേതന്നെ കൊള്ളക്കാരുടെ വിവരങ്ങൾ കണ്ടുപിടിക്കാൻ ആവശ്യപ്പെട്ടു.

പക്ഷേ അവർ നൽകിയ വിവരങ്ങളൊന്നും തന്നെ ശരിയായിരുന്നില്ലെന്നും പ്രയോജനരഹിതങ്ങളായിരുന്നുവെന്നും എല്ലാവർക്കും ബോധ്യമായി. ക്രുധനായ രാജാവിനോട് ആ അവസരത്തിൽ രാജ്ഞി പറഞ്ഞു.

"നമ്മുടെ ഒരു മന്ത്രിയുടെ ഭാര്യയും എന്റെ സ്നേഹിതയുമായ ഒരാൾ എന്നോട് ഒരു പുതിയ പ്രവാചകനെക്കുറിച്ച് ഈയിടെ പറയുകയുണ്ടായി. അയാളുടെ പ്രവചനങ്ങൾ വളരെ കൃത്യമാണെന്ന് അവർ സ്വന്തം അനുഭവത്തിൽനിന്ന് പറഞ്ഞതാണ്. നമുക്ക് അയാളെ ഒന്ന് വിളിച്ചു നോക്കിയാലോ."

"ഇത് വളരെ ഒരു ശരിയായ ഒരഭിപ്രായമാണല്ലോ. ഉടനെതന്നെ ആ പുതിയ പ്രവാചകനേ ഇവിടെ എത്തിക്കു." രാജാവ് സേനാപതിക്ക് നിർദ്ദേശ നല്കി.അധികം താമസിയാതെ അഹമദ് രാജസമക്ഷം ഹാജരാക്കപ്പെട്ടു. രാജാവ് അഹമദിനോട് പറഞ്ഞു.

"എന്റെ ആസ്ഥാന പ്രവാചകരെല്ലാം തികച്ചും കഴിവുകെട്ടവരാണെന്ന് തെളിഞ്ഞിരിക്കുകയാണ്. താങ്കൾക്ക് കൃത്യമായി കാര്യങ്ങൾ കണ്ടറിയാനും പ്രവചിക്കാനും കഴിയുമെന്ന് നമുക്ക് അറിവുകിട്ടിയിരിക്കുന്നു.

അതുകൊണ്ട് നമ്മുടെ ഖജനാവ് കൊള്ളയടിച്ചവരെക്കുറിച്ചുള്ള വിവരങ്ങൾ കണ്ടുപിടിച്ച് പറയണം ; എത്രയും വേഗം.

“ശരി. ഹുസൂർ”

അഹമദ് അങ്ങിനെ പറഞ്ഞുവെങ്കിലും എന്തു ചെയ്യണമെന്നോ എന്ത് പറയണമെന്നോ അറിയാതെ പരിഭ്രമിച്ച് നിൽക്കുകയായിരുന്നു. അങ്ങിനെ നിൽക്കുമ്പോൾ അയാളുടെ മനസ്സിൽ പേർഷ്യയിൽ വളരെ പ്രചാരത്തിലുണ്ടായിരുന്ന നാല്പത് കള്ളന്മാരെക്കുറിച്ചുള്ള കഥ ഓർമ്മയിൽ വന്നു. ഇവിടെയും നാല്പത് പെട്ടികളാണ് കൊള്ളയടിക്കപ്പെട്ടത്.

“നിങ്ങൾ എന്താ ഒന്നും പറയാതെ നിൽക്കുന്നത്.” രാജാവ് ചോദിച്ചു.

“ഇല്ല. ഹുസൂർ. ഞാനൊന്ന് മനസ്സിൽ ധ്യാനിച്ച് നോക്കുകയായിരുന്നു. ഇപ്പോൾ എനിക്ക് കാര്യങ്ങളുടെ കിടപ്പ് ബോധ്യമായിരിക്കുന്നു.”

“എന്ത് എന്താണെങ്കിലും വേഗം പറയൂ.”

“അത് ഹുസൂർ, അവിടുത്തെ ഖജനാവ് കൊള്ളയടിച്ചിരിക്കുന്നത് ഒരാളല്ല. നാല്പത് കള്ളന്മാർ ചേർന്നാണ് ആ കൃത്യം ചെയ്തത്.”

“ഓ. അങ്ങിനെയോ. ഇത് തികച്ചും പ്രയോജനകരമായ ഒരു വിവരമാണ്. സംശയമില്ല. പക്ഷേ നിങ്ങൾക്കിത് എങ്ങിനെ മനസ്സിലായി.”

“അത് എന്റെ മനക്കണ്ണിൽ കാണാൻ കഴിഞ്ഞതാണ്, ഹുസൂർ.”

“ശരി, ശരി. അവർ എവിടെയാണെന്നും എങ്ങിനെ അവരെ പിടികൂടാമെന്ന്കൂടി പറയൂ.”

അഹമദ് കുറച്ചു നേരം കൂടി ആലോചിച്ച് നിന്നതിനുശേഷം പറഞ്ഞു.

“അവരെ തീർച്ചയായും പിടിക്കാം, ഹുസൂർ പക്ഷേ കുറച്ച സമയമെടുക്കും.”

“കുറച്ച് സമയമെന്നു പറഞ്ഞാൽ.”

“അത് ഒരു നാല്പത് ദിവസങ്ങളാകും, ഹുസൂർ.” രാജാവ് സമ്മതിച്ചാൽ തന്റെ ജീവൻ അത്രയും നാളേക്കെങ്കിലും നീട്ടിക്കിട്ടുമല്ലൊ എന്ന ഒരാഗ്രഹം മാത്രമായിരുന്നു അഹമദിന്റെ മനസ്സിൽ.

“നാല്പത് ദിവസങ്ങളോ. അത് കുറെ കൂടതലാണല്ലോ. എങ്കിലും അനുവദിച്ചിരിക്കുന്നു. നാല്പത് ദിവസങ്ങൾക്കുള്ളിൽ അവരെ പിടികൂടിയില്ലെങ്കിൽ എന്തു സംഭവിക്കുമെന്ന് അറിയാമല്ലോ.” അത്രയും പറഞ്ഞിട്ട് രാജാവ് അവിടെ നിന്നും പോയി.

തിരികെ വീട്ടിലെത്തിയ അഹമദ് ഭാര്യയോട് പറഞ്ഞു.

“കണ്ടോ. നീ എന്നെ എത്തിച്ചിരിക്കുന്നത് എത്രവലിയ ദുർഘടത്തിലാണെന്ന് ഇപ്പോ മനസ്സിലായോ.”

“ഹോ. ഇതെന്താ ഇത്ര വലിയ ഒരു കാര്യം. നിങ്ങളാ മോതിരം കണ്ടുപിടിക്കാൻ സഹായിച്ചതുപോലെ ഈ കള്ളന്മാരെയും കണ്ടുപിടിക്കണം. അത്രയല്ലേയുള്ളൂ.” ജമെൽ ആ അവസ്ഥ നിസ്സാരവൽക്കരിച്ചുകൊണ്ടാണ് പ്രതികരിച്ചത്.

“ജമെല്ലേ, നിനക്ക് കാര്യങ്ങളുടെ ഗൗരവം മനസ്സിലായിട്ടില്ല. ഏതോ ദൈവകൃപയാൽ അന്ന് അങ്ങിനെയൊക്കെ സംഭവിച്ചു. എന്നു മാത്രം. ഇത്തവണ എന്റെ ജീവനാണ് പണയപ്പെടുത്തിയിരിക്കുന്നത്.”

തികച്ചും അവശനായ അഹമദ് തന്റെ നിസ്കാരമുറിയിൽ പോയിരുന്നു. നാല്പത് ഈന്തപ്പഴങ്ങളും കയ്യിൽ കരുതിയിരുന്നു. മുറിയിലേക്ക് കയറുന്നതിനുമുൻപ് ഭാര്യയെ വിളിച്ച് പറഞ്ഞു.

“ജമല്ലെ. ഞാൻ കുറച്ച് ദിവസം നിസ്ക്കരിക്കാൻ പോകുന്നു. ആവശ്യമില്ലാതെ എന്നെ വിളിക്കണ്ട. എനിക്ക് വേണ്ട ആഹാരവും ഞാൻ കരുതിയിട്ടുണ്ട്. ആരന്വേഷിച്ചാലും ഞാൻ പ്രാർത്ഥനയിലാണെന്ന് മാത്രം പറഞ്ഞാൽ മതി. മനസ്സിലായല്ലോ.”

അഹമദ് മനസ്സിൽ ഒരു ഉറച്ച തീരുമാനവുമായിട്ടാണ് പ്രാർത്ഥനാമുറിയിൽ കയറിയത്. നാല്പതു ദിവസങ്ങൾ തുടർച്ചയായി പ്രാർത്ഥനയിൽ ഇരിക്കാനും ഓരോ ദിവസവും ഓരോ ഈന്തപ്പഴം മാത്രം ആഹാരമായി കഴിക്കാനും ആയിരുന്നു തീരുമാനം. നാല്പതാമത്തെ പഴം കഴിച്ചുകഴിയുമ്പോൾ തന്റെ ജീവിതവസാനമായി എന്ന് കരുതാം എന്നും അയാൾ കണക്കുകൂട്ടി. അതിനിടയിൽ കൊള്ളക്കാർക്ക് ഒറ്റുകാരനായി രാജകൊട്ടാരത്തിൽത്തന്നെ ഉണ്ടായിരുന്ന ഒരു ഉദ്യോഗസ്ഥൻ വിവരങ്ങളെല്ലാം കൊള്ളക്കൂട്ടത്തിന്റെ തലവനേ അറിയിച്ചു.

“ആ പ്രശ്നക്കാരൻ ചില്ലറക്കാരനല്ലെന്നാ കേട്ടത്. അതുകൊണ്ട് നിങ്ങൾ വളരെ സൂക്ഷിക്കണം.” എന്നുകൂടി അവരോട് പറയാൻ ഉദ്യോഗസ്ഥൻ മറന്നില്ല. കൊള്ളക്കൂട്ടത്തിന്റെ തലവൻ അയാളുടെ മറ്റ് കൂട്ടുകാരോട് പറഞ്ഞു.

“അയാളിങ്ങനെയൊക്കെ പറയും. നമ്മളതൊന്നും അത്ര വലിയ കാര്യമാക്കണ്ട. എങ്കിലും സൂക്ഷിക്കണം. നമ്മളിൽ ഒരാൾ ആ പ്രവചകന്റെ വീട്ടിൽ ഒളിഞ്ഞിരുന്ന് അയാളുടെ നീക്കങ്ങൾ നിരീക്ഷിക്കണം.”

“ശരി അങ്ങിനെയാകട്ടെ. ഇന്നു തന്നെ ഞാനയാളുടെ വീട്ടിൽ നിരീക്ഷണത്തിനായി പോകാം.” അവരിൽ ഒരാൾ സന്നദ്ധത കാട്ടി.

“അങ്ങിനെയാകട്ടെ” തലവൻ അനുവാദം നല്കി.

അങ്ങിനെ ഒന്നാം കള്ളൻ അഹമദിന്റെ വീട്ടിലെത്തി കെട്ടിടത്തിന്റെ മുകളിൽ ആരും കാണാതെ കയറി ഒളിഞ്ഞിരുന്നു. അഹമദിന്റെ പ്രാർത്ഥനാമുറിയുടെ തുറന്നിട്ടിരുന്ന ജനലിൽക്കൂടി മുറിക്കകത്ത് നടക്കുന്ന സംഭാഷണം കള്ളന് കേൾക്കാമായിരുന്നു.

“ഇപ്പോൾ ഒന്നായി.”

അതുകേട്ട കള്ളന് അഹമദ് പറഞ്ഞത് തന്നെക്കുറിച്ചായിരിക്കുമോ എന്ന സംശയം ഉണ്ടായി. അയാൾ അടുത്ത പ്രഭാതത്തിൽ വിവരങ്ങൾ കൃത്യമായി തലവനെ അറിയിച്ചു; തനിക്ക് തോന്നിയ സംശയവും.

“ഓ. അങ്ങിനെയോ. അതേ. അങ്ങിനെയാകാനും വഴിയുണ്ട്. ഇന്ന് നമ്മളിൽ ഒരാൾക്കൂടി ആ വീടിന്റെ മുകളിൽ എത്തണം. അപ്പോൾ ആ പ്രവചകൻ എന്തു പറയുന്നു എന്നറിയാമല്ലോ.” തലവൻ പറഞ്ഞു.

അന്ന് രാത്രിയും അഹമദ് പ്രാർത്ഥന അവസാനിപ്പിച്ചിട്ട് ഒരീന്തപ്പഴം കഴിച്ചു. പിന്നീട് തന്നത്താൻ പറഞ്ഞു.

“ഇപ്പോൾ രണ്ടായി.”

അതുകേട്ട കള്ളന്മാർ വിവരം ഉടൻതന്നെ തലവനെ അറിയിക്കുകയും ചെയ്തു.

“എങ്കിൽ നമുക്ക് ഒന്നുകൂടി പരീക്ഷിക്കണം. ഇന്ന് മൂന്ന്പേർ അയാളെ ശ്രദ്ധിക്കണം.”

അന്ന് രാത്രിയിൽ അഹമദ് പറഞ്ഞത് “ഇപ്പോൾ മൂന്നായി. എന്നാണ്.” കള്ളന്മാർക്ക് അഹമ്മദ് അവരെക്കുറിച്ചാണ് പറഞ്ഞത് എന്ന് ഉറപ്പായെങ്കിലും അവരുടെ തലവന് പൂർണ്ണമായും വിശ്വസിക്കാൻ കഴിഞ്ഞില്ല. അതുകൊണ്ട് അയാൾ കൂടുതൽ നിരീക്ഷണം ആവശ്യമാണെന്ന് കരുതി. അങ്ങിനെ മുപ്പത്തിഒൻപത് ദിവസങ്ങൾ കഴിഞ്ഞു. നാല്പതാം ദിവസം കൊള്ളക്കാരുടെ തലവനുൾപ്പടെ നാല്പതുപേരും അഹമദിന്റെ വീടിന്റെ മേൽതളത്തിലുണ്ടായിരുന്നു. അന്ന് രാത്രിയിൽ അഹമദ് ഉച്ചത്തിൽ തന്നെ പറഞ്ഞു

“ഇന്നോടെ നാല്പത് തികഞ്ഞിരിക്കുന്നു. ഇനി കൂടുതൽ കാത്തിരിപ്പിന്റെ ആവശ്യമില്ല.”

അതുകേട്ട കൊള്ളക്കൂട്ടത്തിന്റെ തലവനും കൂട്ടുകാർക്കും അഹമദ് അവരെകുറിച്ചാണ് പറഞ്ഞത് എന്നതിൽ പൂർണ്ണവിശ്വാസമായി. ആ സമയത്ത് ജമല്ലെ പ്രാർത്ഥനാമുറിയിൽ ചെന്ന് ഭർത്താവിന്റെ അരികിൽ ഇരുന്നു. താനാണല്ലോ ഭർത്താവിനെ ആ ദുർഘടത്തിലേക്ക് തള്ളിവിട്ടതെന്ന് ഓർത്ത് സങ്കടപ്പെട്ട് അവർ അഹമദിനോട് പറഞ്ഞു.

"ഞാൻ ചെയ്തത് തെറ്റായിപ്പോയി. അങ്ങയെ ഇങ്ങിനെ ഒരു ദുർഘടത്തിലേക്ക് തള്ളിവിട്ടത് ഞാനാണെന്ന് എനിക്കറിയാം. എന്നോട് ക്ഷമിക്കണം."

ജമല്ലെ വളരെ താണ ശബ്ദത്തിലാണ് സംസാരിച്ചത്. അതുകൊണ്ട് അവർ പറഞ്ഞതൊന്നും കൊള്ളക്കാർക്ക് കേൾക്കാൻ കഴിഞ്ഞില്ല. എന്നാൽ മറുപടിയായി അഹമദ് പറഞ്ഞത് അവർക്ക് വ്യക്തമായി കേൾക്കാൻ കഴിഞ്ഞു.

"ഇവിടെ ക്ഷമിക്കുകയോ ക്ഷമിക്കാതിരിക്കുകയോ എന്നതല്ല പ്രശ്നം. രാജാവിനെ എങ്ങിനെ സമാധാനിപ്പിക്കും; എന്തു പറഞ്ഞ് അദ്ദേഹത്തെ സമാധാനിപ്പിക്കും;അദ്ദേഹത്തെ എങ്ങിനെ കാര്യങ്ങൾ പറഞ്ഞ് മനസ്സിലാക്കും. അതാണ് പ്രശ്നം. ഞാൻ ക്ഷമിക്കാൻ തയ്യാറാണ്. സംശയിക്കേണ്ട."

അതുകേട്ട കൊള്ളക്കാർ അതെല്ലാം അവരെ ഉദ്ദേശിച്ചാണ് പറഞ്ഞതെന്നാണ് മനസ്സിലാക്കിയത് കൊള്ളക്കാരുടെ തലവൻ കൂട്ടുകാരോട് പറഞ്ഞു.

"ഈ പ്രവചകൻ ഒരു നല്ല മനുഷ്യനാണെന്ന് തോന്നുന്നു. നമുക്ക് അദ്ദേഹത്തിന്റെ കാലുപിടിച്ച് ക്ഷമ ചോദിക്കാം. അദ്ദേഹം എങ്ങിനെയെങ്കിലും രാജകോപത്തിൽ നിന്ന് നമ്മളെ രക്ഷിക്കും."

"അതേ. അതാണ് നല്ലത്." എല്ലാവരും സമ്മതിച്ചു. അവർ വീടിന്റെ മേൽത്തളത്തിൽ നിന്ന് ഇറങ്ങി വീടിന്റെ മുൻവാതിൽ തട്ടി വിളിച്ചു. കതകിൽ തട്ടുന്ന ശബ്ദം കേട്ട് അഹമദ് ഭാര്യയോട് പറഞ്ഞു.

"ഓ. രാജാവിന്റെ ഭടന്മാർ എത്തിക്കഴിഞ്ഞുവെന്ന് തോന്നുന്നു. നാല്പത് ദിവസങ്ങൾ കഴിഞ്ഞല്ലോ. അവർ നാളെ കാലത്ത് എത്തുമെന്നാണ് കരുതിയത്. പക്ഷേ മുൻകൂട്ടിത്തന്നെ എത്തിയിരിക്കുന്നു. എന്റെ സ്നേഹമുള്ള ഭാര്യേ. ഞാൻ പോകട്ടെ. ഇനി നമുക്ക് കാണാൻ കഴിയുമോ എന്ന് എനിക്കറിയുകയില്ല. പക്ഷേ, ഒന്ന് - എനിക്ക് നിന്നോട് ഒരു ദ്വേഷ്യവുമില്ല. കേട്ടോ. സ്നേഹം മാത്രമേയുള്ളൂ."

അത്രയും പറഞ്ഞിട്ട് അഹമദ് വാതിൽ തുറന്നു. അപ്പോൾ കണ്ട കാഴ്ച തികച്ചും അമ്പരപ്പിക്കുന്നതായിരുന്നു. നാല്പത് ആജാനുബാഹുക്കളായ മനുഷ്യർ അയാളുടെ മുമ്പിൽ സാഷ്ടാംഗം വീണ് അപേക്ഷിക്കുന്നു.

"അങ്ങ് ഒരു മഹാനാണ് - ദിവ്യപുരുഷനാണ്. സംശയമില്ല. അങ്ങയുടെ പക്കൽ നിന്നും ഒന്നും ഒളിച്ചുവെയ്ക്കാനാവില്ലെന്ന് ഞങ്ങൾക്ക് ബോധ്യമായിരിക്കുന്നു. ഞങ്ങൾ ചെയ്തത് വലിയ തെറ്റാണെന്നും. രാജാവിന്റെ ഖജനാവിൽ നിന്ന് കൊള്ളയടിച്ച എല്ലാ

പണ്ഡങ്ങളും - നാല്പത് പെട്ടികളും അങ്ങിനെതന്നെ ഞങ്ങൾ തിരികെ തരാം. രാജാവിന്റെ കോപത്തിൽ നിന്ന് അങ്ങ് ഞങ്ങളെ രക്ഷിക്കണം. അങ്ങയ്ക്കുമാത്രമേ അതിന് കഴിയൂ എന്നും ഞങ്ങൾക്ക് ബോദ്ധ്യമുണ്ട്."

അമ്പരന്നു നിന്ന അഹമദ് എന്തുപറയണമെന്നറിയാതെ കുറച്ച് നേരം ഒന്നും മിണ്ടാതെ നിന്നു. അതേ അവസ്ഥയിലായിരുന്നു ജമെല്ലും. പിന്നീട് അഹമദ് അവരോട് പറഞ്ഞു.

"നിങ്ങൾ എഴുന്നേൽക്കൂ. നിങ്ങളെ എങ്ങിനെ രക്ഷിക്കണമെന്ന് എനിക്കറിഞ്ഞുകൂടാ. എങ്കിലും ഞാൻ എന്റെ പരമാവധി ശ്രമിക്കാം. ഞാൻ പറയുന്നതുപോലെ ചെയ്താൽ എന്നെക്കൊണ്ടാകുന്ന വിധത്തിൽ ശ്രമിക്കാം. രാജാവിനോട് അപേക്ഷിക്കാം. അത്രതന്നെ."

"ശരി. അങ്ങയ്ക്ക് ഞങ്ങളെ രക്ഷിക്കാനാകും. ഞങ്ങൾക്ക് വിശ്വാസമാണ്. അങ്ങ് പറയുന്നതെന്തും അനുസരിക്കാം. ഇനിയങ്ങോട്ട് അങ്ങയുടെ ഉപദേശാനുസരണം ജീവിച്ചുകൊള്ളാം. ഒരു പിഴയും വരുത്തുകയില്ല. സത്യം".

"ശരി. എങ്കിൽ നിങ്ങൾ കൊള്ളയടിച്ച നാല്പത് പെട്ടികളും ഉടനേ തന്നെ ആരും അറിയാതെ ഖജനാവിൽ അവ മുമ്പ് ഇരുന്ന സ്ഥലത്ത് കൊണ്ടുവയ്ക്കുക. പിന്നീട് ഇതിനേക്കുറിച്ച് അടുത്ത രാജകല്പന വരുന്നതുവരെ എവിടെയെങ്കിലും ഒളിച്ചിരിക്കുക. വേഗം പോയ്ക്കോ. രാജാവിന്റെ ഭടന്മാർ ഏതുസമയത്തും ഇവിടെയെത്തും; എന്നെ രാജസന്നിധിയിൽ എത്തിക്കാൻ അവരെത്തും. സംശയമില്ല."

കള്ളന്മാർ അവിടെനിന്നു പുറപ്പെട്ട് പോയി. രാത്രിയിൽത്തന്നെ ആരും അറിയാതെ അവർ പെട്ടികൾ ഖജനാവിൽ തിരികെ എത്തിക്കുകയും ചെയ്തു. പ്രഭാതമായതോടെ അഹമദിനെ വാതിൽ മുട്ടി വിളിച്ചുണർത്തിയത് രാജഭടന്മാരായിരുന്നു. ജെമല്ലിനോട് യാത്ര പറഞ്ഞ് അഹമദ് അവരോടൊപ്പം കൊട്ടാരത്തിലേക്ക് യാത്രയായി. അവിടെയെത്തിയ അഹമദ് കണ്ടത് തികച്ചും അക്ഷമനായി നിന്നിരുന്ന അബ്ബാസ് രാജാവിനെയാണ്. അഹമദിനെ കണ്ടതും രാജാവ് ചോദിച്ചു.

"ഹേ. പ്രവചകാ. കൊള്ളക്കാരെവിടെ. എന്താ. നാല്പത് ദിവസങ്ങൾ കടന്നുപോയത് അറിഞ്ഞില്ലെന്നുണ്ടോ. എന്റെ നഷ്ടപ്പെട്ട ധനമൊക്കെ എവിടെ. നിങ്ങൾ പറഞ്ഞ അവധി കഴിഞ്ഞില്ലേ. എന്താ പറയൂ കേൾക്കട്ടെ."

"ഹുസൂർ. കൊള്ളക്കാർ എവിടെയെന്ന് ഇപ്പോഴും എനിക്ക് കൃത്യമായി അറിഞ്ഞുകൂടാ. എങ്കിലും ഞാൻ അങ്ങയോട് ഒരു സംശയം കൂടി ചോദിക്കാൻ ആഗ്രഹിക്കുന്നു. ദയവായി അനുവദിക്കണം."

“ശരി. കേൾക്കട്ടെ. എന്തു സംശയമാ. വേഗം ചോദിച്ചോളുക്ക്.”

“അങ്ങ് കൊള്ളക്കാരെ പിടിക്കുന്നതിനാണോ അങ്ങയുടെ സ്വത്തു ക്കൾ തിരികെ കിട്ടുന്നതിനാണോ മുഖ്യത്വം കൊടുക്കുന്നത്?. കേൾക്കാ നാഗ്രഹമുണ്ട്. ദയവായി പറഞ്ഞാലും.”

അബ്ബാസ് രാജാവ് അല്പം ആലോചിച്ചതിനുശേഷം പറഞ്ഞു. “മുഖ്യത്വം ധനം തിരികെ കിട്ടുന്നതിനാണ്. സംശയമില്ല.”

“എങ്കിൽ അങ്ങ് ദയവായി അങ്ങയുടെ ഖജനാ സൂക്ഷിപ്പുകാരോട് ഖജനാവ് തുറന്ന് പരിശോധിക്കാൻ പറയൂ. മിക്കവാറും അങ്ങയുടെ നഷ്ടപ്പെട്ട പെട്ടികളെല്ലാം യാതൊരു കേടുപാടുകളുമില്ലാതെ അവ മുമ്പ് ഇരുന്നിരുന്ന സ്ഥാനങ്ങളിൽ തന്നെ കണ്ടെന്ന് വരാം.”

അതുകേട്ട് അതിശയിച്ചു പോയ രാജാവ് ചോദിച്ചു.

“എന്ത് നഷ്ടപ്പെട്ട പെട്ടികളെല്ലാം ഖജനാവിൽ തിരികെയെത്തിയെ ന്നോ. അതെങ്ങിനെ; എങ്ങിനെ താങ്കൾക്ക് മനസ്സിലായി.”

“രാജൻ. പെട്ടികൾ എത്തിയിട്ടില്ല. പക്ഷേ അങ്ങയുടെ ഖജനാ സൂക്ഷിപ്പുകാർ ഖജനാവ് തുറന്ന് അതിൽ പ്രവേശിക്കുന്നതിനുള്ളിൽ എന്റെ മന്ത്രത്തിന്റെ പ്രത്യേക ശക്തികൊണ്ട് അവ അവിടെയെത്തുമെ ന്ന് ഞാൻ കരുതുന്നു. കഴിഞ്ഞ നാല്പതു ദിവസങ്ങൾ ഞാൻ പ്രാർത്ഥിച്ച് സമ്പാദിച്ച ശക്തി എന്നെ ഇക്കാര്യത്തിൽ സഹായിക്കുമെന്നാണ് എന്റെ വിശ്വാസം.”

“ശരി. അങ്ങിനെയാകട്ടെ.” രാജാവ് ഖജനാവ് സൂക്ഷിപ്പുകാർക്ക് വേണ്ട നിർദ്ദേശം നൽകി.

“രാജൻ. ഇനി എനിക്കൊരല്പം സമയം തരൂ. ഞാനെന്റെ മന്ത്രം ചൊല്ലട്ടെ.” പിന്നീട് അഹമദ് തന്റെ മന്ത്രം ചൊല്ലി. യാതൊരർത്ഥവു മില്ലാത്ത കുറേ വാക്കുകൾ.

“പിഷ്, പോഷ്, വിഷ് മോസ്, വിഷ് മോസ്...”

പിന്നീട് ഖജനാവ് സൂക്ഷിപ്പുകാരുടെ പിന്നിലായി അബ്ബാസ് രാജാവ് അഹമദിനേയും കൂട്ടി ഖജനാവിലേക്ക് തിരിച്ചു. ഖജനാവ് തുറന്ന് അകത്തു കയറിയ സൂക്ഷിപ്പുകാർക്കും രാജാവിനും നഷ്ടപ്പെട്ട പെട്ടികളെല്ലാം അതാതിന്റെ സ്ഥാനങ്ങളിൽ ഇരിക്കുന്നത് കാണാൻ കഴിഞ്ഞു. പെട്ടി കൾക്കോ അവയുടെ പൂട്ടുകൾക്കോ ഒന്നും യാതൊരു കേടുപാടുകളും ഉണ്ടായിരുന്നില്ല. അത് എല്ലാവരും ഒരതിശയമായിത്തന്നെ കരുതി. അഹമദ് പ്രവചകൻ ഒരു വലിയ അറിവാളിയും തികച്ചും അനുഗ്രഹീത നുമാണെന്നും അവരെല്ലാം സമ്മതിച്ചു. അബ്ബാസ് രാജാവ് ആ വിവരം അബമദിനോട് തുറന്ന് പറയുകയും ചെയ്തു.

"അഹമദ്, ഇനി മുതൽ നിങ്ങളായിരിക്കും ഈ രാജ്യത്തെ അംഗീകരിക്കപ്പെട്ട പ്രവചൻ. അതിനനുസരിച്ചുള്ള എല്ലാ സ്ഥാനമാനങ്ങളും, ശമ്പളവും ഇന്ന് മുതൽ അങ്ങയ്ക്ക് കിട്ടുന്നതുമായിരിക്കും. എന്താ സന്തോഷമായില്ലേ. ഇനി ഞാനെന്തെങ്കിലും കൂടുതലായി അങ്ങയ്ക്കു വേണ്ടി ചെയ്യേണ്ടതുണ്ടോ."

"ഉണ്ട് ഹുസൂർ. എനിക്കുവേണ്ടി ഒരു കാര്യം കൂടി."

"എന്താ. പറയൂ. കേൾക്കട്ടെ."

"ഹുസൂർ, തെറ്റ് ചെയ്യുന്ന ആരും തെറ്റ് മനസ്സിലാക്കി തിരുത്തുകയും ഇനിയങ്ങോട്ട് ജീവിതത്തിൽ അത്തരം തെറ്റുകൾ ചെയ്യില്ലെന്ന് തീരുമാനിക്കുകയും ചെയ്താൽ അവർ മാപ്പിനർഹരല്ലേ. ആണെന്നാണ് എന്റെ വിനീതമായ അഭിപ്രായം. ഇക്കാര്യത്തിൽ അങ്ങയുടെ വിലപ്പെട്ട അഭിപ്രായം അറിയാൻ ഈയുള്ളവന് ആഗ്രഹമുണ്ട്."

അബ്ബാസ് രാജാവ് നീണ്ടനേരത്തെ മൗനമായ ആലോചനയ്ക്കുശേഷം പറഞ്ഞു.

"അങ്ങനെയുള്ളവർ മാപ്പ് അർഹിക്കുന്നു എന്നുതന്നെയാണ് എന്റെയും അഭിപ്രായം."

പിന്നീട് അഹമദ് നടന്ന വിവരങ്ങളെല്ലാം രാജാവിനെ സത്യസന്ധമായി അറിയിച്ചു. പിന്നീട് രാജാവിനോട് അപേക്ഷിച്ചു.

"ഞാനങ്ങയോട് വിനയപുരസരം അപേക്ഷിക്കുന്നു. ആ കൊള്ളക്കാർക്ക് മാപ്പ് നൽകി ജീവിക്കാൻ വേണ്ടത് സമ്പാദിക്കാൻ കഴിയുന്ന വിധം ഏതെങ്കിലും ഒരു ജോലിയും നൽകണം. ഇനിയുള്ള ജീവിതകാലം മുഴുവനും അവർ അങ്ങയ്ക്ക് വിശ്വസ്തരായി ജീവിക്കും. ഇതെന്റെ അപേക്ഷയാണ്."

"ശരി. അങ്ങിനെ ചെയ്യാം." രാജാവ് വേണ്ട നിർദ്ദേശങ്ങൾ ബന്ധപ്പെട്ട ഉദ്യോഗസ്ഥർക്ക് നൽകി.

"മറ്റൊരു കാര്യം കൂടി ബോധിപ്പിക്കാനുണ്ട് ഹുസൂർ."

"എന്താ. കേൾക്കട്ടെ."

അഹമദ് ഭാര്യയുടെ നിർബന്ധപ്രകാരം ഒരു പ്രവചകനായി മാറിയതും, ദൈവാനുഗ്രഹം കൊണ്ട് രണ്ട് പ്രധാനപ്പെട്ട സംഭവങ്ങളിൽ എങ്ങിനെ വിജയിച്ചു എന്നും മറ്റുമുള്ള എല്ലാ കാര്യങ്ങളും വിശദമായും സത്യസന്ധമായും രാജാവിനോട് പറഞ്ഞു. പിന്നീട് ഇത്രയും കൂട്ടിച്ചേർത്തു.

“ഹുസൂർ. അങ്ങെനിക്ക് നൽകിയിരിക്കുന്ന ആസ്ഥാന പ്രവചകൻ എന്ന സ്ഥാനം സ്വീകരിക്കാൻ എനിക്ക് ആകുകയില്ല. അതിന് ഞാൻ അർഹനുമല്ല. ഇനിയങ്ങോട്ട് ദൈവത്തെ പരീക്ഷിക്കാനും ഞാനില്ല. അതുകൊണ്ട് അങ്ങ് കനിഞ്ഞു തന്ന ആ പദവി എനിക്ക് സ്വീകരിക്കാനാവില്ല. എന്നോട് പൊറുക്കണം.”

“എനിക്ക് എല്ലാം മനസ്സിലായി. താങ്കളുടെ സത്യസന്ധതയും ദൈവവശ്വാസവും ഞാൻ ബഹുമാനിക്കുന്നു. താങ്കളുടെ തീരുമാനം നമുക്ക് വിദഗ്ധനായ ഒരു പ്രവാചകനെ ഇല്ലാതാക്കിയിരിക്കുന്നു. എങ്കിലും ഞാൻ നേരത്തെ തന്ന പാരിതോഷികങ്ങളുടെ ഇരട്ടി അങ്ങ് അർഹിക്കുന്നു എന്ന് എനിക്ക് ബോധ്യമായിരിക്കുന്നു - അങ്ങിനെ എന്റെ മനസ്സ് പറയുന്നു. ആസ്ഥാനപ്രവചകന്റെ പദവി അങ്ങ് സ്വീകരിക്കുന്നില്ലെങ്കിലും അങ്ങ് രാജസഭയിലെ ഒരു അംഗമായി, ഒരു മാർഗദർശിയായി തുടരുന്നതാണ്. അതുപോലെ ഞാൻ നേരത്തെ പറഞ്ഞ എല്ലാ സാമ്പത്തിക ആനുകൂല്യങ്ങളും അങ്ങയ്ക്ക് ലഭ്യമാകുന്നതാണ്. അതിനുപുറമേ, ഇന്ന് അങ്ങ് കാരണം നമ്മുടെ ഖജനാവിലേക്ക് തിരികെ എത്തിച്ചേർന്ന പണപ്പെട്ടികളിൽ രണ്ടെണ്ണം അങ്ങേയ്ക്കുള്ള എന്റെ പ്രത്യേക സമ്മാനമായി നമ്മുടെ ഭടന്മാർ അങ്ങയുടെ വീട്ടിൽ എത്തിക്കുന്നതാണ്. അങ്ങയ്ക്കും അങ്ങയുടെ ഭാര്യയ്ക്കും എല്ലാ നന്മകളും ഉണ്ടാകട്ടെ.” അത്രയും പറഞ്ഞ് അബ്ബാസ് രാജാവ് കൊട്ടാരത്തിനുള്ളിലേക്ക് പോയി. അഹമദ് തനിക്ക് സമ്മാനമായി കിട്ടിയ രണ്ടു പെട്ടികളുമായി ഭടന്മാരുടെയൊപ്പം സ്വന്തം വീട്ടിലേക്കും മടങ്ങി.

“എന്തായി. രാജാവ് അങ്ങയ്ക്ക് മാപ്പ് നൽകിയോ. ശിക്ഷയൊന്നും കിട്ടിയില്ലല്ലോ. ദൈവമേ. എന്റെ പ്രാർത്ഥന അങ്ങ് കേട്ടല്ലോ.” അങ്ങിനെ പറഞ്ഞുകൊണ്ട് ഓടിച്ചെന്ന് അഹമദിനെ കെട്ടിപ്പിടിച്ചുകൊണ്ട് ജമൈല പറഞ്ഞു.

“ഞാനാണ് അങ്ങയ്ക്ക് വന്ന ഈ കഷ്ടതകൾക്കെല്ലാം കാരണം.”

“എല്ലാം നല്ലതായി അവസാനിച്ചു ഭാര്യേ. നീ ഒട്ടും വിഷമിക്കേണ്ട. നമുക്കിനി നീ ആഗ്രഹിച്ചതുപോലെ നല്ല അന്തസ്സോടെ മറ്റുള്ളവരുടെ മുന്നിൽ തല ഉയർത്തിപ്പിടിച്ചുതന്നെ ജീവിക്കാം. വാ. നടന്നതെല്ലാം ഞാൻ വിശദമായി പറഞ്ഞുകേൾപ്പിക്കാം.”

പിന്നീട് അഹമദ് എന്ന പ്രവചകനും ജമെല്ല എന്ന അയാളുടെ ഭാര്യയും ദീർഘകാലം എല്ലാ സുഖസൗകര്യങ്ങളോടും കൂടി വളരെക്കാലം അന്തസ്സായി ജീവിച്ചു.

എലിയും പൂച്ചയും

ഹിന്ദുമത വിശ്വാസികൾ കൂട്ടതലായി ജീവിക്കുന്ന നമ്മുടെ നാട്ടിൽ അവരുടെ വിശ്വാസങ്ങളുമായി ബന്ധപ്പെട്ട, അവരുടെ മതാചാരങ്ങളുമായി ബന്ധപ്പെട്ട നാടോടികഥകൾ ധാരാളം ഉണ്ടാകും ; അതുപോലെ ക്രിസ്ത്യാനികൾ അധികമുള്ള യൂറോപ്യൻ രാജ്യങ്ങളിൽ നിന്നുള്ള കഥകളിൽ ക്രിസ്തുമത വിശ്വാസങ്ങളോടും ജീവിതരീതികളോടും ബന്ധപ്പെട്ടവയും. പണ്ടുപണ്ടേ ഇസ്ലാം മതവിശ്വാസികൾ അധികമായി താമസിച്ചിരുന്ന പേർഷ്യയിൽ (ഇന്നത്തെ ഇറാനിൽ) നിന്നുള്ള കഥകളിൽ അവരുടെ ആചാരങ്ങളും സംഭാഷണശൈലിയുമെല്ലാം നിറഞ്ഞുനിൽക്കുന്നത് സ്വാഭാവികം മാത്രമാണല്ലോ. ഈ കഥയിലും അങ്ങിനെതന്നെ.

ഇത് വേണമെങ്കിൽ അക്കാലത്ത് പേർഷ്യയിലുണ്ടായിരുന്ന സാമൂഹ്യനിലപാടുകളെ ഹാസ്യരൂപത്തിൽ നമുക്ക് പറഞ്ഞുതരുന്ന ഒരു കഥയായും കരുതാം. ഇതിലെ കഥാപാത്രങ്ങൾ അവിടെ ഉണ്ടായിരുന്ന എലികളും പൂച്ചകളുമാണ്. പേർഷ്യയിലെ കെർമൻ നഗരത്തിൽ ജീവിച്ചിരുന്ന ഒരു രാക്ഷസപൂച്ചയാണ് പ്രധാന നായകൻ ; ഒരു വലിയ ഡ്രാഗൺ (തീ തുപ്പുന്ന ചിറകുകളുള്ള ഒരുഗ്ര സർപ്പം) പോലെ രൂപമുള്ള, പുലികളുടേതുപോലെ തിളങ്ങുന്ന കണ്ണുകളും, മീശയും, കൂർത്ത പല്ലുകളും ഉണ്ടായിരുന്ന ഒരു പൂച്ച. ആ പൂച്ച ഒരു നവവധുവിനെപ്പോലെയൊ അല്ലെങ്കിൽ ഇഷ്ടപ്പെട്ട വിരുന്നാളികളെ വീട്ടിലേക്ക് സ്വീകരിക്കുന്ന ഒരു ഗ്രഹനാഥനെപ്പോലെയൊ വളരെയധികം സന്തോഷത്തോടെയാണ് ജീവിച്ചിരുന്നത്.

മറ്റൊരു നായകൻ എലികളുടെ രാജാവായിരുന്നു. തന്റെ കൂട്ടരുടെ അംഗസംഖ്യ വളരെ വർദ്ധിച്ചിട്ടുണ്ട് എന്ന് മനസ്സിലാക്കിയ എലി രാജാവ് പൂച്ചയുമായി ഒരു ബല പരീക്ഷണത്തിന് തയ്യാറായി. പ്രജകളുടെ കൂടിയ എണ്ണം തന്റെ ബലമാണെന്ന് ആ എലി ശ്രേഷ്ഠൻ കരുതിയിരുന്നിരിക്കാം.

"എവിടെ പൂച്ച സിംഹം. അവന്റെ തലയെടുക്കാൻ ഞാൻ തീരുമാനിച്ചിരുന്നു. ഒരു യുദ്ധഭൂമിയിലെന്നപോലെ ഞാനവന്റെ കഴുത്ത് അറുത്തിടുന്നുണ്ട്. ഒരു പട്ടിയുടേതെന്ന പോലെ ഞാനവന്റെ തലവെട്ടി നിരത്തിലെറിയും. എവിടെ അവൻ" എലി രാജാവ് അദ്ദേഹത്തിന്റെ പ്രജകളുടെ മദ്ധ്യത്തിൽ നിന്ന് അലറി. എലികളുടെ ഗർജ്ജനങ്ങളേക്കുറിച്ച് അറിഞ്ഞ പൂച്ച സിംഹവും തീർത്താലും തീരാത്ത കോപം കൊണ്ട് ഒറ്റച്ചാട്ടത്തിന് എലി രാജാവിനെ തന്റെ കൈക്കുള്ളിൽ അള്ളിയെടുത്തു.

"എടാ എലിക്കുട്ടീ. നീയെന്റെ തലവെട്ടും, അല്ലേടാ. എന്നാൽ ഇപ്പോൾ തന്നെയാവട്ടെ, മരമണ്ടാ." പൂച്ച സിംഹം ഗർജിച്ചു.

പൂച്ചയുടെ കൈകളിൽ വേദനയെടുത്ത് പുളഞ്ഞുകൊണ്ടിരുന്ന എലിരാജാവ് കരഞ്ഞുകൊണ്ട് പറഞ്ഞു.

"എന്നോട് ക്ഷമിച്ചാലും. ഞാനങ്ങിനെയൊന്നും പറയാൻ പാടില്ലായിരുന്നു. അങ്ങയുടെ ഈ എളിയ സേവകൻ ഏതോ അറിവില്ലാതെ, ബോധം നഷ്ടപ്പെട്ട സമയത്ത് പറഞ്ഞുപോയ വീൺവാക്കുകൾക്ക് പശ്ചാത്തപിക്കുന്നു. അങ്ങയുടെ കേവലം അടിമയായ എന്നോട് ദയവു കാണിച്ച് ക്ഷമിച്ചാലും."

"എടാ കള്ളാ. കള്ളം പറയാനും നിനക്കൊരു വിഷമവും ഇല്ല. അല്ലേ. നിന്റെ അഹങ്കാരത്തിന് നീ നിന്റെ ജീവൻ കൊടുത്താലേ മതിയാകൂ. നീ എന്നെ ഒരു പട്ടിയേപ്പോലെ കരുതുന്നു എന്നല്ലേ പറഞ്ഞത്. ഇനി എങ്ങിനെ നീ അങ്ങനെയൊക്കെ പറയുമെന്ന് ഞാനൊന്നു കാണട്ടെടാ, പട്ടി," എന്ന് പറഞ്ഞുകൊണ്ട് പൂച്ച എലിയെ ഞെക്കികൊന്ന് വായിലിട്ടു.

പക്ഷേ വിശപ്പെല്ലാം അടങ്ങി സുഖമായി വിശ്രമിക്കുമ്പോൾ പൂച്ച നടന്ന കാര്യങ്ങളെല്ലാം ഓർത്തുനോക്കി. മനസ്സിൽ ഒരു കുറ്റബോധം തോന്നി. ആ വിഡ്ഢി അങ്ങിനെയൊക്കെ പുലമ്പിയെങ്കിലും അവനെ കൊല്ലേണ്ടായിരുന്നു എന്ന തോന്നൽ മനസ്സിനെ അലട്ടി. എല്ലാ തെറ്റുകൾക്കും പരിഹാരം തേടേണ്ടത് കുറ്റസമ്മതത്തിൽക്കൂടിയാണല്ലോ. പൂച്ച സിംഹം നേരേ അടുത്തുള്ള മസൂദിയിലേക്ക് തിരിച്ചു. അവിടെച്ചെന്ന് പ്രാർത്ഥനാസമയത്ത് മനുഷ്യർ ചെയ്യുന്നതുപോലെ കയ്യും കാലും ശുദ്ധം ചെയ്തു, കണ്ണുകൾ പൊത്തി വേദപുസ്തകത്തിലെ (ഖുറാനിലെ)

അള്ളാഹുവിനെ പ്രകീർത്തിക്കുന്ന സുന്ദരങ്ങളായ വചനങ്ങൾ ചൊല്ലാൻ ആരംഭിച്ചു. പിന്നീട് തെറ്റുകൾ ഏറ്റുപറഞ്ഞ് കുമ്പസാരിച്ചു.

"അള്ളാ. ഞാനിന്ന് ചെയ്യാൻ പാടില്ലായിരുന്ന ഒരു വലിയ തെറ്റ് ചെയ്തു. ആ തെമ്മാടി എലി പറയാൻ പാടില്ലാത്തവിധം എന്നെ ശകാരിച്ചു. എങ്കിലും അവന്റെ ജീവനെടുക്കാൻ എനിക്കധികാരം ഇല്ലാ യിരുന്നുവെന്ന് ഞാൻ മനസ്സിലാക്കുന്നു. എന്റെ തെറ്റായ പ്രവർത്തി പൂർണ്ണമായും ഉണർന്ന് ഞാൻ അവിടുത്തെ സമക്ഷം വിനയാന്വിത നായി, പാപഭാരത്തോടെ, തികഞ്ഞ പശ്ചാത്താപത്തോടെ മാപ്പിര ക്കുന്നു. കൃപാനിധിയായ അല്ലാ എന്റെ തെറ്റ് പൊറുത്ത് മാപ്പാക്കണം." പൂച്ചസിംഹം പല പ്രാവശ്യം ആവർത്തിച്ചാവർത്തിച്ച് ആ വാക്യങ്ങൾ ഉരുവിട്ടു. ശരിക്കും പശ്ചാത്തപിച്ചാലെന്നതുപോലെ പൂച്ചയുടെ കണ്ണുകൾ നിറഞ്ഞൊഴുകി. പ്രാർത്ഥിക്കുന്നതിനിടയിൽ ചിലപ്പോഴൊക്കെഴെങ്കിലും ദു:ഖഭാരം കൊണ്ട് തൊണ്ടയടഞ്ഞു പോകുകയും ചെയ്തു.

പൂച്ച അങ്ങിനെ പ്രാർത്ഥിച്ചുനിന്ന സമയമത്രയും ഒരെലി മസ്ജിദിയിലെ പ്രസംഗപീഠത്തിന് പുറകിൽ ഒളിഞ്ഞിരിപ്പുണ്ടായിരുന്നു. എലി പൂച്ചയുടെ പ്രാർത്ഥന കേട്ടു എന്നു മാത്രമല്ല, പൂച്ചയുടെ കണ്ണുകളിൽ നിന്ന് കണ്ണുനീർ ധാരധാരയായി ഒഴുകുന്നത് കാണുകയും ചെയ്തു. അങ്ങിനെ ആ ദൃശ്യങ്ങൾക്കെല്ലാം സാക്ഷിയായ എലി ഒട്ടും താമസിയാതെതന്നെ തന്റെ താവളത്തിലെത്തി. മറ്റ് കൂട്ടുകാരോടെല്ലാം താൻ കണ്ട കാഴ്ചയും കേട്ട കാര്യങ്ങളും വിശദീകരിച്ചു. ആ വാർത്ത അല്പസമയത്തിനുള്ളിൽ കാട്ടുതീ പോലെ പടർന്നു; ഇപ്പോഴൊക്കെ നമ്മുടെ സമൂഹമാധ്യമങ്ങ ളിൽ വാർത്തകൾ "വൈറസ്" ആയി എന്ന് പറയാറില്ലേ, അതുപോലെ എന്ന് കരുതിക്കൊള്ളുക

"ഓ ദൈവമേ, ഈ ലോകത്തിന്റെ സൃഷ്ടാവേ, എന്റെ തെറ്റ് പൊറുക്കണമേ ; ഞാൻ ഒരു വിഡ്ഢിയെപ്പോലെ ആ എലിയെ കൊന്ന പാപത്തിന് ക്ഷമ നൽകേണമേ, മാപ്പു നൽകേണമേ" എന്ന പൂച്ചസിംഹത്തിന്റെ വാക്കുകൾ എല്ലാ എലികളുടേയും കാതുകളിൽ എത്തി. അതുകേട്ട് എലികൾ സന്തോഷിച്ച് തുള്ളിച്ചാടി. ആർപ്പുവിളിച്ചു അവരുടെ ആഹ്ലാദം പ്രകടിപ്പിച്ചു. എലി ഗ്രാമങ്ങളിലെ മുഖ്യൻമാർ ഒന്നു ചേർന്ന് പൂച്ചസിംഹം പശ്ചാത്തപിച്ചതിലും ഒരു നല്ല വിശ്വാസിയായി മാറിയതിലും അദ്ദേഹത്തെ അഭിനന്ദിച്ച് പ്രമേയങ്ങൾ പാസ്സാക്കി. അവർ വലിയ അനുമോദന പ്രകടനങ്ങൾ ഒരുക്കുകയും ചെയ്തു. അത്തരം കൂട്ടങ്ങളിൽ ആയിരമായിരം എലികൾ പങ്കെടുക്കുകയും ചെയ്തു. എല്ലാവരും ആടിപ്പാടി നല്ല സദ്യകൾ ഒരുക്കി ആഘോഷിച്ചു. അത്തരം ആഘോഷങ്ങളിൽ പങ്കെടുത്ത ഓരോ എലിയും അവരാൽ കഴിയുന്നത്

ആഘോഷസ്ഥലത്തേക്ക് കൊണ്ടു ചെല്ലുകയും ചെയ്തു. ഒരെലി ഒരു കുപ്പി വീഞ്ഞായിരുന്നു കൊണ്ടുചെന്നതെങ്കിൽ മറ്റൊരാൾ ഒരു കുടനിറച്ച് മുന്തിരിപ്പഴം; മറ്റൊരാൾ കുറേ ഓറഞ്ച്; വേറൊരാൾ നല്ല മധുരമുള്ള കേയ്ക്ക് ; ചിലർ കൊണ്ടു ചെന്നത് കാഷ്മീരിലുണ്ടാക്കിയ കമ്പിളി ഷാളുകളായിരുന്നു, ചിലർ മറ്റുതരം വസ്ത്രങ്ങൾ; ചിലർ ആകർഷണീയങ്ങളായ തൊപ്പികൾ: അങ്ങിനെ പലതും.

അങ്ങിനെ എത്തിച്ചേർന്ന വസ്തുക്കളിൽ നിന്ന് ചിലതെല്ലാം തിരഞ്ഞെടുത്ത് പൂച്ച സിംഹത്തിന് ഉപഹാരമായി നൽകാൻ മുഖ്യന്മാർ തീരുമാനിച്ചു. ഉപഹാരം പൂച്ചസിംഹത്തിന് അദ്ദേഹത്തിന്റെ ആസ്ഥാനത്ത് ചെന്ന് ആദരപൂർവ്വം സമ്മാനിക്കാനായി എലിഗ്രാമങ്ങളിലെ പേരും പെരുമയുള്ള ചില മുഖ്യന്മാരിൽനിന്നും തിരഞ്ഞെടുത്ത ഒരു സംഘത്തെ നിയോഗിച്ചു. അതെല്ലാം ചെയ്തത് പുതുതായി ചുമതലയേറ്റ എലി രാജാവിന്റെ അറിവോടും പൂർണ്ണസമ്മതത്തോടെയുമായിരുന്നു.

ആ ദൗത്യസംഘം ഉപഹാരങ്ങളുമായി പൂച്ചസിംഹത്തിന്റെ വാസസ്ഥലത്ത് നേരത്തേ നിശ്ചയിച്ച് ഉറപ്പിച്ചിരുന്ന സമയത്തുതന്നെ എത്തി. പൂച്ച അവരെ തികഞ്ഞ സ്നേഹത്തോടെ സ്വീകരിച്ചു. അവരോട് സംസാരിച്ചുകൊണ്ടിരുന്നതിനിടയിൽ സിംഹം പറഞ്ഞു.

“നിങ്ങളൊക്കെയെന്താ ഇത്ര ദൂരെ നിൽക്കുന്നത്?. ഇങ്ങടുത്തു വാ. നമുക്ക് കുറച്ച്നേരം സംസാരിച്ചിരിക്കാം.” അവർ മുൻപ് നിന്നിരുന്നതിനേക്കാൾ കുറച്ച് കൂടി അടുത്തേക്ക് മാറിനിന്നു.

“ച്ഛെ. ച്ഛെ. ഇതെന്താ. നിങ്ങൾക്ക് ഇപ്പോഴും എന്നെ ഭയമാണോ. ഞാൻ തികച്ചും മാനസാന്തരപ്പെട്ടിരിക്കുന്ന വിവരം നിങ്ങൾക്കറിയില്ലെ. വാ. ഇങ്ങടുത്തുവാ.” പൂച്ച വീണ്ടും പറഞ്ഞു.

മനസ്സിൽ നിന്ന് മാറാത്ത ഭയവുമായി അവർ പൂച്ചയോട് കുറച്ചുകൂടി അടുത്ത് സ്ഥാനമുറപ്പിച്ചു. അവർ പറഞ്ഞു.

“മഹനായ രാജാവേ, അങ്ങ് ഞങ്ങളുടെ മിത്രവും രക്ഷകനുമാണെന്ന് ഞങ്ങൾ മനസ്സിലാക്കിയിരിക്കുന്നു. അതുകൊണ്ട് ഞങ്ങൾ അങ്ങയ്ക്ക് സമർപ്പിക്കാൻ ചില ഉപഹാരങ്ങൾ കൊണ്ടുവന്നിട്ടുണ്ട്. ഇതൊന്നും അങ്ങയ്ക്ക്, അങ്ങയുടെ അന്തസ്സിന് ചേരുന്നവയായിരിക്കില്ലെന്ന് ഞങ്ങൾക്ക് സന്ദേഹമുണ്ട്. എങ്കിലും ഞങ്ങളുടെ കഴിവിനനുസരണം സ്വരൂപിച്ച ഈ ഉപഹാരങ്ങൾ ദയവായി സ്വീകരിച്ച് ഞങ്ങളെ അനുഗ്രഹിക്കണം.”

“ഓ. അങ്ങിനെയോ. വളരെ സന്തോഷം. സ്നേഹിതന്മാർ തരുന്ന ഉപഹാരങ്ങൾ, അവ എന്തായാലും വില മതിപ്പില്ലാത്തവയാണ്.

സംശയമില്ല. ഓരോരുത്തരും ഇങ്ങടുത്തുവന്ന് അവരവരുടെ കയ്യിലുള്ള ഉപഹാരങ്ങൾ ഇവിടെ വെച്ചോളൂ. എന്നിട്ട് ഇങ്ങടുത്ത്, ഇവിടെ നിന്നാൽ ഞാനെല്ലാവരേയും തലയിൽതൊട്ട് അനുഗ്രഹിക്കാം."

മനസ്സിൽ കൂടിക്കൂടി വന്ന ഭയം കാരണം അല്പം അറച്ചാണ് അവർ സിംഹത്തോട് കുറേക്കൂടി അടുത്ത് നിന്നത്. എങ്കിലും പൂച്ചസിംഹത്തിന്റെ അനുനയിപ്പിക്കുന്ന വിധത്തിലുള്ള സ്നേഹത്തോടുകൂടിയ സംസാരം കേട്ട് അവർ അല്പം ആശ്വസിക്കാൻ തുടങ്ങുന്ന സമയത്തായിരുന്നു പെട്ടന്നുണ്ടായ ആക്രമണം. പൂച്ചസിംഹം ഒറ്റചാട്ടത്തിന് തന്റെ രണ്ട് മുൻകാലുകളിലുമായി അഞ്ച് എലികളെ പിടിച്ചെടുത്തു. രണ്ടെണ്ണത്തിനെ വായിലും. അങ്ങിനെ പൂച്ചസിംഹത്തിന്റെ ആക്രമണത്തിന് ഇരയായ ഏഴ് എലികളും അവരവരുടെ ഗ്രാമങ്ങളിലെ പഞ്ചായത്ത് മുഖ്യന്മാരായിരുന്നു. ആ കാഴ്ചകണ്ട മറ്റെലികൾ ചില നിമിഷങ്ങൾ ഇതി കർത്തവ്യതാമൂഢരായിപ്പോയി എങ്കിലും പെട്ടന്ന് സ്വബോധം വീണ്ടെടുത്ത് അവിടെനിന്നും ഓടി രക്ഷപ്പെട്ടു. അങ്ങിനെ ഓടി രക്ഷപ്പെട്ടവരിൽ ചെറുപ്പക്കാരായവർ പറഞ്ഞു.

"കൂട്ടരേ, നമ്മളെന്താണ് ചെയ്യേണ്ടതെന്ന് ആലോചിക്കണം. ആ കള്ളൻ പൂച്ച നമ്മുടെ ഏഴ് നേതാക്കന്മാരെയാണ് ചതിച്ച് കൊന്നിരിക്കുന്നത്. ഇതിന് പകരം വീട്ടണം".

എല്ലാ എലികളും ദു:ഖിതരായി തലകുനിച്ച് ഇരിക്കുകയായിരുന്നു. അതിലൊരാൾ ചെറുപ്പക്കാരുടെ അടക്കാനാകാത്ത രോഷം കണ്ടു പറഞ്ഞു.

"കൂട്ടരെ. നമ്മൾ ആദ്യം ചെയ്യേണ്ടത് തിരികെപ്പോയി നമ്മുടെ രാജാവിനോട് വിവരങ്ങൾ പറയുകയാണ്. അദ്ദേഹം എന്താണ് ചെയ്യേണ്ടതെന്ന് ഉപദേശിക്കാൻ കഴിവും അർഹതയുമുള്ള ആളാണല്ലോ. മാത്രമല്ല അദ്ദേഹവും കൂടി ഉപദേശിച്ചതനുസരിച്ചല്ലെ നമ്മൾ ഉപഹാരങ്ങളുമായി ഈ ചതിയൻ പൂച്ചയുടെ മുന്നിൽ എത്തിയത്." ആ അഭിപ്രായം എല്ലാവർക്കും സമ്മതമായിരുന്നു. അവരെല്ലാവരും എലിരാജാവിനെക്കണ്ട് നടന്ന വിവരങ്ങളെല്ലാം വിശദീകരിച്ചു.

"ഞങ്ങളുടെ പ്രിയപ്പെട്ട രാജാവേ, അങ്ങയെ ഒരു വലിയ ദു:ഖവാർത്ത അറിയിക്കാനാണ് അടിയങ്ങൾ അങ്ങയുടെ സമക്ഷം എത്തിയിരിക്കുന്നത്."

"എന്താ കേൾക്കട്ടെ"

"അങ്ങയുടെ ഉപദേശപ്രകാരം ഞങ്ങൾ ആ പൂച്ചസിംഹത്തിന്റെ അടുത്തേക്ക് സ്നേഹോപഹാരങ്ങളുമായി പോയി. പക്ഷേ ആ ചതിയൻ

പൂച്ച ഞങ്ങളെ അപമാനിക്കുകയും നമ്മുടെ ഗ്രാമമുഖ്യന്മാർ ഏഴുപേരെ ക്രൂരമായി കൊലപ്പെടുത്തുകയും ചെയ്തു. ആ ഏഴുപേരുടേയും മൃതശരീരങ്ങൾ ആ ദുഃഷ്ടൻ തിന്നുകയും ചെയ്തു. അവരെക്കൂടാതെ മറ്റുചിലരും ആ ചതിയന്റെ ആക്രമത്തിൽ കൊല്ലപ്പെട്ടു. അവരുടെ മൃതദേഹങ്ങൾ ഞങ്ങൾ വീണ്ടെടുത്ത് കൊണ്ടുവന്നിട്ടുണ്ട്."

മറ്റുചിലർ തുടർന്ന് പറഞ്ഞു.

"ആ ദുഷ്ടൻ പൂച്ചയെ ഒരു പാഠം പഠിപ്പിക്കണം അതിന് അങ്ങയുടെ ഉപദേശം ഞങ്ങൾക്ക് ഉണ്ടാകണം". വിവരങ്ങളെല്ലാംകേട്ട എലി രാജാവിന്റെ മനസ്സ് കോപം കൊണ്ട് തിളച്ചുപൊങ്ങുകയായിരുന്നു - എങ്ങിനെയെന്ന് ചോദിച്ചാൽ നമ്മുടെ ചീനച്ചട്ടികളിൽ തിളച്ചുപൊങ്ങുന്ന സൂപ്പുപോലെ എന്ന് വേണമെങ്കിൽ പറയാം. എങ്കിലും രാജാവ് സംയമനം പാലിച്ച് പറഞ്ഞു.

"ആദ്യം നമ്മൾ, നമ്മുടെ മരിച്ച കൂട്ടരുടെ മൃതദേഹങ്ങൾ എല്ലാ മര്യാദകളോടും കൂടി സംസ്ക്കരിക്കണം. അതിനുശേഷമാകട്ടെ മറ്റുകാര്യങ്ങൾ."

ആ അഭിപ്രായം ശരിയാണെന്ന് മറ്റെലികൾക്കും തോന്നി. അവരെല്ലാം ദുഃഖസൂചകമായ് കറുത്ത വസ്ത്രങ്ങൾ ധരിച്ച് ഒന്നുചേർന്ന് വാദ്യഘോഷത്തോടെ പൂച്ചയുടെ ആക്രമണത്തിൽ മരിച്ചുപോയ കൂട്ടുകാരുടെ ശവശരീരങ്ങൾ എടുത്തുചെന്ന് വിധിപ്രകാരമുള്ള എല്ലാ കർമ്മങ്ങളും ചെയ്ത് അടക്കി.

പിന്നീട് അവർ എലിരാജാവിന്റെ മുമ്പിൽ എത്തി. അവർ പറഞ്ഞു.

"പണ്ടെല്ലാം ദിവസം ഒരെലിയെമാത്രം കൊന്നുതിന്ന് വിശപ്പടക്കിയിരുന്ന ദുഃഷ്ടൻ പൂച്ച ഇപ്പോൾ ദിവസം അഞ്ച് എലികളെയാണ് കൊന്നുതിന്നുന്നത്. അവൻ വിശ്വാസിയായി മാറിയെന്ന് കാണിച്ച് നടത്തിയ കുമ്പസാരവും ഏറ്റുപറച്ചിലുമെല്ലാം വെറും തട്ടിപ്പായിരുന്നു. നമ്മൾ തക്ക പ്രതികാരം ചെയ്യണം."

"അതെ നമ്മൾ ആ ദുഃഷ്ടന് കൊടുക്കുന്ന തിരിച്ചടി ലോകമെങ്ങുമുള്ള എല്ലാ പൂച്ചകളും എന്നും ഓർക്കുന്നതരത്തിലായിരിക്കണം. സംശയമില്ല." എലി രാജാവ് ഉടനെത്തന്നെ തന്റെ സൈന്യം മുഴുവനും അവിടെ ഹാജരാകാൻ ഉത്തരവിട്ടു. ഏതാനും നിമിഷങ്ങൾക്കുള്ളിൽത്തന്നെ കണ്ണുകളുടെ കാഴ്ചയ്ക്കും അപ്പുറം വിസ്തൃതിയുള്ള അടുത്ത മൈതാനം നിറഞ്ഞ് അടുത്തുള്ള റോഡിലേക്കും നിറഞ്ഞുനിന്നത്ര എലിഭടന്മാർ രാജാവിന്റെ മുമ്പിൽ അച്ചടക്കത്തോടെ അണിനിരന്ന് നിന്നു. എലിരാജാവ് അവരെ അഭിസംബോധന ചെയ്ത് പ്രസംഗിച്ചു - ആക്രോശിച്ചു എന്ന് പറയുന്നതായിരിക്കും കൂടുതൽ ശരി.

“എന്റെ എത്രയും പ്രിയപ്പെട്ട ഭടന്മാരെ, പ്രജകളെ, നാം ഇന്ന് ഇവിടെക്കൂടിയിരിക്കുന്നത് എന്തിനാണെന്ന് നിങ്ങൾക്ക് അറയാം. ഞാൻ പ്രത്യേകിച്ച് പറയേണ്ടതില്ല. നമ്മുടെ ആദരണീയരായ പല ഗ്രാമമുഖ്യന്മാരുൾപ്പെടെ പലരേയും ആ ദു:ഷ്ടനായ, പരമദ്രോഹിയും കൗശലക്കാരനുമായ പൂച്ചസിംഹം - ച്ഛീ, സിംഹം പോലും സിംഹം, ആ കള്ളൻ പൂച്ച കൊന്നു തിന്നിരിക്കുന്നു. അതുകൊണ്ട് ആ അവിശ്വാസിയും ദൈവനിഷേധിയുമായ പൂച്ചയ്ക്ക് ഒരു പാഠം കല്പിക്കേണ്ടതുണ്ട്. നിങ്ങളെല്ലാവരും ഒരു തുണയായി നമ്മോടൊപ്പം ഉണ്ടാകും എന്നു വിശ്വസിക്കുന്നു - ഉണ്ടാകും എന്ന് എനിക്കുറപ്പുണ്ട്. ഞാൻ നമ്മുടെ ഭടന്മാരോട് തികഞ്ഞ ആത്മവിശ്വാസത്തോടെ നീചനായ പൂച്ചയുടെ ആസ്ഥാനമായ “കെർമാൻ” നഗരത്തിലേക്ക് പുറപ്പെടാനും ആ ദുഷ്ടൻ പൂച്ചയോട് പൊരുതി അവനെ കൊല്ലുവാനും കല്പിക്കുന്നു. ഉടനേ പുറപ്പെടുക വിജയികളായി തിരിച്ചു വരൂ”.

ഉടനേ തന്നെ രോഷാകുലരായ എലി സൈന്യം കെർമാനിലേക്ക് യാത്ര തിരിച്ചു. വാളും പരിചയും, തോക്കുകളും, കുന്തങ്ങളും, അങ്ങിനെ പലതരം ആയുധങ്ങളോടും കൂടി എലിപ്പട അവരുടെ കൊടിയുമേന്തി മുൻനിരയിൽ നടന്ന ഭടന്മാരെ അനുഗമിച്ചു - ആ സൈന്യം ചെറുതൊന്നുമായിരുന്നില്ല. മുപ്പത്തിമൂവായിരം എലിഭടന്മാരായിരുന്നു കെർമാനിലേക്ക് യാത്ര ചെയ്തത്. എന്തിന്, ആ ദൃശ്യം കാണാനും വിവരങ്ങൾ അപ്പോഴപ്പോൾ വാർത്താവിനിമയ മാധ്യമങ്ങൾക്ക് എത്തിച്ചുകൊടുക്കുവാനും എലി സൈന്യത്തെ അനുഗമിച്ച ഒരു മനുഷ്യൻ (ഒരു പത്രപ്രവർത്തകൻ) എലി സൈന്യത്തിന്റെ വലുപ്പവും ആവേശവും കണ്ട് അതിശയിച്ച്, അത്ഭുതപ്പെട്ട് സ്വയം അറിയാതെ അയാളുടെ കുതിരപ്പുറത്തുനിന്നും താഴെ വീണു. ആ വീഴ്ചകാരണം കുറെ എലിഭടന്മാർക്ക് പരുക്ക് പറ്റുകയും ഒന്നു രണ്ടുപേർ മരിക്കുകയും ചെയ്തു. പക്ഷേ അതൊന്നും ആ സൈന്യത്തെ ബാധിച്ചില്ല. അവർ തികഞ്ഞ ധൈര്യത്തോടെ കെർമാൻ നഗരത്തിലേക്ക് അണിഅണിയായി മാർച്ച് ചെയ്തു. അവരുടെ രാജാവും പിന്നിലായിരുന്നില്ല. അദ്ദേഹവും അവരോടൊപ്പം ഉണ്ടായിരുന്നു.

അങ്ങിനെ കെർമാൻ നഗരത്തിൽ എത്തിയ എലിസൈന്യത്തെ അഭിസംബോധന ചെയ്ത് എലിരാജാവ് പറഞ്ഞു.

“ചെറുപ്പക്കാരായ എന്റെ യുവസൈനികരെ, നാം കെർമൻ നഗരത്തിൽ എത്തിയിരിക്കുന്നു. ഇതാണ് നമ്മുടെ ശത്രുവായ പൂച്ചയുടെ വാസസ്ഥലം. ഇനി നാം ആ ദു:ഷ്ടനെ പൊരുതി ഇല്ലാതാക്കണം. പക്ഷേ സാമാന്യ മര്യാദ അനുസരിച്ച് നാം ആ കള്ളന് ഒരവസരം കൂടി

നൽകേണ്ടതുണ്ട്. നാം നമ്മുടെ ഒരു ദൂതനെ ആ ദുഃഷ്ടന്റെ അടുത്തേക്ക് അയക്കാം".

മറ്റുള്ളവർ ആർത്തുവിളിച്ച് പറഞ്ഞു.

"അതേ അതാണ് ശരി. നാം നമ്മുടെ രാജാവിന്റെ ഉപദേശങ്ങളും കല്പനകളും സ്വീകരിച്ച് പ്രവർത്തിക്കുന്നതായിരിക്കും. ഇത് ഞങ്ങളുടെ വാക്ക് - ഞങ്ങളുടെ സത്യം."

കൂട്ടത്തിൽ നല്ല വിദ്യാഭ്യാസവും ലോകപരിചയവും നയപരമായി സംസാരിക്കാൻ മികവുള്ള ഒരു എലിമുഖ്യൻ ഉണ്ടായിരുന്നു. രാജാവ് അദ്ദേഹത്തിന്റെ പേരാണ് നിർദ്ദേശിച്ചത്. തന്റെ പേര് രാജാവ് നിർദ്ദേശിച്ചയുടനെതന്നെ, ഒട്ടും സമയം കളയാതെ മുഖ്യൻ ഉച്ചത്തിൽ പറഞ്ഞു.

"ഞാനിതാ പുറപ്പെട്ടുകഴിഞ്ഞു." സമയം ഒട്ടും തന്നെ നഷ്ടപ്പെടുത്താതെ മുഖ്യൻ പൂച്ചസിംഹത്തിന്റെ മുമ്പിലെത്തി - ഏതാണ്ട് കാറ്റിന്റെ വേഗതയിൽത്തന്നെ എന്ന് പറയാം യാതൊരു സങ്കോചമോ ഭയമോ ഇല്ലാതെ മുഖ്യൻ പൂച്ചസിംഹത്തിന്റെ മുമ്പിൽ നിന്ന് സംസാരിച്ചു.

"ഹേ ബലശാലിയായ പൂച്ചസിംഹം അവർകളേ, ഞാൻ ഞങ്ങളുടെ ആരാധ്യനായ, പൂജ്യനായ എലിരാജാവിന്റെ ഒരു പ്രധാന ദൗത്യവുമായിട്ടാണ് അങ്ങയുടെ മുമ്പിൽ നിൽക്കുന്നത്. അങ്ങയ്ക്ക് ഞങ്ങളുടെ രാജാവിന്റെ ആശംസകളും ഞങ്ങളുടെ ബഹുമാനവും സമർപ്പിച്ചുകൊണ്ട് ഞങ്ങൾക്ക് പറയുവാനുള്ളത് അങ്ങയെ ബോധിപ്പിക്കാൻ അനുവാദം തന്നാലും".

"ശരി, ശരി. എന്താണെന്നുവെച്ചാൽ വേഗം പറഞ്ഞുതുലക്ക്." പൂച്ചസിംഹത്തിന്റെ പ്രതികരണം അഹങ്കാരത്തിന്റെ ഭാഷയിലായിരുന്നു.

"ശരി. അങ്ങ് ദയവായി കേട്ടാലും. ഞങ്ങൾ എലികളുടെ നേരെയുള്ള അങ്ങയുടെ ക്രൂരകൃത്യങ്ങൾ സഹിക്കാവുന്നതിലും കൂടുതലായിരിക്കുന്ന നിലയിൽ, അങ്ങ് ഞങ്ങളുടെ സ്നേഹദൗത്യവുമായി അങ്ങയുടെ അടുത്തേക്ക് വന്ന ഞങ്ങളുടെ ഗ്രാമമുഖ്യന്മാരെ ദയവില്ലാതെ ആക്രമിച്ച് കൊലചെയ്ത നിലയിൽ ഞങ്ങൾക്ക് അങ്ങയോടും അങ്ങയുടെ വംശത്തോടും യുദ്ധം ചെയ്തേ മതിയാകൂ എന്ന നില വന്നിരിക്കുന്നു. എങ്കിലും വിനാശകരമായ ഒരു യുദ്ധം ഒഴിവാക്കാൻ ഞങ്ങൾ ആഗ്രഹിക്കുന്നു. അതുകൊണ്ട് ഇനിമേൽ ഇത്തരം ക്രൂരകൃത്യങ്ങൾ അങ്ങോ അങ്ങയുടെ വംശജരോ ചെയ്യുകയില്ലെന്ന ഉറപ്പ് കിട്ടിയില്ലെങ്കിൽ ഞങ്ങൾ ഉടൻതന്നെ യുദ്ധം ആരംഭിക്കുന്നതാണ്. അങ്ങയുടെ അന്ത്യം കാണുക എന്നതുതന്നെയായിരിക്കും യുദ്ധത്തിന്റെ ലക്ഷ്യം. ഞാൻ അങ്ങയുടെ മറുപടിക്കായി വിനീതമായി കാത്തുനിൽക്കുന്നു."

"എടാ പട്ടിസമാനനായ എലി, നീ പോയി നിന്റെ രാജാവിനോട് പറ, അവൻ മണ്ണുകപ്പി അപേക്ഷിച്ചാലും ഈ പൂച്ചയുടെ മനസ്സ് മാറുകയി ല്ലെന്ന്. എനിക്ക് നിന്റെയൊന്നും ഔദാര്യമോ സഹതാപമോ ആവശ്യ മില്ലെന്നും പറഞ്ഞേക്ക്. ങും. വേഗം എന്റെ മുമ്പിൽ നിന്നും പൊക്കൊ. അല്ലെങ്കിൽ ദൂതനാണെന്ന പരിഗണന നിനക്കും കിട്ടുകയില്ല."

എലിമുഖ്യൻ ഉടൻതന്നെ അവിടെനിന്നും മടങ്ങിപ്പോയി. പൂച്ച തന്റെ ദൂതന്മാരെ അടുത്തുള്ള "ഖൊറസ്സാൻ" നഗരത്തിലേക്ക് അയച്ചു. അവിടെ യുണ്ടായിരുന്ന പൂച്ചസൈന്യത്തിന്റെ ഒരു വിഭാഗത്തിനെ ഉടനേ കെർ മാനിലേക്ക് അയക്കണമെന്നതായിരുന്നു ദൂത്. അധികം താമസിയാതെ ഖൊറാസ്സാനിൽ നിന്നും ഒരു വലിയ പൂച്ചസൈന്യം കെർമനിൽ എത്തി. അങ്ങിനെ കെർമനിലെയും "ഖൊറാസ്സാന"യിലെയും പൂച്ചസൈന്യങ്ങ ളും യുദ്ധത്തിന് സന്നദ്ധരായി നിലയുറപ്പിച്ചു. ആ സൈന്യത്തെ അഭിസം ബോധന ചെയ്തുകൊണ്ട് പൂച്ചസിംഹം ആജ്ഞാപിച്ചു.

"നമ്മുടെ ധൈര്യശാലികളായ പൂച്ച ഭടന്മാരെ,നമ്മുടെനേരെ ഒരാക്ര മണം ഏതുസമയത്തും നടത്താനായി എലികൾ അണിനിരന്ന് നിൽക്കു കയാണ്. ആ പട്ടികളെ ഒരു പാഠം പഠിപ്പിക്കാനുള്ള അവസരമാണിത്. ഒട്ടും സങ്കോചപ്പെടാതെ നിങ്ങൾ ആ എലി സൈന്യത്തെ ആക്രമിക്കുക. വിജയം നമുക്കുള്ളതാണ്. ഒരു സംശയവും വേണ്ട. ആവശ്യം വരുകയാ ണെങ്കിൽ നാളെ ഞാനും നിങ്ങളോടൊപ്പം യുദ്ധഭൂമിയിൽ ഉണ്ടാകും. പുറപ്പെട്ടുകൊള്ളുക." പൂച്ചഭടന്മാർ അവരുടെ കുതിരുകളുടെ പുറത്തുക യറി യുദ്ധഭൂമിയിലേക്ക് പുറപ്പെട്ടു.

അതേ സമയംതന്നെ എലിരാജാവ് എലിസൈന്യത്തെ അഭിസം ബോധന ചെയ്ത് പ്രസംഗിച്ചു.

"എന്റെ പ്രിയപ്പെട്ട എലി സഹോദരന്മാരെ, ഭടന്മാരെ, ആ ദുഃഷ്ടൻ പൂച്ച നമ്മുടെ ദൂതനേയും അവഹേളിച്ചിരിക്കുന്നു. ഇനി നമുക്ക് പൂച്ചകളോട് ഒരു യുദ്ധമല്ലാതെ മറ്റ് മാർഗങ്ങളൊന്നുമില്ല. ഇതാ പൂച്ച ഭടന്മാർ എത്തി ക്കഴിഞ്ഞിരിക്കുന്നു. നിങ്ങളും പുറപ്പെട്ടുകൊള്ളുക." എലി ഭടന്മാരും യുദ്ധഭൂമിയിലേക്ക് പോയി. അങ്ങിനെ എലികളും പൂച്ചകളും തമ്മിൽ ലോകം അതിനുമുൻപെങ്ങും കണ്ടിട്ടില്ലാത്തവിധം ഭയാനകമായ യുദ്ധം തുടങ്ങി. യുദ്ധത്തിൽ ചത്തുവീണ എലികളും പൂച്ചകളും കുറച്ചൊന്നും ആയിരുന്നില്ല.

പക്ഷേ ഏതാണ്ട് നേരം വൈകാറായ സമയത്ത് ഒരെലിഭടൻ ഒരു പ്രമുഖനായ പൂച്ചമുഖ്യനെ തന്റെ കയ്യിലുണ്ടായിരുന്ന കുന്തം കൊണ്ട് ആഞ്ഞുകുത്തി. പരിക്ക് പറ്റിയ പൂച്ചമുഖ്യൻ കുതിരപ്പുറത്തുനിന്ന് താഴെ വീണു. ഉടനെ മറ്റുചില എലിഭടന്മാർ അയാളെ ചുറ്റുകയും ബന്ധിതനാക്കി

എലി രാജാവിന്റെ സമക്ഷം എത്തിക്കുകയും ചെയ്തു. ആ സംഭവത്തോടു കൂടി അന്നത്തെ യുദ്ധം അവസാനിച്ചു. അങ്ങിനെ യുദ്ധത്തിന്റെ ആദ്യദിവസം എലികൾ ജയിച്ചു എന്ന് കരുതാം.

എലിരാജാവ് ബന്ധിതനായ ആ പൂച്ചമുഖ്യനെ കണ്ടതും പറഞ്ഞു.

“ഹേ. തെമ്മാടി. നീ എന്തിനാ ഞങ്ങളുടെ കൂട്ടരെ കൊല്ലാനായി ഇറങ്ങിത്തിരിച്ചത്. കൊല്ലുന്നതുമാത്രമല്ല നീ അവരിൽ പലരുടേയും ശരീരങ്ങൾ തിന്നുകയും ചെയ്തു. അല്ലേടാ പട്ടീ. എന്നാൽ ഇപ്പോൾ ഈ എലിരാജാവ് ആജ്ഞാപിക്കുന്നത് നീ കേട്ടുകൊള്ളുക.”

എലി രാജാവ് തന്റെ ഭടന്മാർക്ക് നിർദ്ദേശം നല്കി.

“ഈ വകതിരിവ്കെട്ട പൂച്ചയെ നമ്മുടെ തൂക്കുമേടയിൽ കൊണ്ടുപോയി തൂക്കിലിടുക. ഒട്ടും അമാന്തിക്കണ്ട.”

എലി രാജാവ് അവിടെ നിന്നും പോകുന്നതിനുമുൻപ് ബന്ധിതനായ പൂച്ച വളരെ വിനയത്തോടു കൂടി അപേക്ഷിച്ചു.

“അല്ലയോ രാജൻ. ഈയുള്ളവന് ഒരു തെറ്റുപറ്റിയതാണ്. ഇനി ഒരിക്കലും ഞാൻ അങ്ങയുടെ പ്രജകളിലാരെയും യാതൊരു വിധത്തിലും ഉപദ്രവിക്കുകയില്ലെന്ന്, ശല്യപ്പെടുത്തുകയില്ലെന്ന് അങ്ങേയ്ക്ക് വാക്കുനൽകുന്നു. എന്നും അങ്ങയുടെ ഒരു വിനീത ദാസനായി കഴിഞ്ഞുകൊള്ളാം. ഈ ഒരു പ്രാവശ്യം എന്നോട് ക്ഷമിക്കണം.”

രാജാവ് പൂച്ചയുടെ അഭ്യർത്ഥന ചെവികൊണ്ടില്ല എന്നുമാത്രമല്ല തന്റെ ഭടന്മാരോട്,

“ഇവനേ വേഗം ഇവിടെനിന്ന് കൊണ്ടുപോകൂ” എന്നു പറഞ്ഞിട്ടാണ് അവിടെ നിന്നും പോയത്.

അടുത്ത ദിവസം കാലത്ത് എലിരാജാവ് സ്വന്തം കുതിരപ്പുറത്ത് യുദ്ധഭൂമിയിലേക്ക് യാത്ര തിരിച്ചു. വഴിയിൽ തൂക്കുമേടയും സന്ദർശിക്കാൻ മറന്നില്ല. അവിടെ ചെന്നപ്പോൾ തലേദിവസം കണ്ട പൂച്ചമുഖ്യൻ ബന്ധനസ്ഥനായി അവിടെ നിൽക്കുന്നുണ്ടായിരുന്നു. അതുകണ്ട എലി രാജാവിന് അല്പം കോപം വന്നതിൽ അതിശയിക്കാനൊന്നും ഇല്ലല്ലൊ. അദ്ദേഹം തന്റെ ഭടന്മാരോട് ആക്രോശിച്ചു

“ഓ ഇനിയും ഇവൻ ജീവനോടെ ഇവിടെയുണ്ടോ. നിങ്ങളിത്തരം നീചന്മാരോട് കരുണകാണിക്കേണ്ട ഒരാവശ്യവും ഇല്ല. ഇവനോടൊക്കെ സഹതാപം കാണിച്ചാൽ കിട്ടുന്ന സന്ദർഭം ഉപയോഗിച്ചു. പകരം വീട്ടാൻ കാത്തിരിക്കുന്ന നന്ദിയില്ലാത്ത വർഗമാണ് ഇവന്മാരുടേതെന്ന് മറക്കണ്ട. ഉം. ഇവനേ ഉടനേ തൂക്കിലിട്”

എലി രാജാവ് അതുപറഞ്ഞ് നിർത്തിയതും ഒരു പൂച്ച കുതിരപ്പുറത്ത് അവിടെ എത്തി ഉച്ചത്തിൽ വിളിച്ചു പറഞ്ഞു.

"മഹാനായ എലിരാജാവേ, ഞാൻ പൂച്ചകൾക്ക് വേണ്ടി ദൂതനായി അങ്ങയോട് അപേക്ഷിക്കുകയാണ്; തടവുകാരനായി അങ്ങയുടെ മുന്നിൽ നിൽക്കുന്ന പൂച്ചയോട് ദയവ് കാണിച്ചാലും"

ആ ക്ഷമാപണയാചനം എലിരാജാവിന്റെ കോപം കൂട്ടാൻ മാത്രമാണ് പ്രയോജനപ്പെട്ടത്. അദ്ദേഹം തന്റെ ഭടന്മാരെ ശാസിച്ചു.

"നിങ്ങൾ എന്തിനുവേണ്ടയാണ്; ആർക്കുവേണ്ടിയാണ് കാത്തിരിക്കുന്നത്. ഇവന് കൊടുക്കുന്ന ഒരോ നിമിഷവും നമ്മുടെ നാശത്തിന് വഴി വിതയ്ക്കുകയായിരിക്കും എന്ന് നിങ്ങൾക്കൊന്നും അറിഞ്ഞുകൂടേ."

ആ സമയത്ത് നടന്നത് തികച്ചും അപ്രതീക്ഷിതമായിരുന്നു. ബന്ധനസ്ഥനായിരുന്ന പൂച്ച കുതിരപ്പുറത്തിരുന്ന ദൂതനെ സൂക്ഷിച്ച് നോക്കിയപ്പോൾ ഒരു കാര്യം മനസ്സിലായി. കുതിരപ്പുറത്ത് ചെന്നിരുന്നത് മറ്റാരുമായിരുന്നില്ല. സാക്ഷാൽ പൂച്ചസിംഹം തന്നെയായിരുന്നു.

ആ സത്യം മനസ്സിലാക്കിയ ബന്ധനസ്ഥനായിരുന്ന പൂച്ച തന്റെ ബന്ധനങ്ങൾ ശക്തിയെടുത്ത് പൊട്ടിച്ചെറിഞ്ഞു. ഒറ്റചാട്ടത്തിന് തന്റെ മുമ്പിൽ നിന്നിരുന്ന എലിഭടന്മാരെ കൈക്കുള്ളിലാക്കി. ഒപ്പം തന്നെ പൂച്ചസിംഹം ഒറ്റച്ചാട്ടത്തിന് കുതിരപ്പുറത്തിരുന്ന എലിരാജാവിനേയും തട്ടി താഴെ വീഴ്ത്തുകയും തന്റെ കൈക്കുള്ളിൽ പിടിക്കുകയും ചെയ്തു. പിന്നീട് അവിടെ നടന്നത് ഒരു വലിയ യുദ്ധം തന്നെയായിരുന്നു. എലികളുടെ അല്ലാ... അല്ലാ... ദൈവമേ... എന്ന വിളി അവിടെയെങ്ങും മാറ്റൊലിച്ചു.

അവന്റെ തല വെട്ട്... റസ്റ്റം പൊരുതിയതുപോലെ പൊരുതു കൂട്ടരേ...അല്ലാ... അല്ലാ... ഉച്ചത്തിലുച്ചത്തിൽ അവർ വിളിച്ചു പറഞ്ഞു. (റസ്റ്റം ആരായിരുന്നു എന്ന് നിങ്ങൾക്ക് അറിയാമോ 10-ാം നൂറ്റാണ്ടിൽ ഫിർദാവസി എന്ന പേർഷ്യൻ കവി എഴുതിയ ഷാ നാമ - രാജാക്കന്മാരുടെ പുസ്തകം - എന്ന നീണ്ട കവിതയിൽക്കൂടി പേർഷ്യയിലെങ്ങും പ്രസിദ്ധി നേടിയ നായകനാണ് റസ്റ്റം. അന്നുതൊട്ട് പേർഷ്യൻ നാടോടികഥകളിലും ചരിത്രത്തിലുമെല്ലാം നിറഞ്ഞു നിന്നിരുന്ന ഒരു കഥാപുരുഷനാണ് റസ്റ്റം. റസ്റ്റം കഥകളെന്നോ, റസ്റ്റവും സോറാബും കഥകളെന്നോ അറിയപ്പെടുന്ന കഥകൾ നിങ്ങൾ വായിച്ചിട്ടില്ലെങ്കിൽ വായിക്കാൻ ശ്രമിക്കുക. അവയെല്ലാം ആരും വായിക്കാനാ ഇഷ്ടപ്പെടുന്ന കൗതുകരങ്ങളായ കഥകളാണ്.)

യുദ്ധം അവസാനിച്ചപ്പോഴേക്കും എലി രാജാവ് ഉൾപ്പെടെ ബഹുഭൂരിപക്ഷം എലികളും കൊല്ലപ്പെട്ടുകഴിഞ്ഞിരുന്നു. കുറേയേറെ പൂച്ചകളും

കൊല്ലപ്പെട്ടു. എങ്കിലും എലികളേ അപേക്ഷിച്ച് കൊല്ലപ്പെട്ട പൂച്ചകളുടെ എണ്ണം വളരെക്കുറവായിരുന്നു. ജീവനോടെ രക്ഷപ്പെടാൻ കഴിഞ്ഞ എലികൾ അന്യപ്രദേശങ്ങളിലും ദേശങ്ങളിലും പോയി രക്ഷപ്പെട്ടു. വീണ്ടും പൂച്ചകളോട് ഒരു വെല്ലുവിളിക്കോ യുദ്ധത്തിനോ എലികൾക്ക് സ്വപ്നംപോലും കാണാൻ കഴിയാത്തത്ര ശോചനീയമായിരുന്നു അവരുടെ പരാജയം. അതു കൊണ്ടു തന്നെ ഇന്നും അവർ പൂച്ചകളെക്കണ്ടാൽ എതിർക്കാതെ പ്രാണരക്ഷാർത്ഥം ഓടിഒളിച്ചുകളയും.

അബ്ദുൽകരിം എന്ന കർഷകനും രാജാവിന്റെ നിധിയും

ഇത് പണ്ട് പണ്ട്, അതായത് അബ്ബാസ് രാജാവിന്റെ കാലത്ത്, പേർഷ്യയിലെ ഒരു സാധാരണ ഗ്രാമത്തിൽ താമസിച്ചിരുന്ന അബ്ദുൽ കരിം എന്ന കൃഷിക്കാരന്റെയും അയാളുടെ സുന്ദരിയായിരുന്ന ഭാര്യ സിബയുടേയും കഥയാണ്. അവർക്ക് രണ്ട് മക്കളും ഉണ്ടായിരുന്നു. ഒരു മകനും ഒരു മകളും. കരിം താമസിച്ചിരുന്നത് മലകളാൽ ചുറ്റപ്പെട്ട ഒരു താഴ്വര (മലയടിവാരം) യിലായിരുന്നു. - രമണീയമായ പ്രകൃതി ദൃശ്യങ്ങൾ; ധാരാളം പഴവർഗ്ഗങ്ങളും, കായ്കറികളും, പൂക്കളും ചിത്രശ ലഭങ്ങളും എല്ലാം ഉണ്ടായിരുന്ന ഒരു താഴ്വര. പക്ഷേ ഭൂസ്വത്തെല്ലാം ജന്മിയുടേതായിരുന്നു; കരീം വെറുമൊരു കൂലിവേല ചെയ്തിരുന്ന കർഷ കത്തൊഴിലാളിയും. കരിമിന് കിട്ടിയിരുന്നത് വളരെ തുശ്ചമായ ദിവസ ക്കൂലി മാത്രമായിരുന്നു. - പലപ്പോഴും ആഹാരത്തിനുവേണ്ട ധാന്യങ്ങളും പച്ചക്കറികളും മറ്റുമായിരുന്നു പ്രതിഫലം. പണം (നാണയം) എന്നത് കരിമിനെ സംബന്ധിച്ച് ഒരു കാണാക്കനിയായിരുന്നു എന്നു തന്നെ പറയാം. എങ്കിലും കരീം ഒരു സമർദ്ധനായ കൃഷിക്കാരനായിരുന്നു. ഒരു ദിവസം കരിമിന്റെ ജോലിയിൽ അതീവ സന്തുഷ്ടനായ ഭൂവുടമ (ജന്മി) കരിമിനെ വിളിച്ചു പറഞ്ഞു.

“കരിം. നീ ഇപ്പോഴൊക്കെ വളരെ നന്നായി ജോലിചെയ്യുന്നു. അതുകൊണ്ട് ഇതാ, ഈ പത്ത് റിയൽ (അന്ന് പേർഷ്യയിലെ നാണ യത്തിന്റെ പേര് അതായിരുന്നു - ഇന്നത്തെ ഇറാനിലും - ഇപ്പോൾ -2021 ൽ ഒരു ഇന്ത്യൻ രൂപ ഏതാണ്ട് 580 റിയാലിന് തുല്യമാണെന്ന്

പറയാം. ഒരു അമേരിക്കൻ ഡോളർ (USA) ഏതാണ്ട് 42000 റിയാലിനും. പക്ഷേ രണ്ടുവർഷങ്ങൾക്കുള്ളിൽ. അതായത് 2022 അവസാനമാകുമ്പോഴേക്കും തോമൻ - toman എന്ന പേരിൽ ഒരു പുതിയ നാണയം (നോട്ട്) ഇറക്കാൻ ഇറാൻ ഉദ്ദേശിക്കുന്നുണ്ട്. അതിന്റെ വില മിക്കവാറും 1 തോമൻ = 10,000 റിയാൽ എന്ന രീതിയിലായിരിക്കും എന്നുമാണ് അറിവ്.) നിനക്ക് ഒരു പ്രത്യേക സമ്മാനമായി തരുന്നു. ഇത് നിനക്ക് നിന്റെ ഇഷ്ടം പോലെ എങ്ങിനെ വേണമെങ്കിലും ചിലവാക്കാം". കരിമിനെ സംബന്ധിച്ച് പത്ത് റിയാൽ ഒരു വലിയ തുകയായിരുന്നു. അതുകൊണ്ട് ഇഷ്ടപ്പെട്ട എന്തും വാങ്ങാൻ കഴിയും എന്നായിരുന്നു അയാളുടെ ധാരണ. അതുകൊണ്ട് കിട്ടിയ സമ്മാനവുമായി കരിം തന്റെ വീട്ടിലേക്ക് ഓടി.

"സീബേ, സീബേ ഇങ്ങോട്ട് വാ ഇതെന്താണെന്ന് നോക്കു."

കരീം തന്റെ കയ്യിലുണ്ടായിരുന്ന നാണയങ്ങൾ ഒരു തോർത്തുമുണ്ടിന്റെ മുകളിൽ വിതറിയിട്ട് ഭാര്യയെ അഭിമാനത്തോടെ കാണിച്ചു.

"നിനക്ക് ഏറ്റവും കൂടുതൽ ആഗ്രഹമുള്ളതെന്താണെന്ന് പറഞ്ഞോ. ഞാൻ നാളെ മഷാട് പട്ടണത്തിലേക്ക് പോയി നിനക്കിഷ്ടപ്പെട്ടതൊക്കെ വാങ്ങിക്കും. നമ്മുടെ മക്കളെവിടെ. അവരെയും വിളിക്ക്. അവർക്കിഷ്ടപ്പെടുന്നതൊക്കെ അവർക്കും വാങ്ങിക്കൊടുക്കണം."

അപ്പോഴേക്കും മക്കളും അവിടെയെത്തി. മകൾ - ഫാത്തിമ ; മകൻ - യൂസഫ്. സീബ പറഞ്ഞു

"എനിക്ക് ഒരു പട്ടുസാരി വേണം. ഞാനൊരുപാടുനാളായി ആഗ്രഹിക്കുന്നതാ"

"അതിനെന്താ. പട്ടുസാരി തന്നെ വാങ്ങിക്കാം. അതും നല്ലയിനം പട്ടുകൊണ്ടുള്ള സാരി."

"എനിക്ക് ഒരു നല്ല കുതിരബൊമ്മയും ഒരു വാളും വേണം". അതു യൂസഫിന്റെ ആവശ്യമായിരുന്നു. ഫാത്തിമ ചോദിച്ചത് ഇൻഡ്യയിൽ നിന്നും വരുന്ന ഒരു നല്ല തൂവാലയും ഒരു ജോഡി സ്വർണ്ണനിറത്തിലുള്ള കോൽഹാപ്പൂരി ചെരുപ്പുകളുമായിരുന്നു.

"നാളെ വൈകാറാകുമ്പോഴേക്കും നിങ്ങൾ ചോദിച്ച ഓരോ സാധനവും ഇവിടെയുണ്ടാകും. തീർച്ച." കരീം പറഞ്ഞു.

"അതെങ്ങിനെ. ഇതെല്ലാം വാങ്ങാൻ വലിയ പട്ടണത്തിൽ പോകേണ്ടേ".

“അതേ. ഞാൻ നേരത്തേ പറഞ്ഞില്ലേ? നാളെ പുലർച്ചയ്ക്കുമുമ്പുതന്നെ ഞാൻ മാഷാടിലേക്ക് യാത്രയാകും. വഴിയിൽ പെരിയപള്ളിയിൽക്കയറി നമുക്ക് കിട്ടിയ പത്ത് റിയാലിൽ രണ്ടെണ്ണം പള്ളിയിലെ ഹുണ്ടിയിൽ ഇടും.”

“അതെന്തിനാ വാപ്പാ.” കുട്ടികൾ ചോദിച്ചു.

“നമുക്ക് കിട്ടുന്നതിന്റെ ഒരു പങ്ക് ദൈവത്തിന് കൊടുത്താലല്ലേ അത് നമ്മളെക്കാളും പാവങ്ങളായ മറ്റുള്ളവർക്ക് സഹായകമാകൂ. അതിനാ മക്കളെ.”

കരീം തുടർന്നു.

“ങാ. ഞാൻ പറയട്ടെ. പള്ളിയിൽ നിന്ന് ഞാൻ നേരെ പട്ടണത്തിലേക്ക് പോകും. നമുക്ക് വേണ്ടതെല്ലാം വാങ്ങി ഉച്ചയാകുമ്പോഴേക്കും മടക്കയാത്ര തിരിക്കും”.

കരിം നടന്ന് മലനിരകൾ കടന്ന് മാഷാട് എന്ന മഹാനഗരത്തിന് സമീപമുണ്ടായിരുന്ന പെരിയ പള്ളിയിൽ എത്തി. ദൂരെനിന്നു തന്നെ നഗരം കരിമിനെ അത്ഭുതപ്പെടുത്തി. വലിയ വലിയ കെട്ടിടങ്ങൾ ഒന്നിനുപിറകെ ഒന്നായി ഓരോന്നും പ്രത്യേക ആകൃതിയിലും; തനിപ്പെട്ടനിലയിൽ ഓരോന്നും ആകർഷണീയവും ആയിരുന്നു. അതുപോലെ ജ്വലിച്ചുനിന്ന പള്ളിയുടെ മുകളിലെ താഴികക്കുടങ്ങൾ നോക്കി കരിം കുറച്ചുനേരം നിന്നുപോയി. അതുപോലെ പള്ളിയിലുണ്ടായിരുന്ന വിലപിടിച്ച പരവതാനികളും അലങ്കാരവസ്തുക്കളുമെല്ലാം അതിശയത്തോടെ നോക്കിനിന്നു. അങ്ങിനെയൊന്നും അയാൾ അതിനുമുമ്പ് ഒരിക്കലും ഒരിടത്തും കണ്ടിരുന്നില്ലല്ലൊ. പിന്നീട് പള്ളിയുടെ അകത്തുവെച്ചിരുന്ന ഭണ്ഡാരപ്പെട്ടിയിൽ രണ്ട് റിയാൽ ഇട്ടതിനുശേഷം കരിം കുറച്ചുനേരം പ്രാർത്ഥിച്ചു.

“അല്ലാ. എല്ലാവർക്കും നല്ലതു വരുത്തേണമേ.”, എന്നു മാത്രമായിരുന്നു കരിമിന് വീണ്ടും വീണ്ടും പ്രാർത്ഥിക്കാനുണ്ടായിരുന്നത്. പ്രാർത്ഥിച്ച് പള്ളിയിൽ നിന്നും തിരികെ പോരാൻ തുടങ്ങിയപ്പോൾ അതുവരെ അയാളെ ശ്രദ്ധിച്ചു നിന്നിരുന്ന ഒരു മുല്ലാ കരിമിനോട് പറഞ്ഞു.

“നിന്റെ പ്രാർത്ഥന അല്ലാ കേൾക്കാതിരിക്കില്ല മോനേ. ദൈവം നിനക്കും നല്ലതു വരുത്തും. സംശയിക്കേണ്ട.” കരിം അവിടെ നിന്നും പട്ടണത്തിലെ ചന്തഭാഗത്തേക്ക് നടന്നു. അവിടെ ഓരോതരം സാധനങ്ങൾക്കും പ്രത്യേകം പ്രത്യേകം സ്ഥലങ്ങളാണെന്ന് കരിം മനസ്സിലാക്കി; വസ്ത്രങ്ങൾ വിൽക്കുന്ന തെരുവ്; ചെരുപ്പുകൾ വിൽക്കുന്ന തെരുവ്; അങ്ങിനെ പലതും. കരിം ആദ്യം കയറിയത് സിൽക് (പട്ട്)

സാരികൾ വിൽക്കുന്ന തെരുവിലെ സാമാന്യം വലിയ ഒരു കടയിലാണ്. അവിടെയുണ്ടായിരുന്ന ജോലിക്കാരിൽ ഒരാൾ കരിമിനെ സ്വാഗതം ചെയ്തു. മാത്രമല്ല കരിം ആവശ്യപ്പെട്ടതുപോലെ വിലകൂടിയ നല്ലയിനം പട്ടുസാരികൾ പലതും എടുത്ത് നിവർത്തി കാണിച്ചുകൊടുക്കുകയും ചെയ്തു. കരിം അവയിൽ നിന്ന് തന്റെ മനസ്സിനണങ്ങിയ ഒരു സാരി തിരഞ്ഞെടുത്തു. അയാൾ മനസ്സിൽ വിചാരിച്ചു, ഇത് സീബയ്ക്ക് നന്നായി ചേരും; ഇതെടുത്താൽ അവൾ തികച്ചും ഒരു ലോകസുന്ദരിയേപ്പോലെ ശോഭിക്കും; സംശയമില്ല. ഇതവൾക്ക് ഇഷ്ടപ്പെടാതിരിക്കില്ല.

"എനിക്ക് ഈ സാരിമതി ഇതിനെന്താ വില?" കരിം വില്പനക്കാര നോട് ചോദിച്ചു.

"താങ്കൾ ഞങ്ങളുടെ കടയിൽ ആദ്യമായാണ് വരുന്നത് അല്ലേ"

"അതേ"

"അങ്ങിനെ ആദ്യമായി ഞങ്ങളുടെ കടയിൽ വരുന്നവർക്ക് ഞങ്ങൾ വിലയിൽ ഒരു നിശ്ചിത തുക കിഴിവ് നൽകുന്ന വഴക്കമുണ്ട്. അങ്ങിനെ നൽകുന്ന ഇളവും കണക്കിലെടുത്ത് അങ്ങ് ഇതിന് ഇരുന്നൂറ് റിയാൽ തന്നാൽ മതിയാകും"

"എന്താ ഇരുന്നൂറ് റിയാലോ. നിങ്ങൾക്കെന്താ കിറുക്കുണ്ടോ".

"കരിമിന്റെയടുക്കൽ നിന്ന് അങ്ങിനെയൊരു പ്രതികരണം വില്പന ക്കാരൻ പ്രതീക്ഷിച്ചതല്ല." കരീം തുടർന്നു.

"റിയാൽ എന്നു പറഞ്ഞാൽ എന്താണെന്ന് നിനക്കറിയാമോ. ഇതാ നോക്ക്." കരിം തന്റെ കീശയിൽ നിന്ന് ഒരു റിയാൽ നാണയം എടുത്തുകാണിച്ചുകൊണ്ട് വീണ്ടും ചോദിച്ചു.

"ഞാൻ ഇത്തരം എത്ര നാണയങ്ങളാണ് ഇതിന്റെ വില എന്നാ ചോദിച്ചത്. ഇത് - ഇതാ റിയാൽ നാണയം. മനസ്സിലായോ. കണ്ടിട്ടി ല്ലെങ്കിൽ നോക്കിക്കോ."

"അതേ ഞാൻ റിയാൽ നാണയം ധാരാളം കണ്ടിട്ടുണ്ട്. സംശയി ക്കേണ്ട. ഈ സാരിയുടെ കുറഞ്ഞ വില ഇതു പോലെയുള്ള ഇരുന്നൂറ് റിയാൽ നാണയങ്ങൾ തന്നെയാണ്. കിറുക്ക് എനിക്കല്ല. നിങ്ങൾക്കു തന്നെയാണ്." അപ്പോൾ കരിം തനിക്കു പറ്റിയ തെറ്റ് മനസ്സിലാക്കി വില്പനക്കാരനോട് സത്യം പറഞ്ഞു - തന്റെ കയ്യിൽ വെറും എട്ട് റിയാൽ മാത്രമാണ് ഉള്ളതെന്നും ആ സാരിക്ക് ഒന്നോ രണ്ടോ റിയാലിൽ കൂടുതൽ വില ഉണ്ടാകാൻ സാധ്യതയില്ലെന്നായിരുന്നു തന്റെ വിചാരമെ ന്നുമല്ലാം പറഞ്ഞു. അതുകേട്ട വിലപനക്കാരൻ കരിമിനോട് തട്ടിക്കയറി.

"നിങ്ങൾ എട്ടു റിയാലും കൊണ്ടാണ് പട്ടുസാരി വാങ്ങാൻ കടയിൽ കയറിയതെന്ന് അറിഞ്ഞിരുന്നെങ്കിൽ ഉടനെത്തന്നെ പുറത്താക്കുമായിരുന്നു. വെറുതേ എന്റെ സമയം കളയാൻ വന്നിരിക്കുന്നു. ചാട്ടയടി കിട്ടണ്ടയെങ്കിൽ വേഗം ഇവിടെ നിന്നും സ്ഥലം വിട്ടോ."

തലകുനിച്ച് അപമാനിതനായി കരിം അവിടെനിന്നും തിരികെ നടന്നു. പിന്നീട് പോയത് ബൊമ്മകൾ വിൽക്കുന്ന കടകളുള്ള ഒരു തെരുവിലേക്കാണ്. അവിടെ ഒരു കടയിൽക്കയറി ഇഷ്ടപ്പെട്ട ഒരു കുതിരബൊമ്മയുടെ വില തിരക്കി.

"ഇതിന് വിലകുറവാണ് ഹുസൂർ. വെറും ഇരുനൂറ്റിഇരുപത് റിയാൽ മാത്രം, ഹുസൂർ."

"എന്ത്, ഇരുനൂറ്റി ഇരുപത് റിയാലോ."

"അതേ ഹുസൂർ"

കരിമിന്റെ കയ്യിൽ കേവലം എട്ടു റിയാലുകൾ മാത്രമാണ് ഉള്ളതെന്ന് മനസ്സിലാക്കിയ കടയിലെ വില്പനക്കാരൻ അല്പം പരുഷമായിത്തന്നെ കരിമിനോട് പറഞ്ഞു.

"വെറുതേ എന്നേക്കൊണ്ട് അതുമിതും പറയിപ്പിക്കാതെ ഒന്നിറങ്ങിപ്പോകൂ. ശല്യം ചെയ്യാൻ വന്നിരിക്കുന്നു." കരിം അന്വേഷിച്ചപ്പോൾ ഒരു ചെറിയ ഇന്ത്യൻ ഉറുമാലയ്ക്കുപോലും പന്ത്രണ്ട് റിയാലാണ് വില എന്ന് മനസ്സിലായി; അന്വേഷിച്ച രീതിയിലുള്ള ഒരു ജോഡി ചെരുപ്പിന് മുന്നൂറ് നാന്നൂറ് റിയാലിനടുത്തും. അങ്ങിനെ സാധനങ്ങളുടെ വില മനസ്സിലാക്കുകയും തന്റെ കയ്യിലുള്ള എട്ട് റിയാലുകൊണ്ട് ഒന്നും വാങ്ങാൻ കഴിയുകയില്ലെന്ന സത്യം അറിയുകയും ചെയ്ത കരിം നിരാശനായി തന്റെ ഗ്രാമത്തിലേക്ക് മടങ്ങിപ്പോകാൻ തീർച്ചയാക്കി. മടക്കയാത്ര തുടങ്ങി കുറച്ചുദൂരം നടന്നുകഴിഞ്ഞപ്പോൾ വഴിയരികിൽ ഒരു യാചകനെ കണ്ടു.

"അയ്യാ. എന്തെങ്കിലും ദാനം തന്നാലും. ഇന്ന് വെള്ളിയാഴ്ചയാണ്. നാളെ സബാത്തും. (സ്വസ്ഥ ദിവസം - യഹൂദർക്ക് ശനിയാഴ്ചയാണ് സ്വസ്ഥ ദിവസം.) സബാത്തിന് പട്ടിണി കിടക്കാതിരിക്കാൻ കനിവുണ്ടായി എന്തെങ്കിലും തന്നാലും." യാചകൻ കരിമിനോട് അഭ്യർത്ഥിച്ചു. കരിം അയാളെ ശ്രദ്ധിച്ചു. അത് മനസ്സിലാക്കിയ ഭിക്ഷു വീണ്ടും പറഞ്ഞു.

"പാവങ്ങൾക്ക് നൽകുന്നവരെ ദൈവം കാക്കും. കനിവുണ്ടായി എന്തെങ്കിലും തന്നാലും." കരിം അല്പം ഒച്ചയെടുത്തുതന്നെ അയാളോട് ചോദിച്ചു

"എന്തെങ്കിലും എന്തെങ്കിലുമെന്നു പറഞ്ഞാൽ നിങ്ങളെന്താ ഉദ്ദേശിക്കുന്നത്. നിങ്ങൾക്ക് ഭിക്ഷയായി എത്ര റിയാലാ വേണ്ടത്."

"അയ്യോ. എത്ര റിയാലെന്നോ. അതൊന്നും എന്നേപ്പോലുള്ളവർക്ക് വിധിച്ചിട്ടുള്ളതല്ല. ഒരു റിയാൽ പോയിട്ട് ഒരു ചെമ്പുതുട്ടെങ്കിലും കിട്ടിയാൽ തന്നെ വലിയ കാര്യമായിരിക്കും ഹുസൂർ. എന്നെപ്പോലുള്ളവർക്ക്, പാവങ്ങൾക്ക് നൽകുന്നവരേ ദൈവം കാക്കും, ഹുസൂർ."

"ഓ, ഹോ. അങ്ങിനെയോ. സത്യം പറയട്ടെ. ഇന്നുകാലത്ത് മുതൽ ഇതുവരെ കണ്ടതിൽ പണത്തിന്റെ വില അറിയാവുന്ന ഒരാളെ ഞാനാദ്യമായിട്ടാണ് കാണുന്നത്. അതുകൊണ്ട് എന്റെ കയ്യിലുള്ള എട്ട് റിയാലും ഞാനിതാ താങ്കൾക്ക് നൽകുന്നു. പൊതുവെ പറഞ്ഞാൽ പണം കൊണ്ട് നാമുദ്ദേശിക്കുന്ന പ്രയോജനമോ സന്തോഷമോ കിട്ടുകയില്ലെന്ന് ഞാൻ മനസ്സിലാക്കിയിരിക്കുന്നു. അങ്ങയെപ്പോലെ പണത്തിന്റെ യഥാർത്ഥവില മനസ്സിലാക്കിയിട്ടുള്ളവർക്കാണ് ഇത് പ്രയോജനപ്പെടുക." അത്രയും പറഞ്ഞ് തന്റെ കയ്യിലുണ്ടായിരുന്ന എട്ട് റിയാലും കരിം ആ ഭിക്ഷക്കാരന് നൽകി. പിന്നീട് വീട്ടിലേക്കുള്ള യാത്ര തുടർന്നു. തിരിച്ചുപോകാൻ തുടങ്ങിയ കരിമിനോട് ആ ഭിക്ഷക്കാരൻ പറഞ്ഞു.

"ഹുസൂർ. അങ്ങയുടെ വലിയ മനസ്സിന് നന്ദി. ഈ ഉപകാരത്തിന് ഒന്നും തിരിച്ചുതരാൻ എനിക്ക് കഴിഞ്ഞില്ലെങ്കിലും എന്നെങ്കിലും ദൈവം നൂറുമടങ്ങായി അങ്ങയ്ക്ക് തന്ന് അങ്ങയെ അനുഗ്രഹിക്കുമെന്ന് എനിക്കുറപ്പുണ്ട് ഹുസൂർ."

വീട്ടിലെത്തിയ കരിമിനെ ആദ്യം കണ്ടത് യൂസഫാണ്. യൂസഫ് ഓടിച്ചെന്ന് അച്ഛനെ കെട്ടിപ്പിടിച്ചു കൊണ്ട് ചോദിച്ചു.

"അച്ഛാ. അച്ഛനെനിക്കൊരു കുതിരയെ വാങ്ങിക്കൊണ്ടുവരാമെന്ന് പറഞ്ഞിട്ടല്ലെ പോയത്. എന്നിട്ട് കുതിരയെവിടെ". അപ്പോഴേക്കും ഭാര്യയും മകളും അവിടെയെത്തി.

കരിം നടന്ന സംഗതികളെല്ലാം ഭാര്യയോടും മക്കളോടും പറഞ്ഞു.

"എന്ത്. എന്നിട്ട് കയ്യിലുണ്ടായിരുന്ന എട്ടുറിയാൽ നിങ്ങൾ ഭിക്ഷക്കാരന് കൊടുത്തെന്നോ. അതുകുറച്ചുകൂടിപ്പോയി, കേട്ടോ. ഞാനിത് നമ്മുടെ ഭൂവുടമയോട് പറയും. എന്നാലും അങ്ങേര് സ്നേഹത്തോടെ തന്ന പണം ഭിക്ഷക്കാരന് കൊടുക്കാൻ നിങ്ങൾക്കെങ്ങിനെ മനസ്സ് വന്നു." ഭാര്യ പരിഭവിച്ചു.

വിവരം കേട്ട ജന്മിയും (ഭൂവുടമ) കോപിച്ചു.

"എന്ത്. ഞാൻ കൊടുത്ത പണം അവൻ ഭിക്ഷക്കാരന് കൊടുത്തെന്നോ. ധിക്കാരം; അവന്റെ അഹങ്കാരമെന്നല്ലാതെ മറ്റെന്താ പറയേണ്ടത്. ഞാൻ പോലും ഭിക്ഷക്കാർക്ക് ഒരു ചെമ്പുതുട്ടിൽക്കൂടുതൽ

കൊടുക്കാറില്ല. ഏറിപ്പോയാൽ ഒരു വെള്ളിത്തുട്ട്. ഇവൻ എട്ട് സ്വർണ്ണ നാണയങ്ങൾ ഭിക്ഷനൽകിയിരിക്കുന്നു - ദാനപ്രഭു". അയാൾ കരിമിന്റെ ഭാര്യയോട് പറഞ്ഞു.

"നീ പോയ്ക്കോ. പക്ഷേ അവനിങ്ങു വരട്ടെ. ഞാനവന് ഇതിന് തക്ക ശിക്ഷകൊടുക്കും."

അടുത്ത ദിവസം പതിവുപോലെ ജോലിക്കായി ജന്മിയുടെ മുമ്പിൽ ചെന്ന കരിമിനോട് അദ്ദേഹം ദേഷ്യത്തോടെ പറഞ്ഞു.

"ഓ. നീ വലിയ ധനികനും ദാനപ്രഭുവുമൊക്കയാണെന്ന് കേട്ടല്ലോ. പിന്നെ നീയെന്തിനാ ഇപ്പോ ഇങ്ങോട്ട് വന്നത്. ഏതായാലും വന്നില്ലേ. അതുകൊണ്ട് ഇന്ന് ഞാൻ നിനക്കുതരുന്ന ജോലികേട്ടോ. കുറച്ച് ദൂരെ വരണ്ടുകിടക്കുന്ന നമ്മുടെ ഭൂമിയില്ലേ. നീ അവിടെപ്പോയി ഒരു കുളം കുഴിക്കണം. വെള്ളം കാണുന്നതുവരെ കുഴിക്കണം. വെള്ളം കണ്ടതിനുശേഷം മാത്രം തിരികെ ഇങ്ങോട്ട് വന്നാൽ മതി. എന്താ. മനസ്സിലായോ".

"ശരി മനസ്സിലായി".

"എന്നാൽ സമയം കളയണ്ട. ഉടനേ പോയി ജോലി തുടങ്ങിക്കോ". കരിം നല്ല വെയിലത്തുതന്നെ കുളം തോണ്ടുന്ന പണി ആരംഭിച്ചു. പല ദിവസങ്ങൾ കുഴിച്ചിട്ടും വെള്ളം കിട്ടിയില്ല. പക്ഷേ കുറേ ദിവസങ്ങൾക്കുശേഷം ഒരു നാൾ തികച്ചും യാദൃശ്ചികമായി കുഴിച്ചുകൊണ്ടിരുന്ന സ്ഥലത്തുനിന്നും ഓരോട്ടുപാത്രം കിട്ടി. മൂടികെട്ടിയിരുന്ന പാത്രത്തിനകത്ത് തിളങ്ങുന്ന മുത്തുമണികൾ പോലെയുള്ള മണികളായിരിന്നു. കരിമിന് ശരിക്കും അവയെന്താണെന്ന് മനസ്സിലായില്ല. എങ്കിലും മഷാട് പട്ടണത്തിൽ പോയിരുന്ന സമയത്ത് ചില കടകളിൽ അത്തരം മണികൾ വില്പനയ്ക്ക് വെച്ചിരുന്നത് കണ്ടു എന്ന് അയാൾ ഓർത്തു. അവ വിറ്റിരുന്ന കടകൾ സാമാന്യം വലിയ കടകളായിരുന്നുവെന്നും, മോടിയായി അലങ്കരിച്ചിരുന്ന കടകളായിരുന്നുവെന്നും കരിം ഓർത്തു. അതുകൊണ്ടുതന്നെ ആ മുത്തുകൾ വിലപിടിപ്പുള്ളവ ആയിരിക്കുമെന്ന് കരിം ഊഹിച്ചു. എപ്പോഴെങ്കിലും സൗകര്യം കിട്ടുമ്പോൾ മഷാടിൽ പോയി തനിക്കുകിട്ടിയ മുത്തുകൾ അത്തരം ഒരു കടയിൽ കാണിച്ചാൽ അവ വിലപിടിപ്പുള്ളവയാണോ എന്ന് അറിയാമല്ലോ.

അതിനുശേഷമാകാം തനിക്കുകിട്ടിയ ഓട്ടുപാത്രത്തെക്കുറിച്ച് യജമാനനോട് പറയുന്നത് എന്ന് കരിം കരുതി - അല്ലെങ്കിൽ, മുത്തുകൾ വെറും വിലയില്ലാകല്ലുകളാണെങ്കിൽ അതിനെക്കുറിച്ച് പറഞ്ഞ് താൻ വിഡ്ഢിവേഷം കെട്ടേണ്ടതില്ലല്ലോ എന്നതായിരുന്നു കരിമിന്റെ മനസ്സിൽ.

ഏതായാലും കരിം കുറെമുത്തുകൾ തന്റെ കുപ്പായത്തിന്റെ കീശയിലിട്ടു.

കരിം കുളത്തിന്റെ പണി തുടർന്നു. നേരത്തേ പറഞ്ഞ സംഭവം കഴിഞ്ഞു രണ്ടു മൂന്നുദിവസങ്ങൾക്കൂടി പണി തുടർന്നപ്പോൾ കുളത്തിൽ വെള്ളം കണ്ടുതുടങ്ങി. അത് കരിമിന് വളരെ സന്തോഷവുമായി. കരിം കുളത്തിൽ വെള്ളം കണ്ടുതുടങ്ങിയ വിവരം ജന്മിയേ അറിയിച്ചു. അദ്ദേഹത്തിനും അത് വളരെയധികം സന്തോഷം നൽകുന്ന വാർത്തയായിരുന്നു. തരിശായി കിടന്നിരുന്ന ഭൂമിയിൽ കൃഷി ചെയ്യാൻ വെള്ളമായല്ലോ എന്നതായിരുന്നു അദ്ദേഹത്തിന്റെ സന്തോഷത്തിന് കാരണം. തന്റെ സന്തോഷം പ്രകടിപ്പിച്ചുകൊണ്ട് അദ്ദേഹം കരിമിനോട് പറഞ്ഞു.

"എടാ. കരിം. നീ ശരക്കും ബുദ്ധിമുട്ടി ജോലി ചെയ്തു. സംശയിക്കാനില്ല. അതുകൊണ്ട് ഇനി ഒരു നാലഞ്ചുദിവസത്തിന് നിനക്ക് ജോലിയൊന്നും തരുന്നില്ല. നീ പോയി കുറച്ചുദിവസം നന്നായി വിശ്രമിക്ക്. വീട്ടുചെലവിന് വേണ്ടത് ഞാൻ നിന്റെ ഭാര്യയുടെ കയ്യിൽ കൊടുക്കാം."

ആ അവസരം മഷാടിലേക്ക് പോകാൻ ഉപയോഗിക്കാം എന്ന് കരിം തീർച്ചയാക്കി. വീട്ടിലെത്തിയ കരിം ഭാര്യയേ വിളിച്ച് പറഞ്ഞു.

"എടീ. സീബേ. ഞാൻ നാളെ പുലർച്ചയ്ക്ക് മാഷാടിലേക്ക് പോകുന്നു യജമാനൻ എനിക്ക് നാലുദിവസം അവധി തന്നിരിക്കുകയാണ്."

"എന്തേ ഇപ്പോ എന്തിനാ മാഷാടിൽ പോകുന്നത്"

"വെറുതേ. അവിടെയൊക്കെയൊന്ന് ചുറ്റിക്കറങ്ങിനടന്ന് കാണണമെന്ന് ഒരു മോഹം അത്രതന്നെ."

"നല്ലകൂത്ത്. നിങ്ങൾ നിങ്ങളുടെയിഷ്ടം പോലെ എവിടെ വേണമെങ്കിലും പോയിട്ടുവാ. തിരികെ ഇങ്ങോട്ടുതന്നെയല്ലേ വരുന്നത്. അനുമതി."

അങ്ങിനെ മഷാടിൽ എത്തിയ കരിം അവിടെയെല്ലാം ചുറ്റിനടന്നതിനിടയിൽ തന്റെ കയ്യിലുണ്ടായിരുന്ന മുത്തുകൾപോലെയുള്ള മുത്തുകൾ വെച്ചിരുന്ന ഒരു കട കണ്ടു. കടയിൽ കയറിച്ചെന്ന കരിമിനോട് കടക്കാരൻ ചോദിച്ചു.

"ങ്ഉം എന്തുവേണം."

"ഇതുപോലെയുള്ള മുത്തുകൾ വാങ്ങിക്കാൻ നിങ്ങൾക്ക് താല്പര്യമുണ്ടോ." അവിടെയിരുന്ന ചില മുത്തുകൾ ചൂണ്ടിക്കാണിച്ചുകൊണ്ട് കരിം ചോദിച്ചു.

"എന്താ. താല്പര്യമുണ്ടെങ്കിൽ തരാൻ തന്റെ കയ്യിൽ എന്തെങ്കിലുമുണ്ടോ."

"ഉണ്ട്. ഉണ്ടെന്നു മാത്രമല്ല എന്റെ കീശ നിറച്ചും ഇത്തരം മുത്തുക ളാണ്."

"എങ്കിൽ കാണട്ടെ. ഒരെണ്ണം എടുത്തുകാണിക്കൂ."

കരിം തന്റെ കീശയിൽ നിന്ന് ഒരുമുത്തെടുത്ത് കാണിച്ചു. കടക്കാരൻ പരിശോധിച്ചപ്പോൾ അത് ശരിക്കും വിലകൂടിയതരം പവിഴംതന്നെയാ ണെന്ന് മനസ്സിലായി. കരിമിനെപ്പോലെ ഒരാളിന് അത്തരം പവിഴങ്ങൾ കിട്ടാൻ - അതും പോക്കറ്റുനിറയെ, സാധാരണനിലയിൽ യാതൊരു വഴിയുമില്ല. അതുകൊണ്ട് അയാൾ ഒരു കള്ളനോ കൊള്ളക്കാരനോ ആയിരിക്കണമെന്ന് കടക്കാരൻ സംശയിച്ചു. അയാൾ ബഹുമാനം നടിച്ച് കരിമിനോട് പറഞ്ഞു.

താങ്കൾ അല്പനേരം ഇവിടെയിരുന്ന് വിശ്രമിക്കൂ. ഇത്തരം വിലകൂടിയ മുത്തുകൾ വാങ്ങണമെങ്കിൽ കടയുടെ ശരിയായ ഉടമസ്ഥൻ കൂടി വരേണ്ടതുണ്ട്. ഞാൻ ഇവിടുത്തെ ജോലിക്കാരൻ മാത്രമാണ്. ഞാൻ ഉടനേ ഉടമസ്ഥനെ കൂട്ടിക്കൊണ്ടുവരാം. ദയവായി അല്പം വിശ്രമിച്ചാ ലും. അത്രയും പറഞ്ഞ് അയാൾ കടയിൽ നിന്നും പുറത്തേക്ക് പോയി. വാസ്തവത്തിൽ അയാൾ പോയത് പോലീസിനെ വിവരം അറിയിക്കാ നായിരുന്നു. അല്പസമയത്തിനുള്ളിൽ അയാൾ നാലഞ്ചു പോലീസുകാരു മായി കടയിൽ തിരികെയെത്തി. പോലീസുകാർ തികച്ചും അന്ധാളിച്ച് പകച്ചുനിന്ന കരിമിനെ ചോദ്യം ചെയ്തു. കരിം നടന്ന വിവരങ്ങളെല്ലാം സത്യസന്ധമായിത്തന്നെ പോലീസുകാരോട് പറഞ്ഞു.

"അപ്പോൾ നിന്റെ യജമാനന് ഈ വിവരങ്ങളൊന്നും അറിയില്ലെന്ന് തീർച്ചയാണോ."

"അതേ ഹുസൂർ"

"ശരി. ഞങ്ങൾ തല്ക്കാലം നിന്നെ വിശ്വസിക്കുന്നു. അതുകൊണ്ട് നിന്റെ യജമാനനെക്കുറിച്ച് പിന്നീട് അന്വേഷിക്കാം നിനക്ക് കിട്ടിയി രിക്കുന്നത് ഒരു വലിയ നിധിയാണ്. മണ്ണിൽ പൂഴ്ത്തിവെച്ചിരിക്കുന്ന എല്ലാ നിധിയും നിയമപരമായി രാജാവിന്റെ സ്വത്താണ്. നിധി കിട്ടിയ വിവരം നിന്റെ യജമാനനെയോ രാജാവിനെയോ അറിയിക്കാതെ വിൽക്കാൻ ശ്രമിച്ച നീയും നിന്റെ എല്ലാ ബന്ധുക്കളും കുറ്റക്കാരാണ്."

അങ്ങിനെ ഒരു പ്രതികരണം കരിം അശേഷം പ്രതീക്ഷിരുന്നതല്ല. പക്ഷേ പോലീസുകാർ അല്പം പരുഷമായിത്തന്നെ തുടർന്നു.

"നിന്നെ ഞങ്ങൾ ബന്ധനസ്ഥനാക്കുന്നു. അടുത്ത നാലോ അഞ്ചോ ദിവസങ്ങൾക്കുള്ളിൽ നിന്നെ രാജസമക്ഷം ഹാജരാക്കുന്നതാണ്. നിനക്കുള്ള ശിക്ഷ രാജാവുതന്നെ നിശ്ചയിക്കും." കരിമിനെ അവർ

ജയിലിൽ അടച്ചു. കൂടാതെ കരിമിന്റെ ഗ്രാമത്തിൽ പോയി അയാളുടെ ഭാര്യയേയും രണ്ട് മക്കളേയും കൂട്ടിക്കൊണ്ടുവന്ന് അവരെ നാലുപേരേയും കയ്യിൽ വിലങ്ങുകളിട്ട് രാജാവിന്റെ ആസ്ഥാനമായ നഗരത്തിലേക്ക് നടത്തിച്ചെന്നു - ഭടന്മാർ കുതിരപ്പുറത്തും കരിമും കുടുംബാംഗങ്ങളും കാൽ നടയായി മുൻപിലും പിൻപിലും കുതിരപ്പുറത്ത് ഉണ്ടായിരുന്ന ഭടന്മാർക്ക് (പോലീസുകാർക്ക്) നടുവിലും. മഷാടിൽ നിന്ന് തലസ്ഥാന നഗരിയി ലേക്ക് ഏതാണ്ട് മുപ്പത് മൈൽ (50 കിലോമീറ്ററിനടുത്ത്) ദൂരമുണ്ടാ യിരുന്നതുകൊണ്ട് ആ യാത്ര രണ്ടുദിവസത്തെ പരിപാടിയായിട്ടാണ് പോലീസുകാർ ആസൂത്രണം ചെയ്തത്. അങ്ങിനെ ബന്ധനസ്ഥരായ കരിമും കുടുംഭബാംഗങ്ങളും രാജകൊട്ടാരത്തലേക്ക് നടന്നുകൊണ്ടിരുന്ന അതേ സമയത്ത് മറ്റൊരു സംഭവവും നടന്നു. രാജാവ് ആ ദിവസങ്ങ ളിൽ - അടുത്തടുത്ത മൂന്ന് ദിവസങ്ങളിൽ പരസ്പരം ബന്ധപ്പെട്ട ഒരു സ്വപ്നം കണ്ടു. ഒരു വിശുദ്ധ പ്രവാചകൻ അദ്ദേഹത്തെ ചെന്നുകണ്ടുവെ ന്നും, “അബ്ബാസ് രാജാവേ,” അങ്ങ് നീതിമാനായാണ് അറിയപ്പെടുന്നത്: അത് സത്യവുമാണ്; അതുകൊണ്ടുതന്നെ നല്ലവനും, വിശ്വാസിയുമായ എന്റെ സ്നേഹിതനെ അങ്ങ് രക്ഷിക്കണം. അവൻ തെറ്റുകാരനല്ല എന്ന് അദ്ദേഹം തന്നോട് പറഞ്ഞു എന്നുമായിരുന്നു സ്വപ്നം. മൂന്നാമത്തെ ദിവസം അതേ സ്വപ്നം കണ്ട രാജാവ് പെട്ടെന്നുണർന്ന് (ഒരു പക്ഷേ ഉറക്കത്തിൽത്തന്നെ ആയിരുന്നിരിക്കാം) ചോദിച്ചു.

“അതേ. ഞാൻ നിങ്ങളുടെ, തെറ്റുകാരനല്ലാത്ത, വിശ്വസ്ഥനായ സ്നേഹിതനെ സഹായിക്കണം. പക്ഷേ എങ്ങിനെ, ആരാണയാൾ, എവിടെയാണയാൾ.”

അപ്പോൾ രാജാവിന്റെ ചോദ്യത്തിന് പ്രവാചകനിൽ നിന്നും കൃത്യമായ മറുപടി കിട്ടുകയും ചെയ്തു. അങ്ങിനെ കരിമിനെക്കുറിച്ചുള്ള എല്ലാ വിവരങ്ങളും കൃത്യമായികേട്ട രാജാവ് ഉടനെത്തന്നെ കരിമിനെ നേരിട്ട് കാണാനായി യാത്ര തിരിച്ചു. ഏതാണ്ട് നൂറോളം കുതിരപ്പട്ടാള ക്കാർ അദ്ദേഹത്തിന്റെ മുമ്പിലും പിന്നിലുമായി അദ്ദേഹത്തോടൊപ്പം ഉണ്ടായിരുന്നു. അവർ വഴിമധ്യത്തിൽത്തന്നെ കരിമിനേയുംകൂട്ടി കൊണ്ടാരത്തിലേക്ക് യാത്ര ചെയ്തിരുന്ന പോലീസുകാരെ കണ്ടുമുട്ടി. പോലീസുകാർ വിവരങ്ങൾ രാജാവിനെ ബോധിപ്പിക്കാൻ ശ്രമിച്ചു - കരിമിന്റെ വീട്ടിൽ നിന്നും അയാളുടെ കീശയിൽ നിന്നും കിട്ടിയ പവി ഴങ്ങളുടെ കണക്കുകൾ പറയാനും. പക്ഷേ രാജാവ് അക്ഷമനായി അവരോട് പറഞ്ഞു.

“നിങ്ങൾ എന്നെ ഒന്നും ബോധിപ്പിക്കേണ്ടതായി ഇല്ല. എല്ലാവിവ രങ്ങളും കൃത്യമായിത്തന്നെ എനിക്കറിയാം.”

അതിനിടയിൽ കരിം രാജാവിന്റെ കാലിൽവീണ് അപേക്ഷിച്ചു.

“സത്യസനധനും നീതിമാനുമായ രാജാവേ, ഞാൻ അറിഞ്ഞുകൊണ്ട് യാതൊരു തെറ്റും ചെയ്തിട്ടില്ല. അങ്ങയുടെ ഉദ്യോഗസ്ഥന്മാർ അങ്ങയോട് പറഞ്ഞതെല്ലാം എന്റെ ഭാഗത്തുനിന്നുള്ള സത്യം കേൾക്കാൻ അവർ തയ്യാറായില്ല എന്നതുകൊണ്ട് ഉണ്ടായ തെറ്റിദ്ധാരണ മാത്രമാണ്. സത്യത്തിൽ ഞാനൊരു തെറ്റും ചെയ്തിട്ടില്ല.

രാജ്യത്തുള്ള നിധിനിക്ഷേപങ്ങളെല്ലാം രാജാവിന് അവകാശപ്പെട്ടതാണെന്ന നിയമം എനിക്കറിയില്ലായിരുന്നു. അതേപോലെ ഈ മുത്തുകൾ വിലപിടിപ്പുള്ളവയാണെന്നും. അതുകൊണ്ട് ദയവായി എന്നോടും എന്റെ കുടുംബങ്ങളോടും ക്ഷമിക്കണം; അല്ലെങ്കിൽ എന്നെ മാത്രം ശിക്ഷിച്ചുകൊള്ളൂ. ഒന്നും അറിഞ്ഞിട്ടില്ലാത്ത എന്റെ ഭാര്യയേയും മക്കളേയും മാപ്പാക്കി മോചിപ്പിച്ചാലും.”

രാജാവ് ധൃതിയിൽ കുതിരപ്പുറത്തു നിന്നിറങ്ങി കരിമിന്റെ കൈകൾ സ്വന്തം കയ്യിലെടുത്ത് വിലങ്ങുകൾ തന്നത്താനെ അഴിച്ചുമാറ്റി. പിന്നീട് കരിമിനോട്, മറ്റുള്ളവരും കൂടി കേൾക്കത്തക്കവിധം പറഞ്ഞു.

“താങ്കൾ ഒരു കുറ്റവും ചെയ്തിട്ടില്ലെന്ന് എനിക്കറിയാം. മറിച്ച് അങ്ങ് നല്ലതുമാത്രമാണ് ചെയ്തത്. മാപ്പുചോദിക്കേണ്ടത് അങ്ങല്ല. ഞാനാണ്. ഞാനിവിടെ എത്തിയത് താങ്കളെ ശിക്ഷിക്കാനല്ല. മറിച്ച് ബഹുമാനിക്കാനാണ്. അങ്ങും കുടുംബാംഗങ്ങളും സന്തോഷത്തോടെ വീട്ടിലേക്ക് മടങ്ങിയാലും. എന്റെ ഭടന്മാർ അങ്ങയേയും കുടുംബാംഗങ്ങളേയും കുതിരപ്പുറത്ത് അകമ്പടിയോടെ കൊണ്ടുചെന്നാക്കും. ദയവായി ഞങ്ങളുടെ എല്ലാ തെറ്റുകളും മറന്ന് സന്തോഷത്തോടെ യാത്രയായാലും.”

കരിമും കുടുംബാംഗങ്ങളും രാജാവിനെ നമസ്കരിച്ച് മടക്കയാത്ര തുടങ്ങാൻ കുതിരപ്പുറത്ത് ഭടന്മാരുടെ സഹായത്തോടെ കയറാൻ തുടങ്ങിയപ്പോൾ രാജാവ് സീബയോട് പറഞ്ഞു.

“നിങ്ങൾ ഗ്രാമത്തിലേക്ക് മടങ്ങുന്നത് പണ്ടത്തേപ്പോലെ നിർദ്ധരായിട്ടല്ല; വലിയ ധനികരായിട്ടാണ്. കരിമിന് കിട്ടിയ വിലപിടിപ്പുള്ള പവിഴങ്ങൾ മുഴുവനും നിങ്ങൾക്ക് സ്വന്തമായിരിക്കുന്നു.”

അവർ കുതിരപ്പുറത്ത് കയറി യാത്ര തുടങ്ങുന്ന സമയത്ത് മഹാനായ അബ്ബാസ് രാജാവ് പിന്നിൽ നിന്നും വിളിച്ചു പറഞ്ഞു

“കരിം ഭായി, മറ്റൊരു കാര്യം. ഞാൻ പറയാൻ മറന്നുപോയി. സീബയ്ക്കു വേണ്ട പട്ടുസാരിയും, മക്കൾക്ക് വേണ്ട കുതിരബൊമ്മയും, വാളും, ഇന്ത്യൻ തുവാലയും, സ്വർണ്ണ നിറത്തിലുള്ള ചെരുപ്പുകളുമെല്ലാം നിങ്ങൾ വീട്ടിലെത്തുമ്പോൾ അവിടെ ഉണ്ടാവും. സംശയിക്കേണ്ട.”

ആ സംഭവം കൊണ്ട് അതുമായി ബന്ധപ്പെട്ട സകലപേർക്കും, പിന്നീട് കരിമിന്റെ കഥ കേട്ടവർക്കും എല്ലാം ഒരു കാര്യം നിസ്സന്ദേഹം ബോധ്യമായി. എന്താണന്നല്ലേ

തനിക്കുകിട്ടുന്ന വരുമാനത്തിൽ നിന്ന് ഒരു പങ്ക് സാധുക്കൾക്ക് (പാവപ്പെട്ടവർക്ക്) ഉപകരിക്കാനായി മസൂദിയിലോ അതുപോലെ മറ്റ് ദേവസ്ഥാനങ്ങളിലോ നൽകുന്നവർക്ക് അവർ നൽകുന്ന സംഭാവന യേക്കാൾ വളരെക്കൂടുതൽ നൽകി ദൈവം അവരെ സംരക്ഷിക്കുമെന്ന സത്യമാണ് അവർ മലസ്സിലാക്കിയത്.

കർഷകന്റെ മകനും മന്ത്രവാദിയും

ഒരു കർഷകന്റെ മകനായിരുന്നു കിയൻ. അച്ഛൻ മരിച്ചതിനു ശേഷം അച്ഛന്റെ സ്വത്തായി കിട്ടിയ ഒരു ചെറിയതുണ്ട് ഭൂമിയിൽ രാപകൽ കഷ്ടപ്പെട്ട് കൃഷിചെയ്താണ് കിയൻ ജീവിച്ചിരുന്നതും അമ്മയെ സംരക്ഷിച്ചിരുന്നതും. അങ്ങിനെ കഴിയുമ്പോൾ ഒരു പ്രാവശ്യം തന്റെ ഒന്നുരണ്ട് ആടുകളെ വിൽക്കാൻ പോയിരുന്ന സമയത്ത് ഒരു പെൺകുട്ടിയെ കാണാൻ ഇടയായി - അവർ പരസ്പരം ഇഷ്ടപ്പെടാനും സ്നേഹിക്കാനും തുടങ്ങി. മാത്രമല്ല, കുറച്ചുദിവസങ്ങൾ കഴിഞ്ഞ് ഒരു ദിവസം കിയൻ അമ്മയോട് പറഞ്ഞു.

“അമ്മേ. ഞാൻ ചന്തയിൽ വെച്ച് കണ്ടുമുട്ടിയ ഒരു പെണ്ണുമായി ഇഷ്ടത്തിലാണ്. ഞങ്ങൾക്ക് വിവാഹം കഴിക്കണമെന്ന് ആഗ്രഹമുണ്ട്. അതുകൊണ്ട് അമ്മ ഒന്നു സഹായിക്കണം.”

“ഞാനെന്താ ചെയ്യേണ്ടത്. നീ വിവാഹം കഴിക്കാനും മാത്രം വളർന്നിരിക്കുന്നു. അമ്മയ്ക്ക് സന്തോഷം. പക്ഷേ എനിക്കെങ്ങിനെ സഹായിക്കാനാകും.”

“അമ്മേ, നാട്ടുനടപ്പനുസരിച്ച് നമ്മൾ വേണം പെണ്ണിന്റെ വീട്ടുകാരെക്കണ്ട് വിവാഹാഭ്യർത്ഥന നടത്താൻ എന്ന് അമ്മയ്ക്കറിയാത്തതല്ലല്ലോ.”

“അതെയതെ. അത് നേരുതന്നയാ. ശരി. ഞാൻ പോകാം. പക്ഷേ നീ എന്നോട് പെണ്ണിന്റെ വിവരങ്ങളൊന്നും പറഞ്ഞില്ലല്ലോ”.

“അതെ. അതുശരിയാ. എങ്കിൽ ഞാനെല്ലാ വിവരങ്ങളും പറയാം. പെൺകുട്ടി വേറാരുമല്ല. നമ്മുടെ ഷായുടെ (രാജാവിന്റെ) മകളാണ്.”

"എന്ത്, നീ കല്യാണം കഴിക്കാൻ ആഗ്രഹിക്കുന്നത് നമ്മുടെ രാജകുമാരിയെ ആണെന്നോ. മോനെ. രാജാവ് ലാളിച്ച് വളർത്തുന്ന അദ്ദേഹത്തിന്റെ ഏകമകളാണ് നമ്മുടെ രാജകുമാരി. കുമാരിയെ നിന്നെപ്പോലെ അധികം സൗകര്യങ്ങളൊന്നുമില്ലാത്ത ഒരാളിന് വിവാഹം കഴിച്ചുതരാൻ അദ്ദേഹം സമ്മതിക്കുമോ."

"സമ്മതിക്കാതിരിക്കാനെന്താ. കുമാരിക്ക് എന്നെയും എനിക്ക് കുമാരിയേയും ഇഷ്ടമാണ്. ഞങ്ങൾ പരസ്പരം സ്നേഹിക്കുന്നു. വിവാഹം കഴിക്കാൻ ആഗ്രഹിക്കുന്നു. അത്രതന്നെ. അതുകൊണ്ട് ദയവായി അമ്മപോയി രാജാവിനോട് ചോദിക്കണം."

മകന്റെ നിർബന്ധത്തിന് സ്നേഹമയിയായ ആ അമ്മ സമ്മതിച്ചു. അടുത്തദിവസം പുലർച്ചയ്ക്കുതന്നെ അവർ ഷായുടെ കൊട്ടാരവാതിൽക്കൽ എത്തി. അവിടെ ഉണ്ടായിരുന്ന ദ്വാരപാലകന്മാരുടെ അനുവാദത്തോടെ കൊട്ടാരത്തിനുള്ളിൽച്ചെന്ന് ഷായെകണ്ട് സംസാരിക്കുകയും ചെയ്തു. പ്രതീക്ഷിച്ചതിന് വിപരീതമായി ഷാ അവരോട് സ്നേഹത്തോടെയും തികഞ്ഞ മര്യാദയോടെയുമാണ് സംസാരിച്ചത്.

"വരൂ സഹോദരീ. എനിക്ക് നിങ്ങളുടെ മരിച്ചുപോയ ഭർത്താവിനെ നന്നായി അറിയാമായിരുന്നു. അദ്ദേഹം സത്യസന്ധനും പ്രയത്നശാലിയും ആയിരുന്നു എന്നും എനിക്കറിയാം. സഹോദരി ഇപ്പോൾ എന്നെ കാണാൻ വന്നതിന്റെ ഉദ്ദേശം എന്താണ് പറയൂ."

"ഹുസൂർ, ഞാൻ പറയുന്നതുകേട്ട അങ്ങ് എന്നോട് കോപിക്കരുത്. എന്റെ മകന്റെ പേര് കിയൻ എന്നാണ്. അവന് വിവാഹ പ്രായമായിരിക്കുന്നു."

"ഓ. അങ്ങിനെയോ, സന്തോഷം."

"അവൻ നമ്മുടെ ചന്തയിൽവെച്ച് ഒരു പെൺകുട്ടിയെ കണ്ടുമുട്ടി. ഒരിക്കലല്ല, പല പ്രാവശ്യം അവർ കാണുകയും സംസാരിക്കുകയും ചെയ്തു. രണ്ടുപേരും പരസ്പരം സ്നേഹത്തിലാണെന്നുമാത്രമല്ല, അവർ വിവാഹം കഴിക്കാനും ആഗ്രഹിക്കുന്നു".

"അതൊരു നല്ല കാര്യമാണെല്ലോ, പറയൂ. ആരാണ് പെൺകുട്ടി."

"പറയാം ഹുസൂർ. പെൺകുട്ടി മറ്റാരുമല്ല, അങ്ങയുടെ ഏക മകൾ നമ്മുടെ രാജകുമാരി തന്നെയാണ്."

"എന്ത് എന്റെ മകളും നിങ്ങളുടെ മകൻ കിയനും തമ്മിൽ പ്രേമത്തിലാണെന്നോ."

"അതേ ഹുസൂർ".

രാജസന്നിധിയിലുണ്ടായിരുന്ന മറ്റുള്ളവർ കിയന്റെ അമ്മയുടെ വാക്കുകൾ കേട്ട് കോപിഷ്ടരും പരിഭ്രാന്തരുമായി എന്നതാണ് സത്യം. അതുകേട്ട ഷാ എങ്ങിനെ പ്രതികരിക്കുമെന്ന് അവർ ഭയന്നു; കിയന്റെ അമ്മയോട് അദ്ദേഹം എങ്ങിനെ തന്റെ കോപം പ്രകടമാക്കും; രാജാവിന്റെ ഏക മകളെ, അതും അദ്ദേഹത്തിന്റെ മകളെ സ്വന്തം മകന് വിവാഹം കഴിച്ചുകൊടുക്കാൻ പാവപ്പെട്ട, നിർധനയായ എന്ന് കരുതാവുന്ന ഒരു സ്ത്രീ ആവശ്യപ്പെടുന്നു; അതും രാജാവിനോട് അദ്ദേഹത്തിന്റെ മുന്നിൽ നിന്ന്. അവരുടെ ഭയം ന്യായമല്ലായിരുന്നു എന്ന് നമുക്ക് പറയാൻ കഴിയുകയില്ലല്ലൊ.

പക്ഷേ എല്ലാവരും പ്രതീക്ഷിച്ചതുപോലെ രാജാവ് കോപിഷ്ഠനായില്ല. മറിച്ച് അദ്ദേഹം തുടർന്നും ആ സ്ത്രീയോട് വളരെ സൗമ്യമായിത്തന്നെയാണ് പെരുമാറിയത്.

"സഹോദരി. കേട്ടിടത്തോളം നിങ്ങളുടെ മകനേയും നിങ്ങൾ നല്ല ശീലങ്ങൾ പഠിപ്പിച്ചാണ് വളർത്തിയിരിക്കുന്നതെന്ന് തോന്നുന്നു - സൽസ്വഭാവിയും സത്യസന്ധനുമായിരുന്ന അവന്റെ അച്ഛനെപ്പോലെ. പക്ഷേ നിങ്ങളുടെ മകന് ഒരു വലിയ കുറവുണ്ട്."

"അതെന്താണാവോ, ഹുസൂർ."

"അവന് വേണ്ടത്ര വിദ്യാഭ്യാസമോ അന്തസ്സായി ഒരു വരുമാനം ഉണ്ടാക്കി ഒരു കുടുംബം പുലർത്താൻ വേണ്ട സാങ്കേതിക അറിവോ ലോക പരിചയമോ ഇല്ല എന്നതുതന്നെ. അതുകൊണ്ട് അടുത്ത ഒന്ന് രണ്ട് കൊല്ലങ്ങൾക്കുള്ളിൽ അവൻ എന്റെ മകളെ അന്തസ്സായ രീതിയിൽ സംരക്ഷിക്കാൻ കഴിയുന്ന തരത്തിലുള്ള ഏതെങ്കിലും വിദ്യകൾ അഭ്യസിച്ച് എന്റെയടുക്കൽ വരുകയാണെങ്കിൽ, ആ സമയത്ത് എന്റെ മകൾക്ക് സമ്മതവും ഇഷ്ടവുമാണെങ്കിൽ ഞാൻ അവർ തമ്മിലുള്ള വിവാഹത്തിന് സമ്മതിക്കാം. ഇത്രയല്ലേ എനിക്ക് ചെയ്യാൻ കഴിയൂ."

"അതേ. അങ്ങ് പറഞ്ഞത് തികച്ചും ശരിയാണ്. ഞാൻ അവനെ അങ്ങയുടെ അഭിപ്രായം അറിയിക്കാം. പിന്നെയെല്ലാം ദൈവനിശ്ചയം പോലെ നടക്കട്ടെ."

അത്രയും പറഞ്ഞ് അവർ തിരികെ വീട്ടിലേക്ക് പോയി. സായന്തനം വീട്ടിലെത്തിയ അമ്മയുടെ അടുക്കൽ നിന്നും വിവരങ്ങളെല്ലാം അറിഞ്ഞ കിയൻ രാജാവ് പറഞ്ഞതിൽ കാര്യമുണ്ടെന്നും അത് ശരിയാണെന്നും അംഗീകരിച്ചു.

"അമ്മേ രാജാവ് പറഞ്ഞ കാര്യങ്ങൾ എനിക്ക് സമ്മതമാണ്. അതുകൊണ്ട് ഞാൻ നാളെ പ്രഭാതത്തിൽത്തന്നെ യാത്രതിരിക്കുന്നു.

ലോകത്തിന്റെ പല ഭാഗങ്ങളിലും സഞ്ചരിച്ച് എനിക്ക് പറ്റിയ ഒരു ജോലി, രാജാവിന് എന്നെക്കുറിച്ച് അഭിമാനം തോന്നിപ്പിക്കുന്ന വിധത്തിലുള്ള ഒരു ജോലി നന്നായി പഠിച്ചിട്ടേ ഞാൻ തിരികെ വരികയുള്ളൂ; അതിനെത്ര താമസിച്ചാലും എത്ര കഷ്ടപ്പെടേണ്ടി വന്നാലും."

"മോനേ ഉടനേ..."

"വേണമമ്മേ. ഇത് എന്റെ ഒരു വാശിയും കൂടിയാണെന്ന് കരുതിക്കോ." കൂടുതൽ ഒന്നും ചെയ്യാൻ കഴിയാതെ അമ്മ കിയന്റെ തീരുമാനത്തിന് സമ്മതം മൂളി. അടുത്ത ദിവസം രാവിലെ അവർ കുറച്ച് റൊട്ടിയും മറ്റും ഒരു സഞ്ചിയിലാക്കി മകന് കൊടുത്തു.

"മോനേ. ഇത് നിനക്ക് വഴിയിൽ പ്രത്യേകിച്ചും ആദ്യത്തെ ദിവസങ്ങളിൽ പ്രയോജനപ്പെടും."

"ശരിയമ്മേ."

കിയൻ സഞ്ചിയും അമ്മയുടെ അനുഗ്രഹവും വാങ്ങി യാത്രതിരിച്ചു. അയാൾ പല സ്ഥലങ്ങളിലും സഞ്ചരിച്ചു; നദികളും, മലകളും, ഗ്രാമങ്ങളും, നഗരങ്ങളും കടന്ന് പലയിടങ്ങളിലും പോയി. അവിടെയൊക്കെ കണ്ട പല പല മനുഷ്യരുമായി ഇടപഴകുകയും അവരുടെ ജീവിത രീതികൾ കണ്ട് മനസ്സിലാക്കുകയും ചെയ്തു; പലതും പഠിച്ചു. അങ്ങിനെ യാത്ര ചെയ്യുന്നതിനിടയിൽ ഒരു ദിവസം ഒരു നദിയോരത്തുണ്ടായിരുന്ന മൈതാനത്തിൽ ഒരു വാൽ നട്ട് (അക്രോട്ട് എന്നും പറയും) മരത്തിന്റെ തണലിൽ വിശ്രമിക്കാനിരുന്നു. ഇരിക്കുമ്പോൾ "ഹാവൂ" എന്ന് ശബ്ദമെടുത്തുകൊണ്ടാണ് ഇരുന്നത് - "ഹാവൂ", പ്രത്യേകിച്ച് അർത്ഥമൊന്നുമില്ലാത്ത ഒരു ചില സമയങ്ങളിൽ നമ്മളിൽ പലരും ഉപയോഗിക്കുന്ന ഒരു ശബ്ദം. അങ്ങിനെ ഉച്ചരിച്ചുകൊണ്ട് കിയൻ അവിടെ ഇരിക്കുമ്പോഴേക്കും പ്രത്യേക ആകൃതിയിലുള്ള ഒരു കുള്ളൻ മനുഷ്യൻ അയാളുടെ മുമ്പിൽ പ്രത്യക്ഷപ്പെട്ടു. കിയന്റെ മുട്ടുവരെ മാത്രം ഉയരമുണ്ടായിരുന്ന ആ മനുഷ്യൻ ഒരു വാൽനട്ടിന്റെ ആകൃതിയിലുള്ള തൊപ്പിയും മരവുരികൊണ്ടുണ്ടാക്കിയ ചെരുപ്പുകളുമാണ് ധരിച്ചിരുന്നത്. അയാളുടെ നീണ്ട താടിമീശ നിലത്ത് തൊടുന്നുണ്ടായിരുന്നു. അയാൾ കിയനോട് ചോദിച്ചു.

"നിങ്ങളാരാണ്. എന്തിനാണ് നിങ്ങൾ എന്നെ വിളിച്ചത്."

"ഞാൻ നിങ്ങളെ വിളിച്ചില്ലല്ലോ. ഏതായാലും എന്റെ പേര് കിയൻ. ഞാൻ കുറച്ച് ദൂരെനിന്ന് വരുന്നു." കിയൻ അങ്ങിനെയൊരാളെ അവിടെ പ്രതീക്ഷതേയല്ല. അതുകൊണ്ട് അല്പം പരിഭ്രമത്തോടെയാണ് അത്രയും പറഞ്ഞത്.

"ഓ. നിങ്ങൾ എന്നെ വിളിച്ചില്ലെന്നോ. എങ്കിൽ ഞാൻ ഓർമ്മിപ്പിക്കട്ടെ. ഇവിടെ ഈ മരത്തണലിൽ ഇരിക്കാൻ തുടങ്ങിയപ്പോൾ എന്തോ പിറുപിറുത്തുകൊണ്ട് "ഹാവൃ" എന്ന് വിളിച്ചില്ലെന്ന് പറയാൻ കഴിയുമോ."

"അതേ അങ്ങിനെ പറഞ്ഞു. അതു ശരിയാണ്. പക്ഷേ ഞാൻ നിങ്ങളെ വിളിച്ചില്ല."

എന്നാൽ കേട്ടോളൂ. എന്റെ പേര് "ഹാവൃ" എന്നാണ്.

"ഓ. അങ്ങിനെയോ. അതെനിക്കറിയില്ലായിരുന്നു. ക്ഷമിക്കണം".

"ഇപ്പോ സമ്മതിച്ചല്ലോ നിങ്ങളെന്നേ വിളിച്ചു എന്ന്. ഞാനെന്തെങ്കിലും സഹായം ചെയ്യേണ്ടതായുണ്ടെങ്കിൽ വേഗം പറയൂ. എന്തുവേണമെങ്കിലും സന്തോഷത്തോടെ ചെയ്തു തരാം. പക്ഷേ വേഗം പറയണം."

കിയൻ അതൊരവസരമായിരിക്കും എന്നാലോചിച്ച് താൻ എന്തിനുവേണ്ടി അവിടെ എത്തിയെന്നും ഏതെങ്കിലും ഒരു സാങ്കേതിക വിദ്യ നന്നായി പഠിക്കണമെന്ന് ആഗ്രഹമുണ്ടെന്നുമെല്ലാം വിശദീകരിച്ചു. എല്ലാം കേട്ട ശേഷം ഹാവൃ പറഞ്ഞു

"കിയൻ, നീ എത്തിയിരിക്കുന്നത് ശരിയായ സ്ഥലത്തുതന്നെയാണ്. ഞാൻ "ഹാവൃ" എന്ന പേരുകേട്ട മാന്ത്രികനാണ്. മാന്ത്രികവിദ്യയിൽ എന്നെപ്പോലെ പ്രാവീണ്യം നേടിയ മറ്റാരെങ്കിലും ഉണ്ടെന്ന് തോന്നുന്നില്ല. ഞാൻ ഇടയ്ക്കിടയ്ക്ക് നല്ല ചുറുചുറുക്കുള്ള ചെറുപ്പക്കാരെ തിരഞ്ഞെടുത്ത് മാന്ത്രികവിദ്യ പഠിപ്പിക്കുകയും ചെയ്യാറുണ്ട്. നിനക്ക് മാന്ത്രികവിദ്യ പഠിക്കുന്നതിൽ താല്പര്യമുണ്ടെങ്കിൽ ഞാൻ നിന്നെ പഠിപ്പിക്കാം."

അത് തനിക്കുകിട്ടിയ ഒരു സുവർണ്ണാവസരമായിട്ടാണ് കിയന് തോന്നിയത്.

"എനിക്ക് താല്പര്യമുണ്ട്. അങ്ങ് എന്നെ മാന്ത്രികവിദ്യ പഠിപ്പിക്കുമെങ്കിൽ അത് എനിക്കു കിട്ടുന്ന ഒരു വലിയ അനുഗ്രഹമായിരിക്കും."

"എങ്കിൽ എന്നോടൊപ്പം വന്നോ. ഞാൻ നിന്നെ നീ ഇന്നുവരെ കണ്ടിട്ടില്ലാത്ത മറ്റൊരു ലോകത്തേക്ക് കൊണ്ടുപോകാം"

അയാൾ കിയനെ അടുത്തുനിന്നിരുന്ന വലിയ വാൽനട്ട് മരത്തിന്റെ സമീപത്തേക്ക് കൂട്ടിക്കൊണ്ടുപോയി. അയാൾ തന്റെ കയ്യിലുണ്ടായിരുന്ന ഊന്ന് വടി മരത്തിന്റെ നേരെ ചൂണ്ടിക്കൊണ്ട് എന്തോ പറഞ്ഞു. ഉടൻ തന്നെ മരം രണ്ടായിപ്പിളർന്നു. അങ്ങിനെ പിളർന്നുനിന്ന മരത്തിന്റെ നടുവിലേക്ക് കയറി കൊള്ളാൻ ഹാവൃ കിയനോട് പറഞ്ഞു. ആദ്യം മനസ്സിൽ അല്പം ഭയമുണ്ടായിരുന്നുവെങ്കിലും മരത്തിന്റെ വിള്ളലിലേക്ക്

നോക്കിയ കിയൻ കണ്ടത് കൗതുകകരമായ ഒരു കാഴ്ചയായിരുന്നു. അതിനകത്ത് വാൽനട്ട് തോടുകൾകൊണ്ട് നിർമ്മിച്ച ഒരു ചെറിയ വീട്; വീടിനുമുമ്പിൽ സുന്ദരിയായ ഒരു പെൺകുട്ടി; അതുപോലെത്തന്നെ സുന്ദരമായ, ധാരാളം പൂക്കൾ വിടർന്നുനിന്നിരുന്ന ഒരു ചെറിയ തോട്ടം; ഒരു കൊച്ചരുവി. തികഞ്ഞ കൗതുകത്തോടുകൂടിത്തന്നെയാണ് കിയൻ ആ വിള്ളലിലേക്ക് കയറിയത്. പിന്നാലെ ഹാവ്യവും കയറി. ഉടൻതന്നെ മരം മറുപടിയും ഒന്നായി - പുറം ലോകം കാണാൻ കഴിഞ്ഞില്ലെങ്കിലും അവർ ഒരു പുതിയ നല്ല ലോകത്തിൽ എത്തിച്ചേർന്നതുപോലെയാണ് കിയന് അനുഭവപ്പെട്ടത്. ആ പെൺകുട്ടി "അച്ഛാ" എന്ന് വിളിച്ചുകൊണ്ട് ഹാവ്യവിനെ കെട്ടിപ്പിടിച്ചു. അവൾ ഹാവ്യവിന്റെ വിചിത്രമായ തലപ്പാവും വേഷങ്ങളും അഴിച്ചുവെയ്ക്കാൻ അച്ഛനെ സഹായിച്ചു. അതിനിടയിൽ അതിഥിയായി അവിടെയെത്തിയ കിയനെ സ്വാഗതം ചെയ്യാൻ മറന്നതുമില്ല. പിന്നീട് അവൾ അവർക്കുവേണ്ടി ചില ഭക്ഷണങ്ങൾ ഉണ്ടാക്കി തീൻമേശപ്പുറത്ത് വെച്ചു. അവരെ ഭക്ഷണം കഴിക്കാൻ ക്ഷണിച്ചു

"നിങ്ങൾ യാത്രയൊക്കെ കഴിഞ്ഞ് വന്നതല്ലേ. അല്പം ഭക്ഷണം കഴിക്കൂ. ക്ഷീണമൊക്കെ പോകട്ടെ." അവൾ പറഞ്ഞു.

"കിയൻ, ഇത് എന്റെ ഏകമകളാണ്. പാരി. ങ്ങാ. മോളേ ഇത് കിയൻ. എന്റെ പുതിയ പഠിതാവാണ്. കുറച്ചുനാൾ നമ്മുടെ കൂടെ ഉണ്ടാവും."

"ശരിയച്ഛാ"

പിന്നീട് ഹാവ്യ അല്പം വിശ്രമിക്കാനായി പോയസമയത്ത് പാരി കിയനോട് ചോദിച്ചു.

"കിയൻ, താങ്കളെപ്പറ്റി ഒന്നും പറഞ്ഞില്ലല്ലോ. എന്തു പഠിക്കാനാണ് അച്ഛനോടൊപ്പം ഇവിടെ വന്നത്." കിയൻ തന്നെ കുറിച്ചുള്ള എല്ലാ വിവരങ്ങളും, രാജകുമാരിയെ സ്നേഹിക്കുന്ന വിവരമുൾപ്പെടെ എല്ലാം പാരിയോട് പറഞ്ഞു. എല്ലാം പറഞ്ഞുനിർത്തിയപ്പോൾ കിയൻ പാരിയോട് ഇത്രയും കൂടി പറഞ്ഞു.

"പാരി.നിന്നെക്കണ്ടിട്ട് എനിക്ക് ഒരജനുത്തിയേപ്പോലെയാണ് തോന്നുന്നത് എന്റെ സ്വന്തം അനുജത്തി."

"വിവരങ്ങളെല്ലാം കേട്ട പാരിക്കും കിയനോട് ഒരു പ്രത്യേക സ്നേഹം തോന്നി. അവൾ കിയനോട് പറഞ്ഞു.

"കിയൻ, എൻയച്ഛൻ സാധാരണ നിലയിൽ ഒരു നല്ല മനുഷ്യനായിരുന്നു. പക്ഷേ അച്ഛൻ മാന്ത്രികവിദ്യ പഠിച്ച് വലിയ മാന്ത്രികനായശേഷം അദ്ദേഹത്തിന്റെ സ്വഭാവം മാറിയിരിക്കുന്നു. മാന്ത്രികവിദ്യയിൽ

പ്രാവീണ്യം നേടിക്കഴിഞ്ഞ അദ്ദേഹം ഇപ്പോൾ ചെയ്യുന്നത് പല ചെറുപ്പക്കാരേയും ഇവിടെ കൊണ്ടുവന്ന് വിദ്യ പഠിപ്പിക്കുകയും അവരിൽ നന്നായി വിദ്യ പഠിക്കുന്നവരെ അവരുടെ പഠിത്തം പൂർത്തിയാക്കിയാൽ ആഴ്ന്ന ഉറക്കത്തിലാക്കി പ്രത്യേകതരം ഭരണികളിലാക്കി സൂക്ഷിക്കുകയുമാണ്."

"എന്തിന്."

"അദ്ദേഹത്തിന് പ്രായമാകുമ്പോൾ അവരെ പുനർജീവിപ്പിച്ച് അവരേക്കൊണ്ട് തനിക്കുവേണ്ട ജോലികൾ ചെയ്യിക്കാമെന്ന് അദ്ദേഹം കരുതുന്നു. ഒരു തരത്തിൽ പറഞ്ഞാൽ അച്ഛൻ ദുഃഷ്ടനായി മാറിയിരിക്കുന്നു."

"ഓ. അങ്ങിനെയോ. അപ്പോൾ എന്റെ ഗതി... "

തികച്ചും പേടിച്ചുപോയ കിയൻ ചോദിച്ചു

"എന്നെ ഇവിടെനിന്നും പോകാൻ രക്ഷപ്പെടാൻ സഹായിച്ചുകൂടെ സഹോദരീ."

"ഇവിടെ നിന്നും പുറംലോകത്തേക്ക് പോകാനുള്ള വഴി തുറക്കാൻ അച്ഛനു മാത്രമേ കഴിയൂ. എങ്ങിനെയാണെന്ന് എനിക്കും അറിഞ്ഞുകൂടാ."

അല്പംനിമിഷങ്ങൾ കഴിഞ്ഞ് പാരി വീണ്ടും പറഞ്ഞു.

"കിയൻ ഞാനൊരു കാര്യം പറയാം. അങ്ങിനെ ചെയ്താൽ കിയൻ മാന്ത്രികവിദ്യ കുറേയൊക്കെ പഠിച്ചതിനു ശേഷം ഇവിടെ നിന്നും രക്ഷപ്പെടാം."

"എന്താ. കേൾക്കട്ടെ."

"അച്ഛൻ ഓരോ കാര്യങ്ങളും പഠിപ്പിക്കുമ്പോൾ, കാര്യങ്ങൾ മനസ്സിലാക്കിയാലും ഒന്നും മനസ്സിലായില്ല; പഠിക്കാൻ കഴിയുന്നില്ല, കഴിഞ്ഞില്ല എന്ന രീതിയിൽ പെരുമാറണം. അങ്ങിനെ ചെയ്താൽ അച്ഛൻ കിയനെ ഒരു മണ്ടനായി കണക്കാക്കി, മാന്ത്രികവിദ്യകൾ പഠിക്കാൻ കഴിയാത്തവൻ എന്ന് ഉറപ്പാക്കി ഇവിടെ നിന്നും പുറന്തള്ളും."

"ഓ. അങ്ങിനെയോ. ഇതൊരു നല്ല ഉപദേശം തന്നെ. ഞാനിങ്ങനെതന്നെ ചെയ്തുകൊള്ളാം. നന്ദിയുണ്ട് അനുജത്തീ."

പിന്നീടുള്ള മൂന്നുനാലു മാസങ്ങൾ അങ്ങിനെയാണ് കഴിഞ്ഞുപോയത്. ഹാവൂ പല വിദ്യകളും കിയനെ പഠിപ്പിച്ചു. ഓരോ കർമ്മവും എങ്ങിനെ ചെയ്യണമെന്ന് വിശദമായി ഉപദേശിച്ചു. ഓരോന്നും കേട്ട് നല്ലതുപോലെ ഹൃദ്യസ്ഥമാക്കിയതിനുശേഷം ഒന്നും മനസ്സിലാക്കാൻ

കഴിയാത്ത ഒരു വിഡ്ഢിയെപ്പോലെ അഭിനയിച്ചു. ദിവസങ്ങൾ കടന്നു പോയപ്പോൾ ഹാവൂവിന് കിയൻ ഒരു വിഡ്ഢിതന്നെയാണെന്ന് തോന്നി ത്തുടങ്ങി. അങ്ങിനെയാണ് ഏതാണ്ട് ഉറപ്പായതും ഹാവു കിയനോട് സ്നേഹഭാവത്തിൽ പറഞ്ഞു.

"കിയൻ നീ വന്നിട്ട് കുറേ ദിവസങ്ങളായില്ലേ, മാസങ്ങൾ തന്നെയായി. നിനക്ക് നിന്റെ അമ്മയേയും മറ്റ് സ്നേഹിതരേയുമൊക്കെ ഒന്ന് കാണണമെന്ന് തോന്നുന്നില്ലേ. ഉണ്ടായിരിക്കും. തീർച്ച. അല്ലേ."

"പോയാൽ കൊള്ളാമെന്നുണ്ട്, പക്ഷേ പഠിത്തം കഴിഞ്ഞിട്ട്..."

"ഏ. അതൊന്നും സാരമില്ല. നീ വീട്ടിൽ പോയി എല്ലാവരേയും കണ്ടിട്ട വാ. ഞാൻ നിനക്ക് പുറംലോകത്തേക്കുള്ള വാതിൽ തുറന്ന് തരാം".

ഹാവു വാൽനട്ടുമരത്തിലേ വിള്ളൽ തുറന്ന് കിയനെ വെളിയിലേക്ക് വിട്ടു. കിയൻ പുറത്ത് ഇറങ്ങിയതും ഹാവു അയാളോട് ദേഷ്യത്തിൽ പറഞ്ഞു.

"പമ്പര വിഡ്ഢി. തലയിൽ ഒന്നുമില്ലാത്ത അസത്ത്. ഇനി നിന്നെ ഈ പ്രദേശത്തെങ്ങും കണ്ടുപോകരുത്. മനസ്സിലായല്ലോ." അത്രയും പറഞ്ഞ് അയാൾ മരത്തിന്റെ വിള്ളൽ അടയ്ക്കുകയും ചെയ്തു.

തടിതപ്പിയെന്ന സന്തോഷത്തോടെ കിയൻ സ്വന്തം വീട്ടിലേക്ക് മടങ്ങി. മാത്രമല്ല തനിക്ക് മാന്ത്രികവിദ്യകൾ, പ്രത്യേകിച്ചും സ്വയം പല പരുരൂപങ്ങൾ മാറിമാറി സ്വീകരിക്കുക - ഉദാഹരണത്തിന് ഒരു മനുഷ്യന് സ്വയം ഒരു പക്ഷിയോ, മൃഗമോ ഒക്കെയായി മാറാനും അതുപോലെ സ്വന്തം രൂപത്തിലേക്ക് തിരികെ മാറുക; അങ്ങിനെ കഠിനമായ പല വിദ്യകളും ഒരളവിന് നന്നായി പഠിക്കാൻ കഴിഞ്ഞു എന്ന വിശ്വാസം കിയന് സന്തോഷവും ആത്മവിശ്വാസവും നല്കി. തിരികെ വീട്ടിലെത്തിയ മകനെ അമ്മ സനേഹത്തോടെ വരവേറ്റു.

"മോനേ. നീയിത്രനാളും എവിടെയായിരുന്നു. എവിടൊക്കെ പോയി. എന്തൊക്കെ പഠിച്ചു. വാ. കഴിക്കാൻ എന്തുണ്ടെന്ന് നോക്കട്ടെ."

പക്ഷേ വീടിനകത്ത് കയറിയപ്പോൾത്തന്നെ വീട്ടിൽ വേണ്ടത്ര ഭക്ഷണസാധനങ്ങൾ ഇല്ലായിരുന്നുവെന്നും അമ്മ ഏതാണ്ട് അരവയ റുമായി ജീവിക്കുകയായിരുന്നു എന്നും മനസ്സിലായി. തിരികെപ്പോയി രാജാവിനെ കാണുന്നതിനുമുമ്പ് അമ്മയുടെ സാമ്പത്തികസ്ഥിതി മെച്ചപ്പെടുത്തണമെന്ന് കിയൻ തീർച്ചയാക്കി. ഉറങ്ങാൻ പോകുന്നതി നുമുൻപ് കിയൻ അമ്മയോട് പറഞ്ഞു.

"അമ്മേ. അമ്മ വളരെ കഷ്ടപ്പെട്ടാണ് ജീവിക്കുന്നത് - അതെനിക്ക് മനസ്സിലാകുന്നുണ്ട്. ഞാനൊരു വഴി കണ്ടുവെച്ചിട്ടുണ്ട്. അമ്മ അതുപോലെ ചെയ്താൽ അമ്മയുടെ കഷ്ടപ്പാടെല്ലാം മാറിക്കിട്ടും."

"അതെന്തു വഴിയാ"

"അതൊക്കെപ്പറയാം, അമ്മേ." കിയൻ തന്റെ മാന്ത്രികകഴിവുകൾ ഒന്ന് പരീക്ഷിക്കാനുള്ള ഒരവസരവും അമ്മയ്ക്ക് കുറച്ച് ധനം സമ്പാദിക്കാനുള്ള ഒരു വഴിയായും ചിലതൊക്കെ ആസൂത്രണം ചെയ്തു. പിന്നീട് അമ്മയോട് പറഞ്ഞു.

"അമ്മേ, നാളെ പുലർച്ചക്കുമുമ്പുതന്നെ അമ്മ തയ്യാറായി നമ്മുടെ വീടിന്റെ മുമ്പിൽപോയി നോക്കണം. അവിടെ ഒരു നല്ല ആട് നിൽക്കുന്നുണ്ടാകും. അതിനേയും കൊണ്ട് അമ്മ ചന്തയിൽ പോകണം. ആടിനെ വിൽക്കുകയും വേണം. പക്ഷേ പത്ത് വെള്ളിനാണയങ്ങളിൽ കുറവായ വില വാങ്ങാൻ പാടില്ല. അതുപോലെത്തന്നെ വിറ്റ് പണം കയ്യിൽ കിട്ടിയാൽ ഉടനേതന്നെ ആടിന്റെ കഴുത്തിൽ കിടക്കുന്ന കയർ അഴിച്ചുമാറ്റി തിരികെ കൊണ്ടു വരണം. യാതൊരു കാരണവശാലും ആ കയർ വിട്ടുകൊടുക്കാൻ പാടില്ല. അത് തിരികെ കൊണ്ടുവന്ന് എന്നേ ഏല്പിക്കണം. ഞാൻ പറഞ്ഞതെല്ലാം അമ്മയ്ക്ക് മനസ്സിലായല്ലോ ഇല്ലേ."

"എല്ലാം മനസ്സിലായി മോനേ. പക്ഷേ നമുക്ക് ആടുകളൊന്നുമില്ലല്ലോ."

"അതൊന്നും അമ്മ വിഷമിക്കേണ്ട. നാളെക്കാലത്ത് നമ്മുടെ പുരയിടത്തിൽ അമ്മ പോയിനോക്കുമ്പോൾ അവിടെ ഒരാട്ടുണ്ടാകും. തീർച്ച. ഞാനല്ലേ പറയുന്നത്."

"ശരി."

അടുത്തദിവസം കിയന്റെ അമ്മ വീടിന്റെ മുൻവശത്തെ കതകു തുറന്നപ്പോൾ പൂമുഖത്തിനടുത്തായി ഒരൊന്നാന്തരം ആട് നിൽക്കുന്നുണ്ടായിരുന്നു; കണ്ടാൽ കൗതുകം തോന്നിപ്പിക്കുന്ന ഒരൊന്നാന്തരം ആട്. അമ്മ ആടിനേയും കൊണ്ട് മകൻ നിർദ്ദേശിച്ചിരുന്നതുപോലെ ചന്തയിൽ പോയി. പലരും ആടിനെ വാങ്ങാൻ താല്പര്യം കാണിച്ചെങ്കിലും ആരും പത്ത് വെള്ളി നാണയങ്ങൾ വിലയായി കൊടുക്കാൻ തയ്യാറായില്ല. മദ്ധ്യാഹ്നമായപ്പോഴേക്കും നിരാശയായി അമ്മ വീട്ടിലേക്ക് മടങ്ങാൻ തയ്യാറായ സമയത്ത് കാഴ്ചയിൽ ധനികനായ ഒരാൾ ആടിനെ വാങ്ങിക്കാൻ താല്പര്യം കാണിച്ചു. ആടിന് പത്തുവെള്ളി വളരെക്കൂടുതലാണെന്ന് പറഞ്ഞ അയാളുടെ സുഹൃത്തുക്കളോട് അദ്ദേഹം പറഞ്ഞു.

“ഇത്ര ലക്ഷണമൊത്ത ഒരാടിനെ ഞാനിതിനുമുൻപ് കണ്ടിട്ടില്ല. ഇതിനെ എനിക്ക് വളരെ ഇഷ്ടപ്പെട്ടു. പത്ത് വെള്ളിയെങ്കിൽ പത്ത്. ഞാനിതിനെ വാങ്ങുന്നു”.

പണം കൊടുത്ത് അദ്ദേഹം ആടിനെ വാങ്ങിച്ചു. അപ്പോൾ അമ്മ ധൃതിയിൽ ആടിന്റെ കഴുത്തിലുണ്ടായിരുന്ന കയർ അഴിച്ചെടുത്തു. അതുകണ്ട് അദ്ദേഹം ചോദിച്ചു.

“ആ കയർ അതിന്റെ കഴുത്തിൽ കിടക്കട്ടെ. കാണാൻ നല്ല ഐശ്വര്യമുണ്ട്.”

“ഇല്ല. അതെനിക്കുവേണം. എന്റെ മകൻ നിർബന്ധമായി പറഞ്ഞിട്ടുണ്ട്, ഈ കയറ് അവന് വേണമെന്ന്.” അമ്മ കയറ് കൊടുക്കാൻ വിസമ്മതിച്ചു. ആടിനെ വാങ്ങിയയാൾ മറ്റൊരു കയറ് ആടിന്റെ കഴുത്തിലിട്ട് അതിനേയും കൊണ്ട യാത്ര തിരിച്ചു. അമ്മ തിരികെ വീട്ടിലെത്തി.

അതിനിടയിൽ ആടിനെ വാങ്ങിയ ആൾ കുറേനേരം പോയികഴിഞ്ഞപ്പോൾ അയാളുടെ പിന്നിൽ നടന്നിരുന്ന ആട് മുന്നോട്ട് നടക്കാതെ വഴിയിൽ നിലയുറപ്പിച്ചു. അയാൾ അല്പം ശക്തിയോടെ വലിച്ചപ്പോൾ കയർ ആടിന്റെ കഴുത്തിൽ നിന്നും വഴുതി വീണു. തക്കം നോക്കി ആട് അടുത്തുണ്ടായിരുന്ന കുറ്റിക്കാട്ടിലേക്ക് ഓടിപ്പോയി. കുറേനേരം ആടിനെപ്പിടിക്കാൻ ആ ധനികനും കൂട്ടുകാരും ശ്രമിച്ചെങ്കിലും കഴിഞ്ഞില്ല; കാരണം അതിനിടയിൽ ആട് സ്വരൂപം മാറ്റിയിട്ട് ഒരെലിയുടെ രൂപം സ്വീകരിച്ചു എന്നതുതന്നെ. ഇതുപറയുമ്പോൾ മറ്റൊരു സത്യം കൂടി പറയേണ്ടതായുണ്ട്. വാസ്തവത്തിൽ സംഭവിച്ചത് നമുക്ക് ഊഹിക്കാൻ കഴിയുന്ന ഒരു കാര്യം തന്നെയാണ്. ആടായതും പിന്നീട് എലിയായതും മറ്റാരുമായിരുന്നില്ല. കിയൻ തന്നെയായിരുന്നു.

എലിയായി മാറിയ കിയൻ അമ്മ അറിയാതെ അമ്മയുടെ കയ്യിലുണ്ടായിരുന്ന സഞ്ചിയിൽ കയറി ഒളിച്ചിരുന്നു. അങ്ങിനെ വീട്ടിൽ തിരിച്ചെത്തിയപ്പോൾ നല്ല ഒരവസരം നോക്കി സഞ്ചിയിൽനിന്നും വെളിയൽച്ചാടി; സ്വന്തം രൂപം തിരികെ സ്വീകരിച്ച് കിയനായി മാറി. അമ്മ കൈകാൽ മുഖമെല്ലാം വൃത്തിയായി കഴുകിയതിനുശേഷം വിളിച്ചു.

“മോനേ, നീ എവിടെയാ”

“ഇവിടെയുണ്ടമ്മേ. ദാ വരുന്നു.”

അമ്മ ചന്തയിൽ നടന്ന കാര്യങ്ങളെല്ലാം കിയനോട് വിശദീകരിച്ചു. എല്ലാം കേട്ടതിനുശേഷം കിയൻ പറഞ്ഞു

“ഞാൻ പറഞ്ഞ കാര്യങ്ങളെല്ലാം അമ്മ കൃത്യമായി ചെയ്തു. നാളെയും അമ്മ ഇതുപോലെ ചന്തയിൽ പോകണം കേട്ടോ.”

“അതെന്തിനാ മോനേ.”

“അതൊക്കെ അമ്മ വൈകിട്ട് ഉറങ്ങാൻ പോകുന്നതിനുമുമ്പേ പറയാം. എന്താ. പോരേ.”

ശരി. എങ്കിൽ ഇപ്പോൾ നീ വന്ന് ആഹാരം കഴിക്ക്. ഞാനെല്ലാം എടുത്തുവയ്ക്കാം.

“ശരിയമ്മേ.”

കിയന് തന്റെ കഴിവുകൾ പരീക്ഷിക്കാൻ കിട്ടിയ ആദ്യത്തെ അവസരമായിരുന്നു അത്. എല്ലാം വിജയകരമായി ചെയ്യാനും കഴിഞ്ഞു. അന്ന് രാത്രി കിയൻ അമ്മയോട് പറഞ്ഞു.

“അമ്മ നാളെ നമ്മുടെ പട്ടിക്കൂട്ടിൽ നോക്കിയാൽ അവിടെ ഒരു നല്ലയിനം വേട്ടനായ് നിൽക്കുന്നുണ്ടാകും. അതിനേയും കൊണ്ട് ഇന്നത്തേതുപോലെ അമ്മ ചന്തയിൽ പോകണം. നാല്പത് വെള്ളി നാണയത്തിൽക്കുറച്ച് വിൽക്കരുത്. അതുപോലെ വിലയുറപ്പിച്ച് പണം വാങ്ങിക്കഴിഞ്ഞാൽ പട്ടിയുടെ കഴുത്തിലുള്ള കഴുത്തുപട്ട എടുത്ത് മാറ്റണം. യാതൊരു കാരണവശാലും അത് പട്ടിയെ വാങ്ങുന്ന ആളിന് കൊടുക്കാൻ പാടില്ല. അത് തിരികെ കൊണ്ടുവന്ന് എനിക്ക് തരണം. എന്താ. അമ്മയ്ക്ക് ഞാൻ പറഞ്ഞതെല്ലാം മനസ്സിലായില്ലേ.”

“മനസ്സിലായി മോനേ”.

“ഇങ്ങിനെ രണ്ടുമൂന്ന് പ്രാവശ്യം കൂടി ചന്തയിൽപ്പോയാൽ അമ്മയുടെ പണക്കഷ്ടമെല്ലാം തീരും. അമ്മ നോക്കിക്കോ.”

അതുകേട്ട് അമ്മ ചിരിക്കുകമാത്രം ചെയ്തു. അടുത്തദിവസം രാവിലെ വീടിന്റെ വാതിൽ തുറന്ന അമ്മ കണ്ടത്. പട്ടിക്കൂട്ടിന് മുമ്പിൽനിന്നിരുന്ന ഒരു നല്ല വേട്ടനായയെയാണ്. അതിനേയും കൊണ്ട് അമ്മ ചന്തയിലേക്ക് പോയി. ചന്തയിൽ ചെന്നിരുന്ന പല പ്രഭുക്കന്മാർക്കും നായയെ വളരെ ഇഷ്ടപ്പെട്ടു. അല്പം വിലകുറച്ച് കിട്ടുമോ എന്ന് നോക്കാനായി ചിലർ അല്പം വിലപേശി നോക്കി. പക്ഷേ നാല്പത് വെള്ളിയിൽ കുറയുകയില്ലെന്ന് അമ്മ നിർബന്ധമായി തറപ്പിച്ചു പറഞ്ഞു. ഒരു പ്രഭു ആ വില തന്നെ കൊടുത്തു നായയെ വാങ്ങി. പണം സ്വീകരിച്ചതിനുശേഷം അമ്മ നായയുടെ കഴുത്തിൽ നിന്ന് പട്ട അഴിച്ചെടുത്തു. ആ പ്രഭു വളരെയധികം നിർബന്ധിച്ചെങ്കിലും അമ്മ അത് വിട്ടുകൊടുക്കാൻ സമ്മതിച്ചില്ല. അതുകൊണ്ട് ഒരു പുതിയ ചങ്ങല നായുടെ കഴുത്തിലിട്ട് പ്രഭു നായയയേയും കൊണ്ട് പോയി. പിന്നീട് നടന്നതെല്ലാം തലേദിവസം നടന്നതുപോലെ തന്നെ. വഴിയിൽ വച്ച് നായ ഇടഞ്ഞു നിന്നതും, ചങ്ങലപൊട്ടിച്ച് ഓടി രക്ഷപ്പെട്ടതും, നായ എലിയായി മാറി കിയന്റെ

അമ്മയുടെ പച്ചക്കറി സഞ്ചിയിൽ കയിറിയതും, വീട്ടിലെത്തിയതും അമ്മയറിയാതെ വീണ്ടും കിയനായിമാറിയതും എല്ലാം ആവർത്തിച്ചു. വീട്ടിലെത്തിയ അമ്മ കൈകാൽ ശുദ്ധമാക്കിയതിനുശേഷം വിളിച്ചു.

"മോനേ. കിയൻ. നീ എവിടെയാ. ഇന്നും ഇന്നലത്തേതുപോലെ തന്നെ. ഏതായാലും ഒടുവിൽ പട്ടിയെ നീ പറഞ്ഞ വിലയ്ക്കുതന്നെ വിൽക്കാൻ കഴിഞ്ഞു. നീ വാ. നമുക്ക് വല്ലതും കഴിച്ചുകൊണ്ട് സംസാരിക്കാം."

"ദാ. ഞാൻ വന്നുകഴിഞ്ഞമ്മേ." ഭക്ഷണം കഴിച്ചുകൊണ്ടിരുന്നതിനിടയിൽ കിയൻ പറഞ്ഞു.

"നാളെയും അമ്മ ഇതുപോലെ ചന്തയിൽ പോകണം. അതുകഴിഞ്ഞാൽ അമ്മയ്ക്ക് പിന്നീട് പണത്തിന് ബുദ്ധിമുട്ടേണ്ടിവരില്ല."

"അതെങ്ങിനെ മോനേ."

"അതൊക്കെ ഞാൻ വൈകിട്ട് അമ്മ ഉറങ്ങാൻ പോകുന്നതിനു മുമ്പ് പറയാം."

അന്നും വൈകിട്ട് ഉറങ്ങാൻ പോകുന്നതിനുമുൻപ് കിയൻ അമ്മയോട് പറഞ്ഞു.

"അമ്മേ. നാളെ അമ്മ ഒരു കുതിരയെയാണ് ചന്തയിൽ കൊണ്ടുപോകേണ്ടത്. നൂറ് നാണയങ്ങളിൽ കുറവായി അമ്മ വാങ്ങരുത്. അതുപോലെ കുതിരയുടെ കഴുത്തിൽ ഇട്ടിരിക്കുന്ന കടിഞ്ഞാൺ കയറ്റിയെടുത്ത് തിരികെ കൊണ്ടുവരാനും മറക്കരുത്. യാതൊരു കാരണവശാലും കടിഞ്ഞാൺ കൊടുക്കാൻ പാടില്ല. അപ്പോൾ എല്ലാം ഇന്നലത്തേതുപോലെ. ശരിയല്ലേ അമ്മേ."

"ശരി മോനേ."

അടുത്ത ദിവസവും അമ്മ പതിവുപോലെ ചന്തയിലേക്ക് യാത്രയായി; കുതിരയുമായി. കണ്ടാൽ ആരും ഇഷ്ടപ്പെട്ടുപോകുന്ന, രാജാക്കന്മാരും പ്രഭുക്കന്മാരുമൊക്കെ ഉപയോഗിക്കുന്നതുപോലെയുള്ള ഒരു ലക്ഷണമൊത്ത കുതിരയായിരുന്നു അത്. അതുകൊണ്ട് തന്നെ കുതിരയെകണ്ടതും അന്ന് ചന്തയിലെത്തിയിരുന്ന ചില പ്രസിദ്ധരായ പ്രഭുക്കന്മാരുപോലും അതിനെ വാങ്ങാൻ താല്പര്യം കാണിച്ചു. നൂറ് സ്വർണ്ണനാണയങ്ങൾ കുതിരക്ക് ന്യായമായ വില ആയിരുന്നുവെന്ന് അവർ സമ്മതിച്ചു. എങ്കിലും അല്പം കുറച്ചുകിട്ടിയാൽ നന്നായിരിക്കും എന്ന് ചിലർ അഭിപ്രായപ്പെട്ടു. ആ സമയത്ത് അടുത്ത രാജ്യത്തിലെ രാജകുമാരനും അവിടെയെത്തി. കുമാരനും കുതിരയെ വളരെ ഇഷ്ടപ്പെട്ടു. കുമാരൻ എല്ലാവരും കേൾക്കെ പറഞ്ഞു.

“ഈ കുതിരയെ ഞാൻ വാങ്ങിക്കുന്നു. മറ്റാരും ഇനി അവകാശം പറയരുത്. ഇതാ, ഞാനിവർക്ക് അവർ ആവശ്യപ്പെട്ട നൂറ് സ്വർണ്ണനാണയങ്ങൾ കുതിരയുടെ വിലയായി നൽകുന്നു.”

കുമാരൻ തന്റെ സഞ്ചിയിൽ നിന്ന് സ്വർണ്ണനാണയങ്ങൾ പെറുക്കിയെടുക്കുന്ന സമയത്ത് ആ നാട്ടുകാരനല്ലാത്ത മറ്റൊരു ധനികൻ അവിടെയെത്തി. അദ്ദേഹം കുതിരയെ കണ്ടയുടൻ പറഞ്ഞു.

“ഈ കുതിരയേ എനിക്ക് വളരെയേറെ ഇഷ്ടപ്പെട്ടു. എന്തുവിലയായാലും വേണ്ടില്ല; കുതിരയെ എനിക്കു വേണം. പ്രിയപ്പെട്ട വയോധികേ, ഞാൻ നിങ്ങൾക്ക് കുതിരയുടെ വിലയായി അഞ്ഞൂറ് സ്വർണ്ണനാണയങ്ങൾ നൽകാം. കുതിരയെ എനിക്കു തന്നാലും.”

അതുകേട്ട ആ അമ്മയും അവിടെ ഉണ്ടായിരുന്ന പ്രഭുക്കന്മാരും രാജകുമാരനും എല്ലാം അതിശയിച്ചുപോയി. അഞ്ഞൂറ് സ്വർണ്ണനാണയങ്ങൾ - അത്രയും വലിയ തുക ഈ കുതിരയ്ക്ക്; അവർ എന്തെങ്കിലും പ്രതികരിക്കുന്നതിനു മുൻപ് അയാൾ തന്റെ കയ്യിലുണ്ടായിരുന്ന പെട്ടിയിൽ നിന്നും ഒരു പണസഞ്ചിയെടുത്ത് കിയന്റെ അമ്മയുടെ കയ്യിൽ വച്ചു.

“ഏ. വയോധികേ, ഇതാ ഈ സഞ്ചിയിൽ ഉള്ളതുമുഴുവൻ നിങ്ങൾക്കുള്ളതാ. ഇതിനകത്ത് അഞ്ഞൂറിലും കൂടുതൽ സ്വർണ്ണനാണയങ്ങൾ ഉണ്ട്. എണ്ണിനോക്കിക്കൊള്ളുക”.

അത്രയും പറഞ്ഞിട്ട് അയാൾ കിയന്റെ അമ്മയുടെ കയ്യിൽനിന്നും കുതിരയുടെ കടിഞ്ഞാൺ വാങ്ങി യാത്ര തിരിച്ചു.

അല്പനിമിഷങ്ങൾക്കുള്ളിൽ അമ്പരപ്പിൽ നിന്ന് ഉണർന്ന അമ്മ, തനിക്ക് കടിഞ്ഞാൺ തിരികെ വേണമെന്ന് പറയുന്നതിന് മുൻപുതന്നെ അയാൾ കുതിരയുമായി കുറേദൂരം പോയിക്കഴിഞ്ഞിരുന്നു. അതുകൊണ്ട് അവർക്ക് കിയൻ നിർദ്ദേശിച്ചിരുന്നതുപോലെ കടിഞ്ഞാൺ തിരികെ വാങ്ങാനായില്ല. എങ്കിലും അത്രയും പണം കിട്ടിയല്ലോ എന്ന സന്തോഷത്തോടെ അവർ വീട്ടിലേക്ക് മടങ്ങി. വീട്ടിലെത്തി പതിവുപോലെ കൈകാലുകൾ ശുദ്ധം ചെയ്തതിനുശേഷം അവർ മകനേ വിളിച്ചു.

“മോനേ. കിയാ. നീ എവിടെയാ അമ്മയ്ക്ക് നിന്നോട് ഒരു വലിയ സന്തോഷവാർത്ത പറയാനുണ്ട്. ദാ. വന്നുനോക്ക്. ഇന്ന് നമുക്ക് എത്ര വലിയ തുകയാ കുതിരയുടെ വിലയായി കിട്ടിയെതെന്ന് നോക്ക്. വാ.”

അത്രയും പറഞ്ഞ് അവർ സഞ്ചി തുറന്ന് സ്വർണ്ണനാണയങ്ങൾ പെറുക്കിയെടുക്കാൻ തുടങ്ങി. എണ്ണി തിട്ടപ്പെടുത്തണമല്ലൊ. പക്ഷേ ആ സമയത്തൊന്നും കിയന്റെ പ്രതികരണം ഉണ്ടായില്ല. സഞ്ചിയിൽനിന്ന് നാണയങ്ങൾ എന്നുവിചാരിച്ച് എടുത്തതൊന്നും നാണയങ്ങളായിരുന്നില്ല.

അവർ പരിഭ്രമത്തോടെ സഞ്ചിയിലുണ്ടായിരുന്നതു മുഴുവനും തറയിൽ ഇട്ടു. സഞ്ചിക്കകത്തുണ്ടായിരുന്നത് സ്വർണ്ണനാണയങ്ങളായിരുന്നില്ല - പകരം കുറേ കനച്ചുപോയ വാൽനട്ട് പരിപ്പുകൾ മാത്രം. താൻ വഞ്ചിക്കപ്പെട്ടു എന്നു മനസ്സിലാക്കിയ അമ്മ കിയനെ വീണ്ടും വീണ്ടും വിളിച്ചു. പക്ഷേ കിയനും വീട്ടിൽ ഉണ്ടായിരുന്നില്ല. അങ്ങിനെ മൊത്തത്തിൽ നിരാശയായി അവർ തളർന്ന് ഇരുന്നുപോയി.

കഥയുടെ ഭാഗമായി ഒരു സത്യം വായിക്കുന്നവർ അറിയേണ്ടതുണ്ട്. വാസ്തവത്തിൽ ആടായതും, പട്ടിയായതും, കുതിരയായതും എല്ലാം കിയൻ തന്നെയായിരുന്നു. എന്ന് നേരത്തേ മനസ്സിലായല്ലോ. പക്ഷേ അങ്ങിനെ കിയൻ സ്വമേധയാ സ്വീകരിച്ച അപരരൂപങ്ങളിൽ നിന്ന് തിരികെ മനുഷ്യരൂപത്തിലേക്ക് വരണമെങ്കിൽ തന്റെ പക്കം ബന്ധിച്ചിരുന്ന വാറുകൾ ഉണ്ടായിരിക്കണം. അവയുടെ അഭാവത്തിൽ കിയന് മനുഷ്യരൂപം തിരികെ കിട്ടുക സാധ്യമായിരുന്നില്ല. അത് മാന്ത്രികവിദ്യയുടെ ഉപയോഗത്തിലെ ഒരു രഹസ്യമായിരുന്നു. അതുകൊണ്ടാണ് ആടിന്റെ കയറും, പട്ടിയുടെ കഴുത്തുപട്ടയും, കുതിരയുടെ കടിഞ്ഞാണും തിരികെ കൊണ്ടുവരണമെന്ന് കിയൻ നിർബന്ധമായി പറഞ്ഞിരുന്നത്. എങ്കിലും കുതിരയുടെ കടിഞ്ഞാൺ തിരികെ കൊണ്ടുവരാൻ അമ്മയ്ക്ക് കഴിഞ്ഞില്ലല്ലോ - അതുകൊണ്ട് കിയന് തിരികെ മനുഷ്യരൂപം സ്വീകരിക്കാനും.

പിന്നീട് എന്താണ് കിയൻ എന്ന കുതിരയ്ക്ക് സംഭവിച്ചതെന്ന് അറിയണ്ടേ. കുതിരയെ വാങ്ങിയ ധനികൻ കുതിരയേയും കൊണ്ട് പോകുന്ന വഴി കുതിര ഇടറിനോക്കി. പിന്നിലേക്ക് ശക്തിയെടുത്ത് ഓടാൻ നോക്കി. പക്ഷേ ആ ധനികൻ കടിഞ്ഞാൺ ബലമായി പിടിച്ച് കുതിരയെ അടക്കിക്കൊണ്ട് പറഞ്ഞു.

“എടാ. കിയാ. നീ എന്നെ ഇതുവരെയും മനസ്സിലാക്കിയില്ല. പക്ഷേ കഴിഞ്ഞ രണ്ടുദിവസങ്ങൾ നീ ആൾമാറാട്ട വിദ്യകൾ നടത്തി പണം സമ്പാദിച്ച വിവരം കേട്ടയുടനെ ഞാൻ മനസ്സിലാക്കി, അത് നിന്റെ കൈക്രിയ ആയിരിക്കുമെന്ന്.

എടാ നീ എന്റെയടുക്കൽ നിന്ന് വിദ്യകൾ പഠിച്ചിട്ട് വിഡ്ഢിയായി അഭിനയിച്ച് എന്നെ കബളിപ്പിച്ചു. അതേടാ. ഞാൻ ഹാവു തന്നെ. ഇനി എന്നെ കബളിപ്പിക്കാമെന്ന് വിചാരിക്കേണ്ട, നമുക്ക് നമ്മുടെ മറ്റേ ലോകത്തേക്ക് പോകാം, അവിടെ നീ ജീവിതകാലം മുഴുവനും കുതിരയായിത്തന്നെ ജീവിച്ചോ. അതാ നിന്റെ വിധി.”

അത്രയും പറഞ്ഞ് ഹാവു കുതിരയേയും പിടിച്ചുകൊണ്ട് വാൽനട്ട് മരത്തിന്റെ അടുത്തെത്തി. മാന്ത്രിക വാക്യം പറഞ്ഞുകൊണ്ട് മരത്തിന്റെ

മുമ്പിൽ നിന്നപ്പോൾ മരം രണ്ടായി പിളർന്നു. കുതിരയായി നിന്ന കിയനും ഹാവ്വ പറഞ്ഞ മാന്ത്രികവാക്യം വ്യക്തമായി കേൾക്കാമായിരുന്നു. അത് കിയൻ തന്റെ മനസ്സിൽ സൂക്ഷിക്കുകയും ചെയ്തു. പിളർന്ന വാൽനട്ട് മരത്തിനുള്ളിലേക്ക് ഹാവ്വ കുതിരയേയും കൊണ്ട് അകത്തു കയറി. ഹാവ്വ കുതിരയെ തന്റെ സ്വന്തം കുതിരാലയത്തിൽ കെട്ടിയിട്ടു.

"ഇനി ജീവിതകാലം മുഴുവൻ നിനക്കിവിടെയാണ് ജീവിതം. മോളേ, നീ കുറച്ച് ആഹാരമെന്തെങ്കിലും തയ്യാറാക്കിവെയ്ക്ക്. ഞാനൊന്ന് കുളിച്ചിട്ട് വരാം."

"ശരിയച്ഛാ. ഞാനിപ്പോൾത്തന്നെ ഭക്ഷണം തയ്യാറാക്കാം. അച്ഛൻ കൊണ്ടുവന്ന കുതിരയ്ക്കും കാടി ഉണ്ടാക്കിക്കൊടുക്കാം."

കുളികഴിഞ്ഞ് തിരിച്ചെത്തിയ ഹാവ്വ ഭക്ഷണം കഴിക്കുന്നതിനിടയിൽ മകളോട് പറഞ്ഞു.

"മോളേ, പാരീ ഈ കുതിര മറ്റാരുമല്ല. നമ്മളെ കബളിപ്പിച്ച് ഇവിടെ നിന്നും പോയ കിയൻ തന്നെയാ. ഇനി ഇവൻ ഇവിടെ കിടക്കട്ടെ."

പാരി കുതിരയ്ക്ക് കാടി കൊടുക്കുന്നതിനിടയിൽ പറഞ്ഞു.

"കിയൻ, നീ ഇങ്ങിനെ നിൽക്കുന്നതുകാണാൻ സങ്കടമുണ്ട്. പക്ഷേ നിന്നെ രക്ഷിക്കാൻ എനിക്ക് വഴിയൊന്നും അറിയില്ലല്ലോ."

"എനിക്ക് നിന്നെ അറിയാമല്ലോ. അതുകൊണ്ട് നിന്നോടെനിക്ക് പരിഭവമൊന്നുമില്ല. നീ പറഞ്ഞതുപോലെ ഞാനും നിന്റെ അച്ഛനെപ്പോലെ മാന്ത്രികവിദ്യകൾ പഠിച്ചുകഴിഞ്ഞപ്പോൾ തെറ്റുകൾ ചെയ്യാൻ തുടങ്ങി. എന്റെ അമ്മയെ സാമ്പത്തികമായി സഹായിക്കാൻ തെറ്റായ വഴികൾ സ്വീകരിച്ചു. അങ്ങിനെയാണ് ഞാനിപ്പോൾ കഷ്ടത്തിലായത്."

"ശരി. ഞാൻ നിന്റെ മുതുകത്തുള്ള പൊടിയൊക്കെ ഒന്ന് തട്ടിത്തുടയ്ക്കാം".

"പാരീ. നീ എന്റെ കടിഞ്ഞാൺ ഒന്നഴിച്ച് മാറ്റിവെയ്ക്ക്. പിന്നീട് തുടയ്ക്കാം".

"ശരി"

അവളുടെ അച്ഛൻ മറ്റെന്തോ ജോലി ചെയ്യുകയായിരുന്നതുകൊണ്ട് അയാൾ പാരി എന്താണ് ചെയ്യുന്നത് എന്ന് ശ്രദ്ധിച്ചില്ല.

പാരി കുതിരയുടെ കടിഞ്ഞാൺ അഴിച്ചുമാറ്റി. അങ്ങിനെ കടിഞ്ഞാൺ സ്വന്തം ദേഹത്തിൽനിന്ന് മാറ്റിക്കിട്ടിയയുടനേ കിയൻ കുതിരയുടെ രൂപം കളഞ്ഞിട്ട് ഒരു ചെറിയ തത്തയുടെ രൂപം സ്വീകരിച്ചു. തനിക്കറിയാമായിരുന്ന മന്ത്രം ഉപയോഗിച്ച് മരത്തിലെ വിള്ളൽ തുറന്ന്

വെളിയിലേക്ക് പറന്ന് രക്ഷപ്പെടുകയും ചെയ്തു. അതുകണ്ട് പരിഭ്രമിച്ച് പാരി ഉറക്കെ വിളിച്ചു പറഞ്ഞു.

"അയ്യോ അച്ഛാ. കിയൻ കുതിര ഒരു തത്തയായി വെളിയിലേക്ക് പറന്നുപോയി.

എന്ത്. ആ അതിക്രമി വീണ്ടും എന്നെ പറ്റിച്ച് കടന്നുകളഞ്ഞന്നോ. അവനെ എന്താ ചെയ്യേണ്ടതെന്ന് എനിക്കറിയാം."

അത്രയും പറഞ്ഞ് ഹാവു ഒരു കഴുകനായി വെളിയിലേക്ക് പറന്നുപോയി. പുറകെ പിൻതുടർന്ന് ചെല്ലുന്ന കഴുകനെക്കണ്ട് അതിൽനിന്നും രക്ഷപ്പെടാനുള്ള മാർഗം ആലോചിച്ച് തത്ത എത്തിച്ചേർന്നത് രാജാവിന്റെ കൊട്ടാരവളപ്പിന് മുകളിലാണ്. കൊട്ടാരവളപ്പിന് ഉള്ളിലുണ്ടായിരുന്ന പൂന്തോട്ടത്തിൽ രാജാവും അദ്ദേഹത്തിന്റെ മകളും ഇരിക്കുന്നുണ്ടായിരുന്നു. തത്ത വേഗം തന്നെ അവിടെയിറങ്ങി രാജകുമാരി വെച്ചുപിടിപ്പിച്ചിരുന്ന റോസാചെടികളുടെ നടുവിൽ ഒരു റോസാപ്പൂവായി നിലയുറപ്പിച്ചു. പുറകെ ചെന്ന കഴുകൻ ഒരു ഭിക്ഷാംദേഹിയുടെ രൂപം സ്വീകിരിച്ച് കൊട്ടാരവാതിൽക്കൽ എത്തി. രാജാവിനെക്കാണണമെന്ന് നിർബന്ധിച്ചു. വിവരം അറിഞ്ഞ രാജാവ് ഭിക്ഷാംദേഹിക്ക് വേണ്ട ധനസഹായം നൽകാൻ തന്റെ അംഗരക്ഷകരോട് പറഞ്ഞു. പക്ഷേ ഭിക്ഷാംദേഹി തനിക്ക് സഹായം വേണ്ടെന്നും തനിക്ക് വേണ്ടത് രാജാവിന്റെ പൂന്തോട്ടത്തിൽ നിന്ന് ഒരു പൂ പറിച്ചെടുക്കാനുള്ള അനുവാദമാണ് എന്നും പറഞ്ഞുകൊണ്ട് കൊട്ടാരത്തിലേക്ക് കടന്നുചെന്നു.

എന്തുചെയ്യണമെന്നറിയാതെ രാജാവും കുമാരിയും അല്പം പരിഭ്രമിച്ച് നിന്ന സമയത്ത പൂച്ചെടികളുടെ നടുവിൽ നിന്ന് ഒരു റോസാപ്പൂ മുകളിലേക്ക് ഉയർന്ന് ഒരു വെട്ടിതിളങ്ങുന്ന മരതകക്കല്ലായി മാറി കുമാരിയുടെ ശിരാലങ്കാരത്തിൽ സ്ഥാനം ഉറപ്പിച്ചു. ആ കാഴ്ച അവർക്കെല്ലാം ഒരത്ഭുതമായിത്തോന്നി. പക്ഷേ ഭിക്ഷാംദേഹി ആ കല്ലാണ് തനിക്ക് വേണ്ടതെന്ന് പറഞ്ഞുകൊണ്ട് അത് രാജകുമാരിയുടെ തലയിൽ നിന്നും എടുക്കാനായി മുന്നോട്ട് ആഞ്ഞു. ആ സമയത്ത് കല്ല് വീണ്ടും മുകളിലേക്കുയർന്ന് ഒരു മാതളനാരങ്ങാപ്പഴമായി മാറി നിലത്തേക്ക് വീണു. അതുകണ്ട ഭിക്ഷാംദേഹി സ്വയം ഒരു കോഴിയായി മാറി മാതളനാരങ്ങാപ്പഴം കൊത്തിമുറിച്ച് തിന്നാനായി ആഞ്ഞടുത്തു. പക്ഷേ നിമിഷത്തിനുള്ളിൽ പഴം ഒരു കുറുനരിയുടെ രൂപം സ്വീകിരിച്ച് ഒറ്റ കുതിപ്പിന് കോഴിയെ പിടിച്ച് കൊന്നു. മരിച്ചുവീണ കോഴിയുടെ ദേഹം തന്നത്താനെ ഹാവു എന്ന മാന്ത്രികന്റെ രൂപത്തിലേക്ക് സ്വയം മാറുകയും ചെയ്തു. അപ്പോഴേക്കും കുറുനരിയെ അമ്പെയ്തുകൊല്ലാൻ രാജഭടന്മാർ തയ്യാറായിക്കഴിഞ്ഞിരുന്നു. രക്ഷപ്പെടാൻ മറ്റ് മാർഗ്ഗങ്ങളൊന്നും

ഇല്ലെന്ന് മനസ്സിലാക്കി കുറുനരി സ്വന്തം മനുഷ്യരൂപം സ്വീകരിച്ച്, അതായത് കിയനായി മാറി രാജാവിന്റെ കാൽക്കൽ സാഷ്ടാംഗം വീണ് മാപ്പപേക്ഷിച്ചു. തന്റെ അമ്മ രാജാവിനെക്കണ്ട സമയം മുതൽ അന്നേദിവസം വരെ നടന്ന എല്ലാകാര്യങ്ങളും സത്യസന്ധമായി രാജാവിനോടും മകളോടും, രാജസഭയിലുണ്ടായിരുന്ന എല്ലാവരും കേൾക്കുന്നവിധം വശദമായി പറഞ്ഞു. അതിനിടയിൽ അമ്മയ്ക്കുവേണ്ടി പണം സമ്പാദിക്കാനുള്ള ആഗ്രഹം കൊണ്ട് താൻ ചെയ്തുപോയ തെറ്റുകളും ഏറ്റുപറയാൻ മറന്നില്ല. ആ തെറ്റുകൾക്ക് താൻ പശ്ചാത്തപിക്കുന്നു എന്നും പറഞ്ഞു.

എല്ലാം കേട്ടശേഷം രാജാവ് പറഞ്ഞു.

"അങ്ങിനെ ദുർബുദ്ധിയായി മാറിയ ഹാവ്വ ഇനി ആരെയും ഉപദ്രവിക്കാൻ ഉണ്ടാകുകയില്ല.. അതൊരു നല്ലകാര്യം തന്നെ. സംശയമില്ല." പിന്നീട് ഹാവ്വവിന്റെ മൃതദേഹം എടുത്തുകൊണ്ടുപോയി മറവുചെയ്യാൻ രാജാവ് തന്റെ ഭടന്മാരെ നിർദ്ദേശിച്ചു.

ആ സമയത്ത് കിയൻ രാജാവിനോട് പറഞ്ഞു.

"ഞാനെന്റെ എല്ലാ തെറ്റുകളും സമ്മതിക്കുന്നു. പശ്ചാത്തപിക്കുന്നു. മാത്രമല്ല ഞാൻ പഠിച്ച മാന്ത്രിക വിദ്യകൾ ഇനിമേൽ നല്ല കാര്യങ്ങൾക്കല്ലാതെ യാതൊരുവിധത്തിലും യാതൊരു തെറ്റായ കാര്യത്തിനും ഉപയോഗിക്കുകയില്ലെന്നും സത്യം ചെയ്യുന്നു. ദയവായി എന്റെ തെറ്റുകൾ പൊറുത്ത് എനിക്ക് മാപ്പ് തരണം."

എല്ലാം കേട്ടതിനുശേഷം രാജാവ് പറഞ്ഞു.

"കിയൻ. നീ നല്ല വഴിയിലേക്ക് തിരിച്ചു വന്നിരിക്കുന്നു. മാത്രമല്ല ഒരു നല്ല സാങ്കേതികവിദ്യയിൽ പ്രാവീണ്യം നേടിയിരിക്കുന്നു. മാന്ത്രികവിദ്യയിൽ രീതിയിൽ ഉപയോഗിച്ചാൽ അത് നമ്മുടെ രാജ്യകാര്യങ്ങളിൽ പലവിധത്തിലും സഹായകമാകും. അതുകൊണ്ട് ഞാൻ നിന്നെ സ്ഥിരം രാജകീയ മാന്ത്രികനായി നിയമിക്കുന്നു. നിനക്ക് അന്തസ്സായി ജീവിക്കാൻ വേണ്ടത്ര ഒരു നല്ല തുക പ്രതിമാസ ശമ്പളമായി ലഭിക്കുന്നതാണ്.

അതിനും പുറമേ എന്റെ മകൾക്ക് ഇപ്പോഴും നിന്നെ ഇഷ്ടമാണെങ്കിൽ നിന്റെയമ്മയ്ക്ക് ഞാൻ കൊടുത്ത വാക്കനുസരിച്ച് എന്റെ മകളെ നിനക്ക് വിവാഹം കഴിച്ചു തരുന്നതാണ്." അത്രയും പറഞ്ഞിട്ട് അദ്ദേഹം മകളോട് ചോദിച്ചു.

"എന്താ മോളേ. നീയും ഈ നിൽക്കുന്ന കിയനും തമ്മിൽ സ്നേഹത്തിലായിരുന്നു എന്ന് ഞാനറിഞ്ഞിരുന്നു. പക്ഷേ ഇപ്പോൾ നിന്റെ

തീരുമാനം എന്താണെന്ന് പറയൂ. നിനക്ക് ഈ കിയനെ വിവാഹം കഴിക്കാൻ ഇഷ്ടമാണോ. പറയൂ."

"അതേയച്ഛാ. ഞങ്ങൾ പരസ്പരം സ്നേഹിക്കുന്നു. വിവാഹം കഴിക്കാൻ ആഗ്രഹിക്കുന്നു."

അധികം താമസിയാതെ അവരുടെ വിവാഹം നടന്നു. കിയൻ രാജകുമാരിയേയും കൂട്ടിക്കൊണ്ട് വാൽനട്ട് മരം നിന്നിരുന്ന സ്ഥലത്തേക്ക് പോകുകയും പാരിയെ കൂടെക്കൂട്ടി കൊണ്ടുവന്ന് ഒരനുജത്തിയെപ്പോലെ സംരക്ഷിക്കുകയും ചെയ്തു; അതുപോലെ തന്റെ സ്വന്തം അമ്മയേയും കൂടെക്കൂട്ടാൻ മറന്നില്ല.

പിന്നീട് വളരെക്കാലം അവർ ഭാര്യാഭർത്താക്കന്മാരായി സന്തോഷത്തോടെ ജീവിച്ചു.

●

www.ingramcontent.com/pod-product-compliance
Lightning Source LLC
LaVergne TN
LVHW040759051026
849519LV00007BA/2573
* 9 7 8 9 3 5 5 1 7 1 7 9 5 *